மாக்கியவெல்லி காப்பியம்
ஆகோள் II

கபிலன் வைரமுத்து

டிஸ்கவரி பப்ளிகேஷன்ஸ்
எண்: 9, பிளாட் எண்: 1080A, ரோஹிணி பிளாட்ஸ்
முனுசாமி சாலை, கே.கே.நகர் மேற்கு,
சென்னை - 600 078. பேச: 99404 46650

வெளியீட்டு எண்: 0372

மாக்கியவெல்லி காப்பியம் (நாவல்)
ஆசிரியர்: கபிலன் வைரமுத்து©
Machiavelli Kaappiyam
Kabilan Vairamuthu©
அட்டைபடங்கள், ஓவியம்: கோ.ராமமூர்த்தி
Print in India
ISBN: 978-81-19541-24-9

1st Edition : September - 2024
Pages - 260
Rs. 360

Publisher • Sales Rights

Discovery Publications
No. 9, Plot,1080A, Rohini Flats,
Munusamy Salai,
K.K.Nagar West, Chennai - 78.
Tamilnadu, India.
Mobile: +91 99404 46650

Discovery Book Palace (P) Ltd
No. 1055-B, Munusamy Salai,
K.K.Nagar West,
Chennai-600 078.
Ph: (044) 4855 7525
Mobile: +91 87545 07070

discoverybookpalace@gmail.com / www.discoverybookpalace.com

இந்த நூலில் பிரசுரமாகியுள்ள எந்த ஒரு பகுதியையும் எழுத்துபூர்வமான முன்அனுமதி பெறாமல் எடுத்தாள்வதோ, மறுபிரசுரம் செய்வதோ, மொழியாக்கம் செய்வதோ, ஊடகங்களில் மறுபதிப்புச் செய்வதோ, காப்புரிமைச் சட்டப்படி தடை செய்யப்பட்டுள்ளது. இந்த நூலிலிருந்து சில பகுதிகளை மேற்கோள்காட்டி நூல்அறிமுகம் செய்யலாம்.

உங்கள் மொபைல் போனிலிருந்து ஸ்கேன் செய்து 'டிஸ்கவரி புக் பேலஸ்' மொபைல் ஆப்பை டவுன்லோடு செய்து, புத்தகங்களை வாங்குங்கள்.

Scan and download

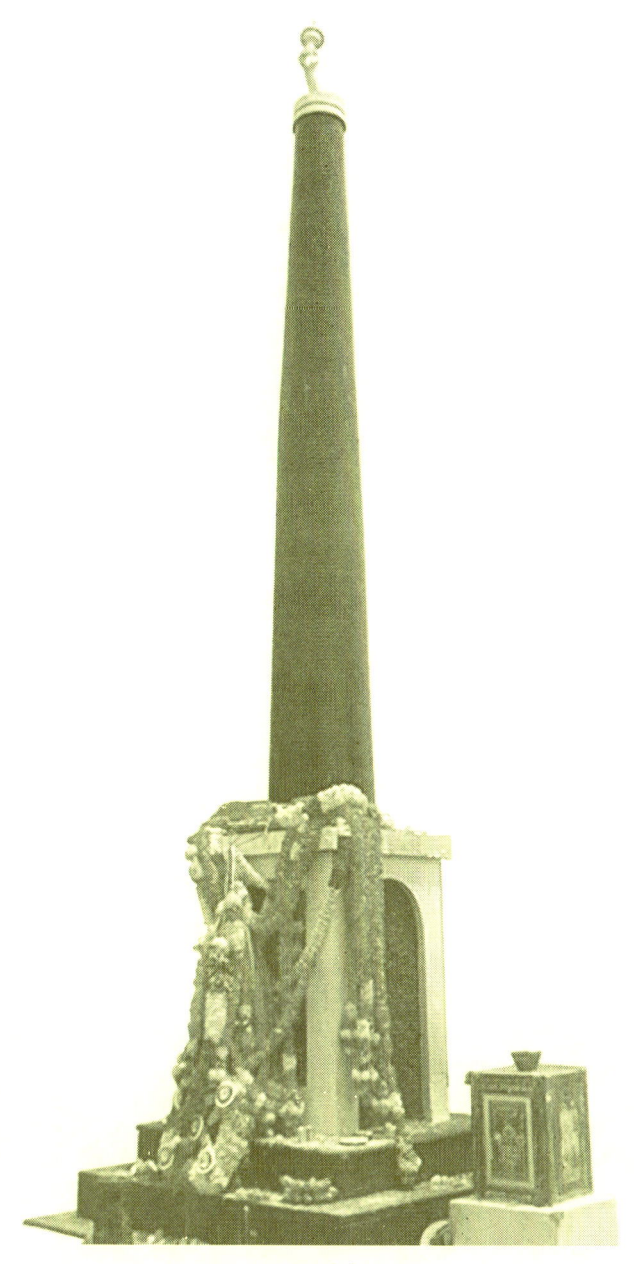

காணிக்கை
பெருங்காமநல்லூர் கலவரத்தில் உயிர்நீத்த பெருமக்களுக்கு...

ஒரு பிரம்மாண்ட கலை முயற்சி!

'மாக்கியவெல்லி காப்பியம்' தமிழ் இலக்கியவெளியில் ஓர் அரிய நிகழ்வு. கடந்தகாலமும் எதிர்காலமும் சங்கமிக்கும் ஒரு பிரம்மாண்ட கலை முயற்சி!

'ஆகோள்' என்ற நாவலின் இரண்டாம் பாகம் இது. ஒரு நாவலை முடிக்கும்போதே அதன் இரண்டாம் பாகத்தை அறிவித்து, அதை எழுதியும் முடித்திருக்கும் கபிலன் வைரமுத்துவின் ஆளுமை வியப்புக்குரியது.

கபிலன் வைரமுத்துவின் இரண்டு தொடர் ஆண்டுகள் உழைப்புக்குப் பின் இந்த நாவல் வெளிவருகிறது. நம் முன்னோர்கள் வாழ்ந்த உலகுக்கும், நம் எதிர்கால சந்ததியினர் வாழவிருக்கும் உலகுக்கும் இந்தக் கதை நம்மை அழைத்துச் செல்கிறது.

வரலாற்றாசிரியராகவும், தொழில்நுட்ப வல்லுனராகவும், தொல்லியல் ஆய்வாளராகவும் செயல்பட்டிருக்கும் கபிலன் வைரமுத்து, எழுத்தாளர் என்ற இடத்திலிருந்து பிசகாமல், இந்த நாவல்வழி சில முக்கியமான சமூகக் கேள்விகளை முன் வைக்கிறார்.

'ஆகோள்' நாவலின் விரிவான தொடர்ச்சியாகவே மாக்கியவெல்லி காப்பியம் அமைந்திருக்கிறது. இந்த நாவலின் 'பெருமேகம்' என்ற முதல் படலத்தை மிக உன்னிப்பாக வாசிக்காமல் அடுத்தடுத்த உலகங்களைப் புரிந்துகொள்ள இயலாது. அப்படி ஒரு நவீன கட்டமைப்பில் இந்த நாவல் அமைந்திருக்கிறது.

இதை ஒரு நாவலாக அணுகாமல், ஒவ்வொரு அத்தியாயத்தையும் ஒரு சிறுகதையாக அணுகினால் புதியதொரு வாசிப்பனுபவமாக இது அமையும். அனைத்துக் கதைகளும் ஒரு பெருங்கதையாகும்; இறுதி அத்தியாயம் அர்த்தப்படும்.

- மு.வேடியப்பன்

பதிப்பாளர்

நன்றி

திரு. லூயிஸ் டுமோண்ட், *(A South Indian Subcaste)*

திரு. திலீப் டிசௌசா, (குற்ற முத்திரை)

பேராசிரியர் காவ்யா திரு.சண்முகசுந்தரம்

திரு. முகில் நிலவன், (குற்றப் பரம்பரை அரசியல்) - தொகுப்பு

மாவட்ட நீதிபதி (ஓய்வு) திரு. மாயாண்டி

வழக்குரைஞர், கவிஞர் திரு. அகிலன் அப்ரார்

முனைவர் திரு.கு.அன்பழகன், (மதுரை நாட்டுப்புற ஆண் தெய்வங்கள்)

திரு. ஜோசி ஜோசப், *(The silent coup - History of India's Deep State)*

திரு. இரா.முத்துநாகு

திரு. தேவநாதன், *(Big Data Architect)*

திரு. மு.ராஜேந்திரன் இஆப

திரு. இரா.சுந்தரவந்தியத்தேவன்

தி டிபன்ஸ் போஸ்ட்

தி டைம்ஸ் ஆப் இஸ்ரேல்

தி அராப் நியூஸ்

திரு.மேன்யுல் காசல்ஸ், *(The rise of the network society)*

காப்பியத்தின் கரையில்...

இந்தியாவில் 1949ஆம் ஆண்டு ரத்து செய்யப்பட்ட குற்ற இனச் சட்டம், இன்று வரை அடையாளம் தெரியாத மாறுவேடங்களில் நம்மை ஆண்டுகொண்டுதான் இருக்கிறது. வரவிருக்கும் பெருநவீன யுகத்தில் அது அசுர பலத்தோடு தன் முள்வேலி வலைகளை மனிதகுலத்தின் மீது வீசவிருப்பதற்கான அறிகுறிகள் தெரிகின்றன. அதில் இருந்து நாம் பெற வேண்டிய விடுதலைக்கான ஒரு முன்னோட்டம்தான் 'மாக்கியவெல்லி காப்பியம்'.

சமீபத்தில் இஸ்ரேல் அரசு இணையவெளியில் மேற்கொண்ட அதிமுக்கியமான ஒரு முன்னெடுப்பு குறித்து அறியவந்தேன். அதுவே இந்த நாவலுக்கான முதல் பொறி. கதையில் இடம்பெறும் உயர் தொழில்நுட்பம் யாவும் தற்கால அறிவியல் உலகில் ஆய்வு மற்றும் பரிசோதனை நிலையில் இருக்கும் தொழில்நுட்பங்களை அடிப்படையாகக் கொண்டு புனையப்பட்டவை. கதையில் இடம்பெறும் 'மூல்' என்ற கணினிமொழி வல்லுநர்களின் உதவியோடு கற்பனையாக நான் வடிவமைத்தது.

'மாக்கியவெல்லி காப்பியம்' என்ற இந்த நாவலின் பூரணத்தைப் புரிந்துகொள்ள இதன் முதல் பாகமான 'ஆகோள்' என்ற நாவலை வாசிப்பது அவசியம். என் இரட்டைப் படைப்புகளை வெளியிட்ட டிஸ்கவரி பதிப்பகத்துக்கு நன்றிகள்.

பதிப்பாளர் நண்பர் திரு மு.வேடியப்பன் அவர்கள் திரைப்பட தயாரிப்பாளராகவும் உயர்ந்திருக்கிறார். ஆனால், எப்போதும் அவர் அன்புடை நெஞ்சமாகவே இருக்கிறார்.

'காப்பியம்' என்று அழைப்பது பெருமை தேடுவதற்கு அல்ல. கதைவழி சொல்லப்படும் நீதியும் செய்தியும் உலகமேடையில் அரங்கேற ஓர் உயரம் தேடுவதற்கே.

ஆதலால், இது 'மாக்கியவெல்லி காப்பியம்'!

ஈன்ற நிறைவோடு,

- கபிலன் வைரமுத்து

ஆகோள் முதல் பாகம்

(கதைச் சுருக்கம்)

2032-ஜெல்லி என்ற மென்கிருமி தாக்கி உலக தரவு மையங்களும், தகவல் தொழில்நுட்பக் கட்டமைப்புகளும் அழிவுக்குள்ளாகத் தொடங்கும் தருணத்தில், பாரத அரசு ஒரு கால ரயிலை உருவாக்கி ஒட்டுமொத்த ஜனத்தொகையின் தனி நபர் தகவல்களையும் காலத்தால் பின்னோக்கிச் சென்று பாதுகாக்க முனைகிறது. 'கேட்டலியம்' என்கிற மதிப்பு மிகுந்த கனிமங்களுக்குள் தனி நபர் தரவுகளைச் சுமந்த கண்ணாடித்தகடுகள் பதுக்கப்பட்டு கால ரயிலில் ஏற்றப்படுகின்றன. பொதுமக்களுக்கான அடையாள் எண்களை உருவாக்கிப் பராமரிக்கும் சிரியஸ் நிறுவனம் அரசின் காலப்பயண நடவடிக்கைக்கு உதவுகிறது.

அரசு அதிகாரிகளோடு சிரியஸ் நிறுவனத்தின் வல்னரபிலிட்டி அனெலிஸ்ட் நித்திலன் ரயில் ஏறுகிறார். கால ரயில், திட்டமிட்டக் காலத்தில் நிற்காமல் 1920ஆம் ஆண்டில் மோதி விபத்துக்குள்ளாகிறது. பிரிட்டிஷ் இந்தியாவில் குற்ற இனச் சட்டம் அமலில் இருக்கும் உசிலம்பட்டியின் மயானத்தில் தரவுப் பெட்டிகள் புதைக்கப்படுகின்றன. நித்திலன் மற்றும் அரசுக் குழுவினர் அருகாமையில் இருக்கும் பெருமாநல்லூரில் தஞ்சம் புகுகிறார்கள். 'ஜெல்லி தாக்குதல் முடியும் வரை திரும்பி வர வேண்டாம்' என்று ஒன்றிய அரசு கட்டளையிடுகிறது. சுதந்திர இந்தியாவின் பல கோடி மக்களின் கைரேகையும் கருவிழியும் பாதுகாக்கப்படும் ஒரு பிரதேசத்தில், அடிமை இந்தியாவில் கைரேகைச் சட்டத்துக்கு எதிராகப் போராட்டம் நிகழ்கிறது.

நித்திலனுக்கு, பெருமாநல்லூரைச் சேர்ந்த சின்னமாயன் என்ற சிறுவனோடு நட்பு உண்டாகிறது. 'ஜெல்லி தாக்குதல் முடிவுக்கு வந்துவிட்டது - தரவுகளை ஏற்றிக்கொண்டு நீங்கள் மீண்டும் காலம் திரும்பலாம்' என பாரத அரசு அழைக்கும்போது நித்திலனுக்கு ஒரு புதிய அதிர்ச்சி காத்திருந்தது. சிரியஸ் நிறுவனத்தின் தரவு மையங்களில் இருந்து பொதுமக்களின் கருவிழித் தகவல்கள் களவாடப்பட்டிருப்பதை நித்திலன் கண்டறிகிறார். பாரதப் பிரதமரோடு பேச்சு வார்த்தை நடத்துகிறார். 'சிரியஸ் நிறுவனத்தின் தலைவர் மோகன் ஜனார்த்தனன்தான் கருவிழிக் களவுக்குத் துணை புரிந்திருக்கிறார்' என்பதை நித்திலன் ஆதாரங்களோடு உறுதி செய்கிறார். மோகன் ஜனார்த்தனன், தனது பன்னிரண்டு வயது மகன் மாக்கியவெல்லிதான் இந்தக் குற்றத்தைச் செய்திருக்கிறான் என்பது தெரிந்தும் அவனைக் காட்டிக்கொடுக்காமல் தானே கைதாகி சிறை செல்கிறார்.

குற்ற இனச் சட்டத்துக்கு எதிரானப் போராட்டத்தில் பெருமாநல்லூர் மக்கள் உயிர்த்தியாகம் செய்கின்றனர். அது நித்திலனுக்கு ஒரு புதிய மனநிலையைத் தருகிறது. 1920ஆம் ஆண்டில் இருந்து கால ரயில் புறப்படுகிறது. அதில், சிறுவன் சின்னமாயனை அழைத்துக்கொண்டு நித்திலன் தன்னுடைய காலத்துக்குத் திரும்புகிறார்.

மாக்கியவெல்லி காப்பியம்

உள்ளே...

ஆதியும் அந்தமும் — 15

1. பெருமேகம் — 17

01. உறங்காப்புலி — 19
02. கயல் 18 — 23
03. நெபுலா எனும் வெண்கொற்றக்குடை — 25
04. சின்னமாயன் — 31
05. நெய்தல் — 35
06. நியூரோ எண் — 39
07. மாக்கியவெல்லி — 45
08. மீட்டா கூடம் — 49
09. நித்திலன் குடில் — 55
10. துப்பாக்கி எப்படி வந்தது? — 64
11. எழுகுறும்பனை தீவு — 67
12. மாயவனம் — 70
13. கிளி கண்ட தடம் — 73
14. காட்டுக்குள் விரைந்த மாயவனம் — 80
15. யூனிட் 613 — 83
16. வழி மாறிய நரி — 89
17. மூன்றாவது தோட்டா — 94

2. சமணமுனியும் சகோதரக்குழாயும் — 97

18. குறும்பனையில் கிடைத்தத் திறவு — 99
19. வாரிச் சூடும் மலரல்ல — 107
20. மாக்கியவெல்லியின் விழிப்பு — 114
21. பூவின் விழிகள் — 121
22. மாக்கியவெல்லியும் எட்டு நாடுகளும் — 128
23. சின்னமாயனின் கேள்விகள் — 137
24. தூங்காத்தேவர் கண்மாய் — 143
25. மூல் — 150
26. மதுரை போர் முகாம் — 160
27. 1861 — 168
28. ஆள வந்த ஆண்டித்தேவர் — 177

3. அசல் வேட்டை — 185

29. மீட்பு ரயிலும் மூன்று நிறுத்தங்களும் — 187
30. கொக்குளத்தில் கைதான புலி — 196
31. அவள் பெயர் அமீரா — 203
32. காலங்கள் அனைத்திலும் அவன் பாதங்கள் — 208
33. தோற்ற மாயைகளும் தோட்டா அறிக்கையும் — 219
34. ஆதிசிவன் காத்திருக்கிறார் — 231
35. குரங்கு துப்பு — 242
36. மண்ணில் சாய்ந்தனன் மண்ணின் மைந்தன் — 248

ஆதியும் அந்தமும்

ஆதிசிவன் கருவறையின் படியில்...

அடர்ந்து வளர்ந்திருந்த மீசை தாடியோடும், சோர்ந்த கண்களோடும் மாக்கியவெல்லி அமர்ந்திருந்தான். நெய்தல் தன் உறையில் இருந்து துப்பாக்கியை எடுத்தாள். சின்னமாயன் அவளைத் தடுத்தான். மாக்கியவெல்லி அசையவில்லை. அவன் தப்பித்துப் போக எந்த முயற்சியும் எடுக்கவில்லை.

நெய்தலின் கையில் துப்பாக்கியைப் பார்த்த குள்ளநரி ஸ்பார்ட்டா அவளைத் தாக்குவதற்காகப் பாய்ந்தது. சின்னமாயன் அதன் கழுத்தைப் பிடித்துச் சுழற்றி வீசினான். அது தன் வெறிகொண்ட பற்களோடு சின்னமாயனை நோக்கி வந்தபோது நெய்தல் தன் துப்பாக்கியால் அதன் நெற்றியில் சுட்டாள். அது துடிதுடித்து மண்ணில் சாய்ந்தது.

கருவறையின் படியில் அமர்ந்திருந்த மாக்கியவெல்லி வெகுண்டெழுந்து ஓடிவந்தான். ஸ்பார்ட்டாவை மடியில் தூக்கி அதன் கடைசித் துடிப்பை அவன் வாங்கிக்கொண்டான். நாட்டாங்குளத்தின் காற்று மண்டலம் கிழிய 'ஓ...' என அலறினான். சின்னமாயன் மீது சிறுத்தையைப்போல் பாய்ந்தான். மாயவனம் செய்வதறியாது திகைத்தாள். மாக்கியவெல்லியைக் குறி பார்த்த நெய்தலின் துப்பாக்கியின் மீது மாயவனத்தின் கடப்பாரை விருட்டெனப் பாய்ந்தது.

இவர்கள் இந்த இடத்தை அடைவதற்கு பல்வேறு காலங்களின் காடு மேடு பள்ளங்களைக் கடந்து வர வேண்டியிருந்தது. நீங்களும் சில படலங்களைக் கடந்து வர வேண்டியிருக்கிறது...

1
பெருமேகம்

உறங்காப்புலி

இருவர் தரப்பிலும் நூற்றுக்கணக்கான துப்பாக்கிகள் தயார் நிலையில் இருந்தும் திடியன் மலை அடிவாரத்தில் பேரமைதி நிலவியது. கிழக்கு இந்தியக் கம்பெனியின் சார்பில் கர்னல் ஆக்னஸ்ஸின் படையும், எட்டு நாடுகளின் சார்பில் உறங்காப்புலியின் படையும் கருவேலங்காட்டின் மையப்பகுதியில் குவிந்திருந்தன.

பாளையங்களும் குடிபடைகளும் தங்கள் ஆயுதங்களை கம்பெனி அரசிடம் ஒப்படைக்கக்கோரும் மதராஸ் மாகாணத்தின் ஆணையை ஆக்னஸ் ஆங்கிலத்தில் வாசிக்க, அதை அருகில் இருந்த துபாஷி தமிழில் மொழிபெயர்த்தான். உள்ளூர் பாளைய அமைப்புகளை ஜமீன் முறைக்கு மாற்றி அமைக்க வேண்டிய விவரங்களும் அந்த ஆணையில் விளக்கப்பட்டிருந்தன.

சிவகங்கை ராணுவத்தில் சேர்ந்து கம்பெனிக்கு எதிராகப் போர் புரிந்த காரணத்துக்காக கைது செய்யப்பட்டு, மன்னர் வேங்கை உடையணத்தேவரோடு பினாங்குத் தீவுக்கு நாடுகடத்தப்படவிருக்கும் எட்டு நாடுகளைச் சேர்ந்த வீரர்கள் சடையமாயன், இருளப்பன், பேயன் ஆகியோரை உயிரோடு ஒப்படைத்தால் தாம் ஆயுதங்களைச் சமர்ப்பிக்கத் தயார் என உறங்காப்புலி

தரப்பு கோரிக்கை விடுத்திருந்தது. கர்னல் ஆக்னஸ் தன் மேலதிகாரிகளோடு கலந்தாலோசித்து மூன்று வீரர்களையும் ஒரு வார கால விசாரணைக்குப் பின் விடுதலை செய்வதாக உறுதி அளித்திருந்தான். ஆனால், வீரர்களைக் கண்ணில் காணாமல் ஆயுதங்களை ஒப்படைக்க உறங்காப்புலி உடன்படவில்லை. அன்று வீரர்களை அழைத்து வருவதாகச் சொன்ன ஆக்னஸ், வெறும் ஆயுதப்படையோடு வந்திருந்தான்.

மதராஸ் மாகாணத்தின் ஆணையை வாசித்து முடித்த ஆக்னஸ், "உறங்காப்புலி, நீங்க வச்சிருக்கிற வெப்பன்ஸ் எல்லாத்தையும் சரண்டர் பண்ணிட்டீங்கனா, ஒரு மணி நேரத்துல உங்க ஆட்கள் உங்களத் தேடி வருவாங்க. இது கலெக்டர் ஆர்டர்!" என்று ஒலிபெருக்கிக் குழாய் வழி அறிவித்தான்.

உறங்காப்புலி தன் முரட்டுக் கொண்டையை அவிழ்த்தார். அது அவர் தோளிலும் முதுகிலும் கருநாகச்சாறுபோல் சரசரவெனப் பரவியது. நள்ளிரவுக்கு எண்ணெய் பூசியதுபோல் நின்றிருந்த உறங்காப்புலியின் கூட்டம், தாம் உயர்த்திப் பிடித்திருந்த துப்பாக்கிகளை அரை மனதோடு இறக்கினர்.

முதல் கட்டமாக உறங்காப்புலியும் அவரோடு ஐந்து தளபதிகளும் முன்னேறிச் சென்றனர். சரண் அடைய வரும்போதுகூட, சமர் செய்யும் தோரணையோடு வரும் கூட்டத்தை கம்பெனிப்படை ஒரு திகிலோடுதான் பார்த்துக்கொண்டிருந்தது. ஆக்னஸ் முன்னிலையில் உறங்காப்புலி தன் நாட்டுத்துப்பாக்கி மற்றும் தோட்டாச்சரடுகளைத் தரையில் வைத்தார். உடன் வந்த ஐந்து தளபதிகளும் அவரைப் பின் தொடர்ந்தனர். அப்போது, சூடுபட்ட ஒரு காட்டுப்பூனை வெடுவெடுவென வருவதைப்போல் எட்டு நாடுகளின் உளவுப் படையைச் சேர்ந்த மலையமாடன் குதிரையில் வந்து இறங்கினான். காளியின் கழுத்தில் மண்டை ஓடுகளைப்போல் அவன் கழுத்தில் கையெறி குண்டு உருண்டைகள் தொங்கிக்கொண்டிருந்தன.

"ஐயா உறங்காப்புலி, மன்னரையும் நம்ம பயலுகளையும் ஏத்திக்கிட்டு ஒரு கப்பல் பினாங்குக்குப் போயிருச்சுயோவ்... கம்பெனிக்காரவ நம்மள ஏய்ச்சுப்புட்டானுங்க, படுபாதகனுங்க!"

அவனது கலகக்குரல் காட்டின் கடைசிச் சருகையும் நிமிரச் செய்தது. இப்போது உறங்காப்புலியிடமோ, அவருடன் இருந்த ஐந்து தளபதிகளிடமோ துப்பாக்கிகள் இல்லை. உறங்காப்புலியின் படையைச் சேர்ந்த முப்பது பேர், தாம் இறக்கிய துப்பாக்கிகளைச் சடாரென உயர்த்திப் பிடித்தனர். கம்பெனிப்படையும் அவர்களைக் குறி பார்க்கத் தயாரானது. நிராயுதபாணிகளாக இடையில் நின்ற உறங்காப்புலியும் தளபதிகளும், அவதாரம் எடுக்கத் தெரியாத கோவில் சிலைகளைப்போல் அசையாது நின்றனர். கர்னல் ஆக்னஸ் சில அடிகள் அருகில் வந்து உறங்காப்புலியின் நெற்றிப்பொட்டில் தன் கைத்துப்பாக்கியை அழுத்தினான். அவன் ஆங்கிலத்தமிழில் பேசினான்.

"மன்னர்களே மண்டி போட்டாச்சு. உங்களுக்கு என்னடா களவாணிக் கூட்டம். டிராப் யூர் கன்ஸ்!"

எதுவும் பேசாத உறங்காப்புலி, காட்டின் நிசப்தத்தைக் கிழித்தெறியும் வண்ணம் தன் விரல்களை ஒரு பெருஞ்சொடுக்குச் சொடுக்கினார். கம்பெனியின் படை நின்றிருந்த நிலப்பகுதி தடதடவெனப் பிளந்து, மண்ணுக்குள் ஒளிந்திருந்த எட்டு நாட்டுப் படைப் பிரிவு புழுதிப்புலிகளாய்த் திமிறி எழுந்தன. மர உச்சிகளில் மறைந்திருந்த கொரில்லாப்படையும் கொல்லெனப் பாய்ந்தது. திடீர்த் தாக்குதலை எதிர்பார்க்காத ஆக்னஸின் படை இடி விழுந்ததைப்போல் தடுமாறி நிலைகுலைந்தது. ஆக்னஸ் சுதாரித்துக்கொண்டு தன் ஒலிபெருக்கியின் வழி ஆணை பிறப்பிக்க, கம்பெனியின் எல்லைப்படைகள் காட்டுக்குள் நுழைந்தன.

உறங்காப்புலி தன் வேட்டிமடிப்பில் வைத்திருந்த குறுவாளால் கம்பெனி வீரர்களை வெட்டி வீழ்த்தினார். எட்டு நாட்டு வீரர்கள் பலர் சுட்டுக் கொல்லப்பட்டனர். கம்பெனிப்படையின் ஒரு பிரிவு பின்வாங்கி குதிரைகளில் ஏறித் தப்பித்து ஓடியது. உறங்காப்புலியும் அவர் தளபதிகளும் தப்பி ஓடிய கம்பெனி வீரர்களை குதிரைகளில் துரத்திக்கொண்டு எறிகுண்டு வீசியும், வளரி எறிந்தும் அவர்தம் தலைகளைத் துண்டித்தனர். மீண்டும் திடியன் மலை அடிவாரத்துக்கு அவர்கள் திரும்பியபோது அங்கே கர்னல் ஆக்னஸ் ஒரு புதிய படையோடு நின்றிருந்தான். உறங்காப்புலி தன் குதிரையில் இருந்து

இறங்கி, காட்டை அள்ளி கொண்டை முடிந்து, நிமிர்ந்த நெஞ்சோடு ஆக்னஸ்ஸை நோக்கி முன்னேறினார்.

கர்னல் ஆக்னஸ்ஸின் துப்பாக்கியில் இருந்து புறப்பட்ட முதல் தோட்டா உறங்காப்புலியின் தலைக்கு மேல் பாய்ந்து ஒரு குருவியின் வயிற்றைத் துளைத்தது. உறங்காப்புலி தன் குறுவாளோடு கிடுகிடுவெனத் தாவியபோது கர்னலின் இரண்டாவது தோட்டா உறங்காப்புலியின் தோள்பட்டையைப் பிளந்தது; இரத்தம் பீச்சியடித்தது. அதைப் பொருட்படுத்தாத உறங்காப்புலி, குறுவாளை நீட்டிக்கொண்டே மேலும் முன்னேறினார். எங்கிருந்தோ 'யாத்தே' என்று, ஒரு பெண் அலறும் சத்தம் கேட்டது. இரண்டடி தூரத்தில் நெருங்கி வந்துவிட்ட உறங்காப்புலியின் மார்பைக் குறிவைத்து துப்பாக்கியை அழுத்தினான் ஆக்னஸ்..!

கயல் 18

ஆழ்கடல் சீருடையோடு வங்காள விரிகுடாவில் மூழ்கினான் மாக்கியவெல்லி. ஆதிசேஷன் மேக வடிவம் பூண்டதுபோல் வானளாவி விரிந்திருந்த அந்தப் பெரு மேகக்குடையின் மையத்தில் இருந்து ஐந்து கிலோமீட்டர் தொலைவில் ஒரு கால்பந்து ஓடம் அவனை இறக்கிவிட்டது. பல நாட்கள் காற்றழுத்தக் கூடத்தில் பயிற்சி பெற்றதால் அவனால் எளிதில் இரண்டாயிரம் அடி ஆழத்துக்குச் சென்று இயல்பாக உலவ முடிந்தது. கடற்படுகையில் கயல் 18 குழாயின் மேற்பரப்பை அடைந்தான். கயல் 18 - ஆண்டு 2057 என்று நிகழாண்டு குறிப்போடு சுற்றுவட்டாரப் பாறைகளில் எழுத்துகள் ஒளிர்ந்தன. அவன் கொண்டு வந்திருந்த திரவத்தைக் குழாயின் துவாரங்களில் பூசினான். அந்தக் குழாய் கிடத்திக்கொண்டிருந்த தகவல்களை அறிய தன் டீப் மீட்டரை இயக்கினான். நீந்தும் வேப்பங்கொழுந்துகள்போல் பச்சை மீன்கள் சில அவனைக் கடந்து சென்றன.

மாக்கியவெல்லியின் டீப் மீட்டர் கயல் 18 குழாயை ஊடறிய முயற்சி செய்துகொண்டிருந்தபோது தொலைதூரத்தில் இருந்த நீர்மூழ்கி அறையை விட்டு

கடற்படை வீரர்கள் கையில் கண்ணாடித் துப்பாக்கிகளோடு படுகையில் இறங்கினர். மாக்கியவெல்லி இருக்கும் திசை நோக்கி அவர்கள் நகர்ந்து வருவதை அவனது அணுமின் முகமூடி மூலம் அறிந்துகொண்டான். கடற்படை வீரர்கள் நெருங்குவதற்குள் தப்பிக்க நினைத்த மாக்கியவெல்லி, கயல் 18 குழாயில் தான் பொருத்தியிருந்த டீப் மீட்டரைக் கழற்ற முயற்சித்தான். அது குழாயின் துளைகளில் சிக்கிக்கொண்டது. மிகுந்த சிரமத்துக்குப் பின் அவன் அதை எடுத்தபோது டீப் மீட்டர் சேகரித்தத் தரவுகள் அனைத்தும் ஒரு நொடியில் அழிந்துபோயின. கயல் 18 குழாயைச் சுற்றி 'மில்லி செக்கண்ட் ஆட்டோ டெலிட்' என்ற கட்டமைப்பு உருவாக்கப்பட்டிருந்தது. உரிய நபர்களைத் தவிர வேறு யாரும் அதை இயக்க முடியாது. மாக்கியவெல்லி கோபம் கொண்டு அந்தக் குழாயை எட்டி உதைத்தான்.

கடற்படை வீரர்களின் கண்ணாடித் துப்பாக்கிகள் அவன் கண்களுக்குத் தென்பட்டன. பூஜ்ஜிய கதிர் இயக்கத்தில் தான் செயல்பட்டபோதும் கடற்படை வீரர்களுக்கு எதன்வழி தகவல் சென்றிருக்கும் என்று யோசித்தான். தமிழ்நாடு காவல்துறையின் பல்லுயிர் பிரிவு, கடல் மீன்களுக்கு உளவுப் பயிற்சி அளித்துவருவதை அவன் அறிந்திருந்தான். அவனைக் கடந்து சென்ற பச்சை மீன்களை அவன் அலட்சியப்படுத்தியிருக்கக் கூடாது என்பதை புரிந்துகொண்டான். நேரமில்லை. கண்ணாடித் துப்பாக்கிக் குண்டு சராசரி குண்டுகளோடு ஆபத்தானவை. எதிராளியைத் துளைத்து அவனைக் கொல்வது மட்டுமின்றி, அவன் ஆழ்மனதில் இருக்கும் உண்மைகளைப் பதிவுசெய்து அதை சித்திர வடிவிலான முதல் தகவல் அறிக்கையாக காவல்துறை ஏடுகளில் பதிவேற்றம் செய்ய வல்லவை.

மாக்கியவெல்லி தன் முதுகில் இருந்த பொத்தானை அழுத்தி நீச்சல் சிறகுகளை விரித்தான். கடற்படை விரைவதற்குள் நீர்மூழ்கி நிலைய எல்லையை அவன் ஒரே பாய்ச்சலில் கடந்துவிட்டான். அங்கே அவனுக்காக கால்பந்து ஓடம் காத்துக்கொண்டிருந்தது. அவனை ஏற்றிக்கொண்டதும் அது நீர்மூழ்கிப் பந்தாக உருமாற்றிக்கொண்டு விண்கல் வேகத்தில் முன்னேறியது.

நெபுலா எனும் வெண்கொற்றக்குடை

2032ஆம் ஆண்டு பெருமாநல்லூரில் இருந்து சஞ்சய் வனத்துக்குக் கால ரயில் திரும்பியது. கேட்டலியம் பெட்டிகள் இறக்கி வைக்கப்பட்டன. நூறு கோடி மக்களின் அடையாள் தகவல்கள் அனைத்தையும் மெய்நிகர் காவுகோளிடம் இருந்து காப்பாற்றிவிட்ட பெருமிதத்தில் பிரதமரும் அலுவலர்களும் பூரித்திருக்கும்போது முப்படைத் தலைமை தளபதி கோவர்த்தனின் தலையற்ற உடல் ரயிலில் இருந்து இறக்கப்பட்டது. பிரதமரின் அரசு எந்திரம் அதிர்ச்சிக்குள்ளானது. படுகொலைக்கான காரணம் அறிந்த பிரதமர், கால ரயிலில் ஓர் அதிரடிப் படையை அனுப்பி, கொலையாளி ஆங்குத்தேவனைக் கைது செய்து அழைத்து வரச் சொன்னார்.

பிரதமரின் கைரேகைக்கு கேட்டலியம் பெட்டிகள் திறக்கவில்லை. 1920ஆம் ஆண்டில் பெருமாநல்லூரில் இருந்த நித்திலனைத் தொடர்புகொண்டபோது கருவிழி பெருந்தரவு கொள்ளை பற்றித் தெரிய வந்தது. சிரியஸ் நிறுவனத்தின் தலைவர் மோகன் ஜனார்த்தனன் மற்றும் சகாக்கள் கைது செய்யப்பட்டனர். தன் கோரிக்கைபடி பெருந்தரவுக் கொள்ளை குறித்து தான் வெளியிட்ட

விவரங்களைக் கொண்டு அரசு கைது நடவடிக்கை எடுத்த பின், நித்திலனும் சின்னமாயனும் கால ரயிலில் ஏறி சஞ்சய் வனத்துக்கு வந்து பெட்டிகளைத் திறந்தார்கள்.

நித்திலனிடம் விசாரணை நடத்தி, அவர் மீது ஒழுங்கு நடவடிக்கை எடுப்பதற்காக அவர் உள்துறை செயலர் லிங்காவிடம் ஒப்படைக்கப்பட்டார். லிங்கா, கேட்டலியம் தொடர்பான தன் ஆய்வுத் திட்டத்தில் நித்திலன் ஊதியம் இன்றி சில ஆண்டுகள் பணியாற்றும்படிக் கட்டளையிட்டார். இந்தியாவுக்கு ஓர் இணைய வேலியை உருவாக்குவது லிங்காவின் கனவு. அது நித்திலன் மூலமாக வங்காள விரிகுடாவில் நிறைவேறியது.

உள்துறை செயலர் பதவியில் இருந்து விருப்ப ஓய்வு பெற்றார் லிங்கா. டெல்லியில் அமைந்திருந்த அவரது ஆய்வுச்சாலையில் அணு ஆயுத வெடிப்பு எழுப்பும் வானளாவிய காளான் மேகம் குறித்து நீண்ட நாட்கள் விவாதிக்கப்பட்டது. லிங்காவுக்கு அத்தகைய நெடு மேகம் மீது ஒரு தீராத காதல். 'நாம் இருக்கும் பிரபஞ்சமே ஆதியில் ஒரு பெருமேகமாகத்தானே இருந்தது' என்று அவர் அடிக்கடிச் சொல்வதுண்டு.

ஆதியிலே ஒரு மேகம் இருந்தது
ஆகாயம் விழுங்கிய மேகம்
உலகங்கள் கண்வளரும்
உலோக மேகம்
கிரக சம்பவம் நிகழ்த்தப்போகும்
பேராண்மை கொண்ட பெருமேகம்

என்ற கவிப்பேரரசு வைரமுத்துவின் 'மகாகவிதை'யை அவர் மனப்பாடம் செய்திருந்தார்.

இஸ்ரேல் மற்றும் சீனா தங்களுக்கான இணைய எல்லைகளை உருவாக்கிக்கொண்டதை அவர் உற்றுக் கவனித்தார். கடல் எல்லை - வான் எல்லை - நில எல்லையைப்போல் இணைய எல்லையின் முக்கியத்துவம் வளர்ந்து வருவதை அவர் உணர்ந்தார். ஒரு நாட்டுக்கு இணைய வேலியாக இருக்க நாட்டின் கடல் எல்லைகளில் ராட்சஸ காளான் மேகங்களை அமைப்பதே சரியான வழி என்று அவர் பெரிதும் நம்பினார். சர்வதேச தகவல்களும்

இணைய ஊடுருவல்களும் பெரும்பாலும் கடல்மார்க்கமாக நேர்வதால் அனைத்து மின் அலைகளையும் உள்வாங்கி சீரமைக்கும் ஒரு தானியங்கி செயற்கை மேகத்திரளை அவர் கனவு கண்டார். கல், மண் கட்டடங்களைத் தாண்டி, காற்றுக்கோபுரங்களில் அவர் நாட்டம் செலுத்தினார். 'நெபுலா' என்று அதற்குப் பெயர் வைக்கவும் விருப்பம் கொண்டார்.

முதல்முறையாக இந்தத் திட்டத்தை அவர் முன்மொழிந்தபோது ஓர் அறிவார்ந்த நகைச்சுவையாக நினைத்து அரசு அதைக் கடந்து சென்றது. லிங்காவின் திட்டத்தில் நம்பிக்கை கொண்ட ஒரே நபர் நித்திலன் மட்டும்தான். யுரேனியம், புளூட்டோனியம் வழி இந்த மேகத்திரளை உருவாக்குவதைவிட, கேட்டலியம் அணுத்தெறிப்பு வழி செய்தால் அந்தக் குணங்கள் நம் தகவல்நிலை செயல்பாடுகளுக்கு பொருந்தும் என நித்திலன் அறிவுரை வழங்கினார். ஆனால் அந்த மேகம் கலைந்துபோகாமல் நிலைகொள்ளச் செய்வது எப்படி?

சோவியத் யூனியன் சிதைந்தபோது கசகஸ்தானில் இருந்து 600 கிலோ கிராம் யுரேனியம் வெளியேற்றப்பட்டது. அதனோடு நூறு கிலோ அளவில் பெயர் தெரியாத மற்றுமொரு கனிமம் கண்டெடுக்கப்பட்டது. மேகங்களை விதைக்கும் 'கிளவுட் சீடிங்' நிறுவனங்கள் அந்தக் கனிமத்தைக் கொண்டு 'கிளவுட் அரெஸ்ட்' என்ற செயல்முறையைக் கண்டறிந்திருந்தார்கள். காற்றின் செவ்வலைகளில் கலைந்துபோகாமல் ஒரு செயற்கை மேகத்தை ஒரே இடத்தில் நிலைகொள்ளச் செய்ய முடிந்தது. லிங்கா தன் சர்வதேச நட்புவட்டத்தின் வழி அந்தத் தொழில்நுட்பத்தை அறிந்தார்.

டெல்லி புறநகர் பகுதியில் இருந்த லிங்காவின் திறந்தவெளி ஆய்வுக் கூடத்தில் சிறிய அளவிலான கேட்டலியம் வெடிமருந்துகள் தயாரிக்கப்பட்டன. அவை கசகஸ்தான் கனிமத்தோடு எரியூட்டப் பட்டு அதன்வழி பரிசோதனைக்காக 'நீடித்த மேக மண்டலம்' ஒன்று உருவாக்கப்பட்டது. சின்னஞ்சிறு செயற்கை நுண்ணறிவு இறகுகள் வழி லார்ஜ் லேங்குவேஜ் மாடல் என்ற அறிவுப் பண்பாட்டு வளம் மற்றும் லார்ஜ் கிராபிக் மாடல் என்ற உருவ ஊடக வளம் ஆகியவை அந்த மேக மண்டலத்துக்குள் செலுத்தப்பட்டன. செயற்கை மேகம் செறிவூட்டப்பட்டது. முதல் நெபுலா பிறந்தது.

நூறு கிலோமீட்டர் சுற்றளவில் ஊடாடும் அனைத்து இணையவெளிக் கதிர்களும் லிங்காவின் மேகத்திரளால் ஈர்க்கப்பட்டு நித்திலனின் கணினியில் பரிசோதனைக்குட்படுத்தப்பட்டு பின் மீண்டும் நெபுலாவின் வழி அந்தந்த தகவல் கோபுரங்களுக்கும் சேவை மையங்களுக்கும் மடைமாற்றப்பட்டன. நித்திலனால் வரையறுக்கப்பட்ட குறிப்பிட்ட எல்லைக்குள் நுழையும் எந்த இணையத் தகவலும் மேகத்திரளில் இருந்து தப்ப முடியாது. லிங்கா எழுதிய கதிர் ஈர்ப்புத் தன்மை விதிகளுக்கு கேட்டலியம் மேகத்திரளின் குணங்கள் நூறு சதவிகிதம் பொருந்தியது.

பாரத தேசத்தின் 7500 கிலோ மீட்டர் கடற்கரையில் இணைய வேலி அமைக்க எழுபது ராட்சஸ மேகத்திரள்கள் போதுமானதாக இருக்கும் என்பது லிங்காவின் அனுமானம். அவை நம் இணையம் காக்கும் வெண்கொற்ற குடைகளாக விளங்கும் என்று அவர் நம்பினார். கடலின் மேல் காளான் மேகத்திரளை நிலை நிறுத்த கடலுக்கடியில் ஒரு 24 மணி நேர எரிமண்டலம் - மேகத்திரள் அமைக்கப்பட்ட இடத்தில் இருந்து பத்து கிலோ மீட்டர் தொலைவில் நிலப்பரப்பில் ஒரு பெருந்தரவு கட்டுப்பாட்டு மையம் என தொடர்ந்து அந்த கட்டமைப்பைப் பற்றி அவர் சிந்தித்து வந்தார். அது குறித்து அவர் நீண்ட ஆய்வு கட்டுரைகளை எழுதத் தொடங்கினார். நித்திலனின் வல்னரபிலிட்டி மூளை, லிங்காவின் கட்டுரைகளுக்கு வலு சேர்த்தது.

அரசின் பார்வையில் நித்திலன் ஊதியம் இன்றி லிங்காவிடம் பணிபுரிவது அவருக்குத் தரப்பட்ட தண்டனை. ஆனால், லிங்கா தன் மீது காட்டிய மதிப்பும் மரியாதையும் நித்திலனை நெபுலா திட்டத்தில் மனமார ஈடுபடச் செய்தது. அவர் லிங்காவை ஒரு வரலாற்று பிம்பமாக மனதிற்குள் வணங்கினார். சென்னைக்கும் டெல்லிக்கும் மாறி மாறி பயணப்பட்ட நித்திலனுக்கு அது ஒரு பயணச்சுமையாகவோ பணிச்சுமையாகாவோ தெரியவில்லை. லிங்கா சமைத்த மீன் ரசத்துக்கு நித்திலன் அடிமை.

நித்திலன், தான் கால ரயிலில் பெருமாநல்லூர் சென்று வந்த அனுபவங்களைப் பற்றி லிங்காவோடு பகிர்வார். லிங்கா பெருமாநல்லூரின் பூர்விகம் குறித்தும், குற்ற இனச் சட்டத்துக்கு

முன் மதுரை மாவட்டத்தில் நடைமுறையில் இருந்த எட்டு நாடுகள் அமைப்பு குறித்தும் நித்திலனோடு விரிவாக உரையாடுவார். திடியன், வாலாந்தூர், புத்தூர், வேப்பனூத்து, தும்மக்குண்டு, பாப்பாப்பட்டி, கொக்குளம், கருமாத்தூர் ஆகிய நாட்டு அமைப்புகள் பற்றி தான் படித்ததைப் பகிர்வார். பெருமாநல்லூரின் பூர்விகத்தை லிங்காதான் நித்திலனுக்கு மறு அறிமுகப்படுத்தினார். அவர் எந்த ரயிலிலும் ஏறாமலே பல்வேறு காலங்களுக்குச் சென்று வந்திருக்கிறார் என்று நித்திலன் வியப்பார். 'லிங்காதான் உங்கள் முதல் மனைவி' என்று நித்திலனின் மனைவி செங்காந்தள் கடிந்துகொள்வாள். நுரையீரல் தொற்றினால் அவதியுற்று நீண்டநாள் மரணப்படுக்கையில் கிடந்து தன் 55வது வயதில் லிங்கா இறந்தபோது நித்திலன் அழவில்லை; செங்காந்தள் அழுதாள்!

லிங்காவும் நித்திலனும் இணைந்து உருவாக்கிய நெபுலா இணைய வேலி *(Nebula Cyber Dome)* திட்டத்தை ஒன்றிய அரசு நிராகரித்துவிட்டது. தமிழ்நாடு அரசு ஏற்றுக்கொண்டது. பாரத தேசத்தின் 7500 கிலோமீட்டர் கடற்கரைப் பகுதியில் அமையவிருந்த திட்டம் தமிழ்நாட்டின் 1076 கிலோ மீட்டர் கடற்கரைப் பகுதியில் அமைந்தது. ஒன்றிய அரசிடம் போராடிப் பெற்ற கடல்சார் அனுமதியோடு நித்திலன் தலைமையில் வங்காள விரிகுடாவிலும், இந்தியப் பெருங்கடலிலும் நெபுலா மேகத்திரள்கள் உருவாகின. மெரீனா கடல், கக்கன் கடல், பூம்புகார் கடல், சங்கத்துறை கடல், வேளாங்கண்ணி கடல், தனுஷ்கோடி கடல், அரியமான் கடல், மகேந்திர வர்மன் கடல் ஆகிய கடல்களில் மின்சாரம் பாயும் கருவண்ண கடோத்கஜன் விஸ்வரூபம் எடுத்ததைப்போல் நெபுலா மேகத்திரள்கள் எழுந்தன. அவைகட்கான பேரலுவலகங்களும் அருகாமையில் அமைக்கப்பட்டன. தமிழ்நாட்டின் இணைய பாதுகாப்பை நித்திலன் - லிங்கா திட்டம் உறுதி செய்தது.

சூப்பர் டீப் பேக் எனும் ஆழ்பொய் புனைவுச் சகதியில் உலகம் சிக்கித் தவிக்கும் சமயத்தில் தமிழ்க் குடிமக்களின் தனியுடைமைத் தகவல்கள் மற்றும் இணைய பாதுகாப்பு, உலகத்தின் பார்வையை ஈர்த்தது. மேற்கு உலக நாடுகளுக்குப் புரியாத புதிராக இருந்தது இந்தப் பொழியாத மேகம். நெபுலா திட்டத்தைக் கற்றுக்கொள்ள விரும்பியவர்களை விட அழிக்க நினைப்பவர்கள் அதிகம். நெபுலா

தொடர்பான ஆராய்ச்சி மற்றும் பராமரிப்பு பணிகளுக்காக நித்திலன் தலைமையில் தமிழ்நாடு இணையக் கழகம் உருவாக்கப்பட்டது. நெபுலா அமைப்புகளைப் பாதுகாக்க காவல்துறையில் ஒரு சிறப்பு பாதுகாப்புப் படை அமைக்கப்பட்டது. அந்தப் படைக்குச் சமீபத்தில் தேர்வாகியிருக்கிறான் சின்னமாயன்.

சின்னமாயன்

மெரீனா கடலில் அமைக்கப்பட்டிருக்கும் நெபுலா-01 மேகத்திரள், 200 கிலோமீட்டர் சுற்றளவில் உள்ள மக்களின் இணையப் பாதுகாப்பை உறுதிபடுத்துகிற கட்டமைப்பு. பல லட்சம் மக்களின் தனி நபர் தகவல்களை அந்நிய ஊடாடிகள் அண்டவிடாமல் செய்யும் ஏற்பாடு. இணையக் கிருமிகளையும் போலித் தளங்களையும் அடையாளம் கண்டு வேரிலேயே களைந்துவிடும் காவல் நிரலாக்கம். நெபுலா-01 மேகத்திரளின் நுழைவாயில் வங்காள விரிகுடாவின் இரண்டாயிரம் அடி ஆழத்தில் இருக்கும் கயல் 18 குழாய், நெபுலா -01இன் உயிர்க்குழாய். ஆழ்கடல் படையை மீறி கயல் 18 குழாயை ஒருவன் நெருங்கியிருக்கிறான் என்ற தகவல் காவல்துறை வட்டாரத்துக்கு இமைக்க முடியாத எச்சரிக்கையாக அமைந்தது. அது குறித்து சென்னை காவல் ஆணையர் அலுவலகத்தில் ஒரு அவசரக் கூட்டம் நடைபெற்றது. அதில் நெபுலா சிறப்புப் பாதுகாப்புப் படையைச் சேர்ந்த சின்னமாயன் மௌனமாக இளநீரைச் சுவைத்துக்கொண்டிருந்தான். அவன் அதிகம் பேசாத அதிகாரம்.

1920களில் இருந்து 2030களுக்கு கால ரயில் வழி சின்னமாயனை அழைத்துவந்த நித்திலன்

குழந்தைபேறு இல்லாத தன் உயரதிகாரி பிரமிள்-கார்த்திகா தம்பதியிடம் அவனை ஒப்படைத்தார். அவர்களின் வளர்ப்பு மகனாக அவன் வளர்ந்தான். முதல் இரண்டு ஆண்டுகள் அவன் பெருமாநல்லூரையும் தன் குடும்பத்தையும் நினைத்து நினைத்து அழுதுகொண்டிருந்தான். மீண்டும் தன் காலத்துக்குச் செல்ல அவன் அடம்பிடித்தான். நித்திலன் எவ்வளவோ முயன்றும் அதற்கு ஒன்றிய அரசு அனுமதி வழங்கவில்லை. தன் அக்காள் போதும்பொண்ணு, நெற்றிப்பொட்டில் சுடப்பட்டு இறந்ததை சின்னமாயனால் மறக்க முடியவில்லை. ஒவ்வொரு நாளும் அவன் உறக்கத்தில் ஒரு துப்பாக்கி வெடித்து திடுக்கிட்டு விழிப்பான். ஒரு தோட்டா அவனை ஓயாமல் துரத்திக்கொண்டே இருந்தது.

அவன் உளவியல் சிக்கலைப் புரிந்துகொண்ட பிரமிள் அவனை மனநல ஆலோசகரிடம் அழைத்துச் சென்றார். 'கனவில் பயமுறுத்தும் அந்தத் துப்பாக்கியை அவன் ஆளத் தொடங்கிவிட்டால் அச்சம் தீர்ந்துவிடும்' என்று அவர் அறிவுறுத்தினார். சின்னமாயனின் பள்ளிப் படிப்புக்கு இடையே துப்பாக்கி சுடும் பயிற்சிகளில் பிரமிள் அவனை ஈடுபடுத்தினார். நடுங்கிய கைகளோடு துப்பாக்கியைப் பிடித்த சின்னமாயன் மெல்ல மெல்ல அதில் வல்லமை வளர்த்தான். அவனுக்கு அது ஒரு விளையாட்டுப் பொருளானது. மாநில தேசிய போட்டிகளில் தங்கம் வென்றான். இணையத் துறவில் இளங்கலை பயின்றான். செயற்கை நுண்ணறிவு முதுகலை பயின்று பின் ஐ.பி.எஸ்., எழுதி தேர்ச்சி பெற்றான். தமிழ்நாடு தகவல் புலனாய்வுப் பிரிவில் சில ஆண்டுகள் பணியாற்றிவிட்டு தற்போது நெபுலா சிறப்புப் பாதுகாப்புப் படையில் துணை ஆணையராக இணைந்திருக்கிறான்.

வெடிமருந்துகளோ, துப்பாக்கித் தோட்டாக்களோ, தகவல் கிருமிகளோ, ஆழ்கடல் நீரழுத்தமோ தாக்க இயலாத 'சீரோ டார்கெட்' கருநீலச் சீருடை, நெபுலா படைக்கு என்று பிரத்யேகமாக வடிவமைக்கப்பட்டது. ஆனால், அவ்வப்போது கடந்தகால நினைவுகள் அவனைத் தாக்கிக்கொண்டுதான் இருந்தன. சின்னமாயனின் நறுக்கப்பட்ட டாபர்மேன் வால் மீசையும், பகையும் காதலுறும் தங்கச்சுருள் சிகையும், திருவிழா கண்களும், திகட்டாத தோள்களும் அவனுக்கு காவல்துறை வட்டாரத்தில் ஓர் ஓவிய உயர்வு தந்தது.

'அடையாள் எண்ணோடு நியூரோ எண்ணையும் இணைக்க வேண்டும்' என்ற ஒன்றிய அரசின் ஆணையை எதிர்த்து தென்னிந்தியா முழுக்க போராட்டம் நடந்துவருகிறது. காவல் ஆணையர் சிந்தா அமுதன் அது குறித்து வருத்தத்தில் இருந்தார். இப்போது கயல்18 ஊடுருவல் என்ற புதிய வருத்தமும் முளைத்திருந்தது.

''கயல்18 ப்ரீச் அட்டெம்ப்ட் பத்தி தமிழ்நாடு இணையக் கழகம் விளக்கம் கேக்கறாங்க. கடற்படை வீரர்கள் அண்டர் வாட்டர் கேமரா இமேஜஸ் அனுப்பியிருக்காங்க. அதுல ஒரு சுறா மீன் வந்து மோதுன மாதிரிதான் கேப்ச்சர் ஆகியிருக்கு. குழாய்ல டீப் மீட்டரோட ப்ரின்ட்ஸ் இருக்குனு சொல்றாங்க. சுறா மீன் எப்படி டீப் மீட்டரோட வரும்?''

சிந்தா அமுதன் அந்த உரையாடலைத் தொடங்கி வைத்துவிட்டு எந்த பதிலையும் எதிர்பார்க்காமல் தன் மேஜையில் வைத்திருந்த கோழிக்குஞ்சு போன்ற ஒரு கருவியை எடுத்தார்.

''இதுக்கு பேர் ஓஷன் டீப் மீட்டர். ஆழ்கடல் தகவல் அமைப்புகள டேப் பண்ணி உளவு பார்த்து அந்தத் தகவல்கள இன்ஸ்டெண்ட்டா எடிட் பண்ணி மறுபடியும் ரீலோட் பண்ண பயன்படுற கருவி. போர்க்காலத்துல எதிரிகளோட தகவல் மையங்கள பிளாக் அவுட் பண்ண கடற்படை ராணுவ வீரர்கள் உபயோகிக்கிற கருவி. மத்திய அமைச்சரைவையோட உரிமம் இல்லாம யாரும் இத பயன்படுத்த முடியாது. கயல் 18 குழாயைத் தேடி வந்தவன் கைல இப்படி ஒரு டீப் மீட்டர் இருந்திருக்கு. ஆனா இந்திய ராணுவம் ஒதுக்கியிருக்கிற எந்த அலைவரிசைலயும் அது வரல. ஒரு டீப் மீட்டரை தானே உருவாக்கத் தெரிஞ்ச ஒருத்தனதான் நாம தேடிகிட்டு இருக்கோமா?''

நெபுலா சிறப்புப் படையின் பொய்பொருள் தடுப்புப் பிரிவின் துணை இயக்குநர் நெய்தல் அதற்குப் பதில் சொல்ல விரும்பினாள்.

''விர்ச்சுவல் சூட் - எந்தக் கேமராலயும் கேப்ச்சர் ஆகாது. அந்த விர்ச்சுவல் சூட்ல அவங்க எந்த உருவமா வேணாலும் தெரியலாம். தன்னுடைய உருவத்த ஒரு சுறாமீன் உருவாகவும் மாத்தலாம். எந்த உருவமாவும் இல்லாம மறையலாம். நீங்க சொல்ற டீப் மீட்டர அவனே உருவாக்கியிக்கலாம். இந்த மாதிரியான தொழில்நுட்பங்கள

‘ஹீரோ ஏஜென்ட்ஸ்’னு சொல்லப்படற கிரிமினல் கம்யூனிட்டி அதிகமா கையாளறதா நமக்கு ஹிஸ்ட்டரி இருக்கு. வந்தவன் அப்படி ஒரு ஹீரோ ஏஜெண்ட்டா இருக்கலாம். இவங்க அரை நூற்றாண்டு காலமா சைபர் க்ரைம்காக பயிற்று விக்கப்பட்ட ஒரு கூட்டம். நாட் எ சப்ரைஸ்.’’

‘‘சின்னமாயன், நீங்க நேத்து பட்டினப்பாக்கத்துல கைது செஞ்ச அந்த நபர்?’’ சிந்தா அமுதன் சின்னமாயன் பக்கம் திரும்பினார்.

‘‘அவனுக்கும் இந்தப் ப்ரீச்சுக்கும் சம்மந்தம் இல்ல சர். அவன் நெபுலாவோட எரிமண்டலத்தப் பழுது பாக்க வந்தவன். கடற்படை துரத்தனதால பயந்து ஓடிருக்கான். ஆனா, ஒரு சேச்சுரேஷன் டைவர் அந்த பகுதிக்கு வந்து போனத அவனும் பாத்திருக்கான். லக்கீலி கயல் 18 குழாய்ல எந்தச் சேதமும் இல்ல. எந்தத் தகவலும் அபகரிக்கப்படல. அந்நிய நடமாட்டத்தக் காவல்மீன்கள் பதிவு செஞ்சு சரியான நேரத்துல சிக்னல் அனுப்பியிருக்கு. நாமதான் அத சரியா பிக் பண்ல. தமிழ்நாடு இணையக் கழகம் பயப்படற மாதிரி எதுவும் நடக்கல. நானே அவங்களுக்கு ரிப்போர்ட் அனுப்பறேன்.’’

நெய்தல்

2030களில், இஸ்ரேல்-பாலஸ்தீனப் போருக்கு பிறகு அங்கே கட்டடக் கலைஞர்களின் தேவை அதிகரித்தது. அதிக தாக்குதலுக்குள்ளான காஸா பகுதிக்கு தமிழ்நாட்டில் இருந்து சென்றவர் கட்டடப் பொறியாளர் பிரான்சிஸ் சேவியர். அவர், தன் மனைவி லிடியா மற்றும் ஐந்து வயது மகள் நெய்தல் மேரி ஆகியோரை அழைத்துக்கொண்டு காஸாவில் குடியேறினார்.

முதல்நாள் அவர் பணிக்குச் சென்றபோது, குண்டு வெடிப்பில் தகர்க்கப்பட்டு, இடிந்து சிதிலமான ஒரு குழந்தையர் மருத்துவமனைக்கு ராணுவ வீரர்கள் அழைத்துச் சென்றனர். அந்த மருத்துவமனையை மறுசீரமைக்கும் பணி அவருக்கு வழங்கப்பட்டது. முதல் நாளில் இடிபாடுகளுக்கு இடையே அவர் நடந்தபோது உள்ளே அழுகிய நிலையில் குழந்தைகளின் பிணங்கள் காணப்பட்டன. குண்டுவெடிப்பில் அந்தக் குழந்தைகளின் உடல்கள் சிதறி, உடைந்த சுவர்களில் படிந்திருந்த ரத்தப்பசையும், தசைகளின் பிசுபிசுப்பும் அவர் உயிரைப் பிசைந்தன. எந்தத் திசைக்குத் திரும்பினாலும் ஒரு குழந்தை ஓடிவந்து அவர் மடியில் முகம் புதைத்துக்கொண்டதாய் உணர்ந்தார்.

கபிலன் வைரமுத்து

அந்த குழந்தைகளின் மரண ஓலத்தை அப்புறப்படுத்திவிட்டு ஒரு கட்டடத்தை எழுப்புகிற கலையை அவர் அறியவில்லை. தன் குழுவைக் கொண்டு மெல்ல மெல்ல பணிகளைத் தொடங்கினார். ஓராண்டில் மருத்துவமனையை சீரமைத்தார். வாசலில் ஒரு பூந்தோட்டம் அமைத்தார். மருத்துவமனையின் திறப்பு விழாவுக்கு முந்தைய தினம் அவர் தற்கொலை செய்துகொண்டார்.

தன் தந்தை தூக்கில் தொங்குவதை நேரில் பார்த்த மகள் நெய்தல் மேரி அதிர்ச்சியில் பேச்சிழந்து போனாள். நெய்தலை அழைத்துக்கொண்டு மீண்டும் தமிழ்நாட்டுக்குத் திரும்பினார் லிடியா.

எத்தனையோ மருத்துவ முயற்சிகள் மேற்கொண்டும் நெய்தலுக்குப் பேச்சு வரவில்லை. அவளது பதினாறு வயதில் செயற்கை நுண்ணறிவு தொழில்நுட்பம் மூலம் அவள் எண்ணத்தில் இருக்கும் வாக்கியத்துக்கு ஒலி வடிவம் கொடுக்க ஓர் உயர் மருத்துவரின் உதவியை நாடினாள் லிடியா. நெய்தலின் காதில் ‘டாக்யூ’ என்ற ஒரு பொட்டு கணினி பொருத்தப்பட்டது. அது அவள் எண்ணங்களைப் பதிவு செய்து அவள் உதடுகளின் அனுமதி பெற்று எதிராளிக்கு கேட்கும் வண்ணம் ஒரு பளிங்கு குரலாக வெளிப்படுத்தியது. பல்மொழி அகராதியும் ஒலிக்குறிப்பும் டாக்யூவில் பதிவாகியிருக்கிறது. அவள் பேசப் பேச புதிய சொற்றொடர்களையும் அந்த அகராதி தனக்குள் சேர்த்துக்கொண்டது. அவள் எண்ணியதைச் சொல்ல நினைத்தும் சொல்ல விரும்பாத பொழுதுகளில் சின்னச்சின்ன ஒலிக்கசிவுகளாய் அவை முடிந்துபோகும்.

நெய்தல் மேரி பொய்பொருள் களைவதில் முதுகலைப் பயின்றாள். நெபுலா பாதுகாப்புப் படையில் பொய்பொருள் தடுப்புப் பிரிவைச் சேர்ந்த நிபுணர் ஒருவர் இருந்தால் பயனுள்ளதாக இருக்கும் என்ற நித்திலன் குழுவின் பரிந்துரையின் பேரில் நெய்தல் மேரி தேர்வானாள். கூடுதலாக அவளுக்குத் துப்பாக்கிப் பயிற்சியும் வழங்கப்பட்டது. அவள் தந்தையின் மரணம் குறித்து முதல்முறையாக அறிந்த சின்னமாயன், ‘‘நெய்தல் கொண்ட குரல் செயற்கை நுண்ணறிவு தந்தது அல்ல - அது காஸா மருத்துவமனையில் இறந்து போன குழந்தைகளுடையது’’ என்று அவளிடம் சொன்னான். அதை அவள் மறுக்கவில்லை.

''உன் குரல்?'' - அவள் சின்னமாயனைக் கேட்டாள்

''என் குரலுக்கு என்ன?''

''நீ பெருமாநல்லூர்ல இருந்து கால ரயில்ல ஏறி பிரிட்டிஷ் இந்தியாவுல இருந்து பாரதம் வந்திருக்க. நீ 1920 பெருமாநல்லூருடைய குரலா? இல்ல 2057 நெபுலா தலைமுறையின் குரலானு யோசிச்சேன்.'' - அவள் சிரித்தாள்.

''தெரியல நெய்தல். நான் குரலா மௌனமானு எனக்குத் தெரியல!''

சின்னமாயனின் அந்தப் பதிலைக் கேட்டதும் நெய்தல் அவனைக் கண்களால் முத்தமிட்டாள்.

சின்னமாயனும் நெய்தலும் இணைந்து பணியாற்ற வேண்டிய சூழல்கள் மீண்டும் மீண்டும் அரும்பிக்கொண்டிருந்தன. அவர்களும் அதை விரும்பத் தொடங்கினர். ஒரு கட்டத்துக்குப் பிறகு அவர்களே அத்தகைய சூழல்களை உருவாக்கிக்கொண்டனர். நீண்ட நாட்களுக்கு பின், அன்று, காவல் ஆணையரகக் கூட்டத்தில் சந்தித்தார்கள். சிந்தா அமுதன் மற்றும் அதிகாரிகள் விடைபெற்றதும் சின்னமாயனும் நெய்தலும் அந்த அறையில் அமர்ந்திருந்தார்கள்.

''இதப் பாத்தீயா?''

கையடக்க தண்ணீர்ப்பந்து போன்ற தன் கணினியில் நெய்தல் சில காணொளிகளைக் காட்டினாள். அதில் இரண்டு நாட்களில் நடைபெறவிருக்கும் தமிழ்நாடு இணையக் கழக மாநாடு ஏற்கெனவே நடந்தது போன்ற காட்சிகளும் அதில் கழகத்தின் நிர்வாக இயக்குநர் நித்திலன் உரையாற்றுவது போன்ற காணொளியும் இருந்தது. சின்னமாயன் அவற்றை அலசினான்.

''நடக்கப்போற மாநாட்டுக்கு இரண்டு நாள் முன்னாடியே டீப் பேக் ஸ்ட்ரீமிங் ரெடி பண்ணியிருக்காங்க. ஆன் தி டே ஆப் ஈவென்ட் இத லைவ் பண்றதுதான் இவங்க திட்டமா இருந்திருக்கும். இந்த இமேஜஸ் எல்லாத்தையும் எரோட் பண்ணி அழிச்சாச்சு. ஆனா யார் எதுக்காக இத ஜெனரேட் பண்ணாங்கனு தெரியல'' - நெய்தல் அந்தக் கணினியை வாங்கிக்கொண்டாள்.

''இன்னும் இரண்டு நாளுக்கு அப்புறம் நடக்கப் போற நிகழ்ச்சில நித்திலன் பிளாக் சூட்தான் போடுவார்னு இவங்க எத வச்சு முடிவு பண்ணியிருப்பாங்கனு யோசிக்கிறேன்!'' - சின்னமாயன் சிரித்தான்.

''இதுதான் உன் கவலையா?'' - நெய்தல் எழுந்துகொண்டாள்.

''அதுக்குதான் நோட்புக் அல்காரிதம் இருக்கே. அடுத்த வாரம் ஞாயிற்றுக்கிழம நீ வீட்ல இருந்தா, என்ன கலர் டி-ஷர்ட் போடுவனு அதால துல்லியமா சொல்ல முடியும்.''

''கூட நீ இருந்தா அந்தக் கலர் மாறுமா? அதையும் அது சொல்லுமா?'' - சின்னமாயன் தெரிந்துகொள்ளத்தான் கேட்டான்.

''கூட நா இருந்தா நீ ஷர்ட் போட்டிருப்பியா?''

நெய்தல் தான் சொல்ல நினைத்ததை டாக்யூ வழி உச்சரிக்கவில்லை. அவள் மனதின் வாக்கியங்கள் சிதைந்த ஒலிக்கசிவுகளாகக் காற்றில் கரைந்தன. அவள் அறையை விட்டு மட்டும் வெளியேறினாள்.

நியூரோ எண்

அவருக்கு அறுபது வயது என்று சொன்னால் கால ரயில் கூட நம்பாது. நெய்தல் கண்டறிந்த காணொளியில் இருந்ததுபோலவே அவர் கறுப்பு நிற ஆடைதான் அணிந்திருந்தார். நித்திலன், மேதகு டாக்டர் நித்திலனாக மாறியிருந்தாலும் அவரது எளிமையும் இனிமையும் மாறவில்லை. இந்திய மக்களின் அடையாள் தகவல்கள் களவுபோனதைக் கண்டறிந்து தடுத்தவர் என்பது அவரது பாரதப் பெருமை. தமிழ்நாட்டு மக்களின் இணையப் பாதுகாப்பை நெபுலா திட்டத்தின் மூலம் உறுதி செய்தது அவரது தமிழ்த் தேசிய உன்னதம். சைபர் செக்யூரிட்டியின் தந்தையாக நித்திலனைப் பலர் விளித்தபோதும் லிங்காதான் அந்தப் பெயருக்கு உரியவர் என்று எல்லா சபைகளிலும் நித்திலன் பதிவுசெய்வார். அவரின் ஞாபகமாக கடற்கரை நகரங்களில் இயங்கும் நெபுலா அலுவலகங்களுக்கு 'லிங்கா தியேட்டர்' என்று பெயரிட்டிருக்கிறார்.

தமிழ்நாடு இணையக் கழக மாநாடு தமிழ்த்தாய் வாழ்த்தோடு தொடங்கியது. பெருந்தரவு பராமரிப்புத்துறை, நெபுலா சிறப்புப் பாதுகாப்புப் படை அதிகாரிகள், மக்கள் அறிவியல் இயக்க

ஆலோசகர்கள் மற்றும் தொடக்கநிலை உறுப்பினர்கள் அரங்கில் நிறைந்திருந்தார்கள். முன்வரிசையில் நித்திலனின் மனைவி செங்காந்தள் அமர்ந்திருந்தார். நுரையீரல் தொற்றுக்காக அவர் மேற்கொள்ளும் சிகிச்சை அவரது உடலை உருக்கியிருந்தது. இருவரும் கடந்துவந்த பாதையின் இருளும் ஒளியும் அவர்தம் நரைகளாய்த் திரண்டு சுருண்டிருந்தன. செங்காந்தளின் புன்முறுவல் அனுமதி பெற்று நித்திலன் தன் உரையைத் தொடங்கினார்.

''கிட்டடத்தட்ட முப்பது ஆண்டுகளுக்கு முன் நான் வாடகை வீட்டில் வசித்தபோது எனக்கு 'ஓரியோ டைரி மில்க் சாக்லெட்' வாங்கிக்கொடுத்த மேல்மாடிப் பெண் மஞ்சுளாவை இந்த நேரத்தில் நினைத்துக்கொள்கிறேன்...''

அரங்கில் சிரிப்பலை. செங்காந்தள் தன் கைகளை நீட்டி 'ஓதைப்பேன்' என்று பல்லைக் கடித்துக்கொண்டு செல்லமாகச் சிரித்தார்.

' 'முப்பது ஆண்டுகளுக்குப் பிறகும் மஞ்சுளா எனற பெயரைச் சொன்னாலே என் மனைவி செங்காந்தளுக்கு ஒரு பாதுகாப்பற்ற உணர்வு ஏற்படுவதுதான் மஞ்சுளாவின் பெருமை...''

சிரிப்பலை.

''நான் தாத்தாவாகவில்லை எனினும் மஞ்சுளா இப்போது பாட்டியாகி இருப்பார். ஆனாலும் அவரது இளமைக் கால முகத்தை என்னால் மறக்க முடியவில்லை. அதற்கு ஓர் அரசியல் காரணம் உண்டு. அவர் தேச விரோத குற்றத்தில் ஈடுபட்ட காரணத்துக்காக அவரது அனைத்து ஆவணங்களும் ஒரே நொடியில் அழிக்கப்பட்டன. அவர் விசாரணை முகாமில் அடைக்கப்பட்டார். ஐந்து ஆண்டு காலம் முகாமில் அவர் வதைபட்ட பின்னர்தான் குற்றச் செயலைச் செய்தது அவரில்லை என்றும் அவரது முகம், கை ரேகை, குரல், கருவிழி ஆகியவற்றையும், அவரது வாழ்வியல் போக்குகளையும் பிரதி எடுத்து, அவரின் பெயரில் வேறொருவர் அந்தக் குற்றத்தைச் செய்ததாகக் கண்டறிந்தனர். ஒரே நேரத்தில் அவர் இரண்டு இடத்தில் இருந்திருக்கிறார் என்ற கால முரண் தகவல்தான் அவரைக் காப்பாற்றியது. அவர் விடுதலை செய்யப்பட்டார். அழிக்கப்பட்ட

ஆவணங்களை மீட்டுருவாக்க அவர் ஐந்து ஆண்டுகள் அலைக்கழிய வேண்டியிருந்தது. இது யாருடைய தவறு..?''

அரங்கில் அமைதி!

''தவறு செய்தவர்களும், தவறுக்குத் துணை போனவர்களும் இப்படித்தான் அமைதியாக இருப்பார்கள்...''

சிரிப்பலை.

''இங்கே காவல்துறை வல்லுநர்கள் இருக்கிறார்கள். எதையும் தீர ஆராயும் ஆணையர் சிந்தா அமுதன் எதிரில் அமர்ந்திருக்கிறார். என்னோடு பெருமாநல்லூரில் இருந்து கால ரயில் ஏறி வந்த சின்னமாயன் இருக்கிறார். உங்கள் புலன் விசாரணையில் 'இருப்புத்தடம்' என்பது இன்று தவிர்க்க முடியாத மென்பொருளாக இருக்கிறது. இந்த 'எக்ஸ்சிஸ்ட்டன்ஸ் ப்ரின்ட்' என்ற யோசனையை உங்களுக்கு வழங்கிய பெருமை என் குழுவுக்கு உண்டு. இது பொய்பொருள் தடுப்புப் பிரிவுக்கு மிகவும் பயனுள்ளதாக இருப்பதாக அதன் அமைச்சரவை எனக்குக் கடிதம் எழுதியது...''

நெய்தல் மிக அழுத்தமாகத் தலையாட்டினாள்.

''ஒரு நபர் எந்த நேரத்தில், எந்த இடத்தில் பதிவாகியிருக்கிறார் - அந்தப் பதிவு அவருடைய தடம்தானா அல்லது நகல் தடமா என்பதை ஆழ்ந்தறிந்து சொல்லும் 'இருப்புத்தடம்' தான் அன்று மஞ்சுளாவைக் காப்பாற்றியது. இருப்புத்தடத்தின் புதிய திருத்தங்களை நேற்று வெளியிட்டிருக்கிறோம். நாம் பயன்படுத்தும் தொழில்முறையைத் தாண்டி எதிராளிகள் நமக்குப் புதிய புதிய சவால்களை உருவாக்கிக்கொண்டுதான் இருக்கிறார்கள்.

நிகழ்வது உண்மைக்கும் பொய்மைக்குமான போர். நமக்கும், நம் பிம்பத்துக்குமான கலகம். எவர் நாம் - எவர் நாமில்லை என்று நித்தம் நித்தம் நிரூபிப்பதற்கான யுத்தம்..!''

அரங்கு நிமிர்தல்!

''உங்களுக்குக் கேட்கிறதா தெரியவில்லை... இங்கிருந்து சில கிலோமீட்டர் தொலைவில் நடைபெற்றுக்கொண்டிருக்கும் ஒரு

தீர்க்கமான போராட்டத்தின் குரல் எனக்குக் கேட்கிறது. நியூரோ எண்ணை அடையாள் எண்ணோடு இணைப்பதற்கு எதிர்ப்புத் தெரிவித்து இளைஞர் அமைப்புகள் எழுப்பும் பேரொலிகள் காற்று அலைவரிசையின் துணை இல்லாமலே என் காதில் வந்து விழுகின்றன..!''

பலத்தக் கரவொலி!

''நியூரோ எண்ணை அடையாள் எண்ணோடு இணைப்பதால் என்னவாகும்? மஞ்சுளாவின் பெயரில் ஒருவர் செய்த குற்றச் செயலை மஞ்சுளாவையே செய்ய வைக்க முடியும். தொழிலறிஞர் எலான் மஸ்க் உருவாக்கிய நியூரோ லிங்க் என்ற கண்டுபிடிப்பை மாதிரியாகக் கொண்ட, அதனினும் மேம்பட்ட ஒரு மூளைசார் தகவல் தொழில்நுட்பம்தான் நியூரோ எண். நாம் ஒரு செயலை நிகழ்த்துவதற்கு நாம் அந்தச் செயலைச் சிந்தித்தாலே போதும் என்பதுதான் இதன் வசதி. நம் மூளையில் பதிக்கப்படும் குறுந்தகடு ஒன்றை நாம் பயன்படுத்தும் ஸ்மார்ட் கருவிகளோடு இணைத்துவிட்டால் நாம் சிந்திப்பதை நம் கருவிகள் செய்துவிடும். முப்பது ஆண்டுகளுக்கு முன் கண்டறியப்பட்ட நியூரோ தொழில் நுட்பம் இன்று அசுரத்தனமாக வளர்ந்திருக்கிறது. குறுந்தகடு இன்று குறுங்கதிர் பாய்ச்சலாக மாறியிருக்கிறது. மூளையில் நியூரோ குறுங்கதிரைப் பாய்ச்சிக்கொண்டாலே அந்தத் தொழில்நுட்பத்தின் பலன்களை நாம் பெற முடிகிறது. அடையாள் எண் போல நம் ஒவ்வொருவருக்கும் இன்று நியூரோ எண் இருக்கிறது. நீண்ட போராட்டத்துக்குப் பின் நமக்கான இணைய எல்லைகளையும் நியூரோ எண்களையும் நாமே உருவாக்கிக்கொண்டோம். மின் கட்டணத்தைச் செலுத்துவதற்குக்கூட நம் சிந்தனை நிகழ்வே போதுமானதாக இருக்கிறது. குழந்தைகளைப் பள்ளிக்கு அழைத்துச் செல்ல தானியங்கி சீருந்துகளுக்கு நாம் வாய்திறக்காமல் ஆணையிட முடிகிறது. நான் செங்காந்தளுக்கு முத்தம் தர நினைப்பதை மட்டும் அது இன்னும் நிறைவேற்றாமல் இருக்கிறது...''

சிரிப்பலை!

செங்காந்தள் கம்பீரமாய் கன்னம் சிவந்தார்.

''அதற்கு என்னுடைய நியூரோ எண் மட்டும் போதாது. அவரது நியூரோ எண்ணும் ஒத்துழைக்க வேண்டும்...''

ஆரவாரமான கைதட்டல். செங்காந்தள் 'ஏன்' என்பதுபோல் கையை உயர்த்திச் சிரித்தார்.

''நம் மூளைக்கு நெருக்கமான நம் நியூரோ எண் - நம் சிந்தனையோடு நேரடி தொடர்பில் இருக்கும் இந்த நியூரோ எண் - சமூக விரோத சக்திகளின் கைகளிலோ அல்லது ஆதிக்கக் கரங்களிலோ கிடைத்தால் நாம் மிக எளிதில் குற்றவாளிகளாகவும் அடிமைகளாகவும் மாற வாய்ப்பிருக்கிறது. நமக்கே தெரியாமல் நம் சிந்தனைக்குள் கடவுளோ சாத்தானோ செலுத்தப்படலாம்! இரண்டுமே ஆபத்துதான். நாம் இன்னொருவரின் ஆயுதப்படையாகவோ தற்கொலைப்படையாகவோ மாறலாம். வாய்ப்பிருக்கிறது. அதற்கான உதாரணங்களை பிற நாடுகளிலும் பிற மாநிலங்களிலும் தினந்தோறும் பார்த்துக்கொண்டிருக்கிறோம். நியூரோ எண்ணை அடையாள் எண்ணோடு இணைப்பதில் எனக்குச் சம்மதம்தான். ஆனால், ஒன்றிய அரசின் சக்கர வியூக இணையப் பாதுகாப்பு அமைப்பில் எனக்கு நம்பிக்கை இல்லை. அபிமன்யூவைப்போல் ஒவ்வொரு குடிமகனும் அதில் சிக்கிக்கொள்ளும் அபாயம் இருக்கிறது. தனிநபரின் உரிமையை மையப்படுத்தி தமிழ்நாடு உருவாக்கியிருக்கும் நெபுலா என்ற எட்டடுக்குப் பாதுகாப்பைப்போல் ஓர் அமைப்பை அவர்களும் ஏற்படுத்தும் வரை நியூரோ எண்ணை அடையாள் எண்ணோடு இணைக்க நாம் ஒருபோதும் அனுமதிக்கக் கூடாது. இதுவே என் தாழ்மையான கருத்து. 2017ஆம் ஆண்டு உச்ச நீதிமன்றம் சொன்னதை நாம் மறுபடியும் நினைவுகூர விரும்புகிறேன். ரைட் டு ப்ரைவசி இஸ் எ ஃபண்டமென்ட்டல் ரைட்..!''

பலத்தக் கரவொலி!

''பாராளுமன்றத்தின் கல்மண்டபத்துக்கும், நெபுலா என்ற நம் கார்மேக மண்டபத்துக்கும் போர் நடப்பதுபோல ஓர் ஊடகம் சித்தரித்திருக்கிறது. அது அவசியமற்றது; தேசியத்தை அவமானப்படுத்துவது; குடிமைச் சமூகத்துக்கு எதிரானது. நடந்துகொண்டிருப்பது உரையாடல். ஒரு ஜனநாயக உரையாடலை

போராகச் சித்தரிக்க வேண்டிய அவசியமில்லை. எனக்கு போரில் என்றுமே உடன்பாடில்லை. ஆனால், புரட்சியின் மீது நம்பிக்கை உண்டு. ஓர் அதிகாரத்தை அகற்றிவிட்டு அந்த இடத்தை இன்னோர் அதிகாரத்தால் நிரப்புவதல்ல புரட்சி. அதிகாரப் பகிர்வுதான் புரட்சி. அதிகாரத்தில் சாமானியர்களின் பங்கை அதிகப்படுத்துவதுதான் புரட்சி. அதிகாரம் மறைந்து அங்கே அன்பு நிறைவதுதான் புரட்சியின் உச்சம்...''

கரவொலி!

''நாம் மிகச் சவாலான ஒரு காலகட்டத்தை நோக்கி அடியெடுத்து வைக்கிறோம். இன்று நான் மேடையில் பேசுவது போன்ற காட்சிகளை இரண்டு நாட்களுக்கு முன்னரே ஒரு குழு தயாரித்திருக்கிறது. என் குரல் வழியாக அவர்கள் சொல்ல நினைப்பதை உலகப் பொதுவெளியில் பரப்பி நமக்கு எதிராக ஓர் அலையை ஏற்படுத்துவது அவர்களின் திட்டமாக இருந்திருக்கிறது. அதை முறியடித்த பொய்பொருள் தடுப்புத்துறை அதிகாரி நெய்தலுக்கு என் வாழ்த்துகள்...'' -

கைதட்டல்.

''கடந்த வாரம் மெரீனா நெபுலாவில் கயல் 18 ஆழ்கடல் குழாயை ஊடுருவ நடந்த முயற்சியை நாம் அலட்சியப்படுத்த முடியாது. நம் எதிர்காலத்தின் முதல் அத்தியாயம் அந்த இடத்தில்தான் தொடங்குகிறது. நெபுலா சிறப்புப் பாதுகாப்புப்படைக்கு கூடுதலான நிதி ஒதுக்கீடு செய்யவும், படையை விரிவுபடுத்தவும் தமிழ்நாடு இணையக் கழகத்தின் சார்பாக நான் கோரிக்கை வைக்கிறேன். எதிர்காலத்தைக் கடந்தகாலத்தின் இதயத்தோடு எதிர்கொள்வோம். நன்றி!''

மாக்கியவெல்லி

அஞ்சல் வண்டுகளின் மொழி மாக்கியவெல்லிக்கு இன்னும் பிடிபடவில்லை. ஆழ்கடலில் இருந்து தப்பித்து வந்தபோது ஏற்பட்ட ரத்தக்காயங்களால் அவன் அரை மயக்கத்தில் இருந்தான். ஒரு குழந்தை சாக்லெட் பேப்பரைப் பிரிக்கத் தெரியாமல் பிரிப்பது போல, வண்டுகள் கொண்டுவந்த செய்தியை அவன் புரிந்துகொள்ள முயற்சித்தான்.

முப்பது ஆண்டுகளுக்கு முன் இந்திய மக்களின் கருவிழித் தகவல்களை அபகரித்து அதை மீட்டா என்ற நிறுவனத்துக்கு விற்றவன் மாக்கியவெல்லி. அன்று அடையாள் எண்களைப் பராமரித்த சிரியஸ் நிறுவனத்தின் தலைவர் மோகன் ஜனார்த்தனனின் மகன். மீட்டா உருவாக்கிக்கொண்டிருந்த மெய்நிகர் இந்தியாவுக்கு பொதுமக்களின் கருவிழிகள் தேவைப்பட்டன. அது ஆழ்பொய் இந்தியாவுக்கான அடித்தளம். தன் தந்தைக்குத் தெரியாமல் அவற்றை இணையவழி கடத்தியிருக்கிறான் மகன். தகவல் யுக பெருநிறுவனங்களின் குற்றச் செயல்களுக்கு அவன் ஒரு ஹீரோ ஏஜென்ட்டாக செயல்பட்டுக்கொண்டிருக்கிறான் என்ற உண்மை அறிந்தபோது மோகன் உடைந்துபோனார். மோகனின் பெயரையும் அவரது

இணைய வாயில்களையும் பயன்படுத்தி மாக்கியவெல்லி இந்தக் குற்றங்களைப் புரிந்திருக்கிறான். பழி, மோகன் மீது விழுந்தது. தன் மகனை உலகுக்குக் காட்டிக்கொடுக்க விரும்பாமல் தானே அந்தப் பழியேற்று சிறைக்குச் சென்றார் மோகன் ஜனார்த்தனன். அவர் சிறையில் இருந்த இருபது ஆண்டுகளில் ஒருநாள்கூட மாக்கியவெல்லி அவரைப் பார்க்க வரவில்லை. அந்தச் சோகத்தில் அவர் சிறையிலேயே நோய்வாய்பட்டு இறந்தார். மாக்கியவெல்லிக்காக ஸ்விட்சர்லாந்தில் இருந்து மோகன் வரவழைத்த கொக்கேன் லாலி- பாப் நின்றுபோனது. மோகனின் மரணத்தை விட லாலி-பாப்பின் மரணம்தான் அவனை பாதித்தது.

மாக்கியவெல்லி ஒரு மெய்நிகர் மாயாவி. அவனுக்கு மனம் இருக்கவேண்டிய இடத்தில் ஒரு மயானம் இருக்கிறது. உறவுகளையும் உணர்வுகளையும் அதில் எரியூட்டிவிட்டு அவனால் சுதந்திரமாக இயங்க முடிந்தது. கண் திறந்த நாள் முதல் கணினி விளையாட்டுகளில் காலம் கழித்தவன் மெல்ல மெல்ல அந்த மின்னணு பொம்மைகளோடு தன்னை அடையாளப் படுத்திக்கொண்டான். நெருப்பாற்றில் குதிப்பது, பறக்கும் குதிரையில் வலம் வருவது, எதிர்படும் மனிதர்களின் தலைகளைச் சீவி தன் வாளின் மினுமினுப்பைக் கூட்டுவது, விண்மீன்களில் கூடாரம் போடுவது, செவ்வாயின் பீரங்கி நகரத்தில் பூனைகளோடு மது அருந்துவது என்று இல்லாத பரவசங்களில் ஊஞ்சலாடி வளர்ந்தான்.

உலக இணையவெளியின் அடிப்படைக் கட்டமைப்புகளை அணு அணுவாய்க் கற்றான். அவனுடைய மாயத் தேவைகளுக்காக எந்தக் கணினி விதிகளுக்குள்ளும் அவனால் ஊடுருவ முடிந்தது. அத்தகைய இள வல்லுநர்களுக்கு வலைவிரித்துக்கொண்டிருந்த மீட்டா நிற்வனம், மாக்கியவெல்லியை வசியப்படுத்தி ஒரு ஹீரோ ஏஜென்ட்டாக வளர்த்தெடுத்தது. மீட்டாவுக்காகச் சின்ன சின்ன விதிமீறல்களையும் ஊடுருவல்களையும் செய்யத் தொடங்கிய மாக்கியவெல்லி அடையாள் கருவிழிக் கொள்ளை மூலம் மீட்டாவின் நட்சத்திர ஹீரோ ஏஜென்ட்டாக உயர்ந்தான். தற்போது ஓர் எதிர்பாராத பயணத்தை அவன் மேற்கொள்ள வேண்டியிருக்கிறது.

பொதுமக்களின் நியூரோ எண்களை அந்தந்த நாடுகளின் அரசு எந்திரங்களில் இருந்து கபளீகரம் செய்வதிலும், அரசியல் தேவைக்கு

ஏற்ப அவற்றில் திருத்தங்கள் செய்து மக்களின் அறிவாற்றலையும் மனவோட்டத்தையும் திரிப்பதிலும் மீட்டா நிறுவனம் தன்னை முதன்மைப்படுத்திக்கொண்டது. 2030களில் ஜெல்லி என்ற வைரஸ் மூலம் ஒரு மெய்நிகர் காவுகோளை ஏற்படுத்தி, தான் உருவாக்கிக் கொண்ட வலிமையான பெருந்தரவு பிரபஞ்சமும், ரகசிய அலைவரிசைகளில் பயிற்றுவிக்கப்படும் ஹீரோ ஏஜண்ட்ஸ் படையும் மீட்டாவை அதிகாரங்களின் அதிகாரமாக உயர்த்தியிருக்கிறது. தென் இந்தியாவில் நித்திலன் குழுவின் நெபுலா இணைய எல்லையை மட்டும் அவர்களால் மீற முடியவில்லை. கடந்த இருபத்து ஐந்து ஆண்டுகளில் நடைபெற்ற பல்வேறு களப் போராட்டங்களுக்கும் தியாகங்களுக்கும் பிறகு இணையப் பாதுகாப்புக்கு என்று தனி கழகத்தை அமைத்துக்கொண்டது தமிழ்நாடு. ஆயிரம் முயற்சிகள் செய்தும் நெபுலா மேகத்திரள்களின் பாதுகாப்புச் சூத்திரங்களை மீட்டாவால் கடக்க முடியவில்லை.

பாரத் ஒன்றிய அரசின் இணையப் பாதுகாப்பு விதிகளுக்குள் நெபுலா அமைப்பைக் கொண்டுவந்துவிட்டால் வடஇந்திய மாநிலங்களில் கையாளப்படும் சக்கர வியூக இணைய வேலி விதிகளுக்குள் தமிழ்நாடும் வந்துவிடும். எளிதில் அதனைத் தகர்த்து உட்புகுந்துவிட முடியும் என்ற மனக்கணக்கில் தொடர்ந்து ஒன்றிய அரசுக்கும் தமிழ்நாட்டு அரசுக்கும் இணையவேலி விவகாரத்தில் உரசல் இருப்பது போன்ற கலகச் சித்திரங்களை தன் கைப்பாவை ஊடகங்கள் வழி மீட்டா பரப்பிக்கொண்டிருக்கிறது. அவற்றையெல்லாம் மீறி ஒன்றிய - மாநில உறவை நல்லுறவாக்கி, தமிழ்நாடு இணையவெளியின் அரண் முகமாக நித்திலனும் நெபுலா பாதுகாப்புப்படையும் இருக்கிறார்கள்.

நெபுலாவின் தளபதியாக சின்னமாயன் வளர்ந்து வருகிறான்.

மீட்டாவின் தளபதியாக மாக்கியவெல்லி வளர்ந்து நிற்கிறான்.

மாக்கியவெல்லி சராசரிக்குச் சற்றே பருமனான உடல். தந்தையின் முகச்சாயல். தாடி மீசையில் அவனுக்கு நம்பிக்கையில்லை. ஒரு பக்கம் இளங்கருப்பாகவும், மறுபக்கம் கரும்பச்சைச் சாயம் பூசப்பட்டும், நெடுநெடுவென நடுவகுடு எடுத்து அழுந்தச் சீவிய தலை. ஒழுக்கமான தொப்பை. உறங்காத கண்கள். அலட்சியமான தோள்கள்.

தன் படோடாபமான பங்களாவில் இருந்து வெளியேறி மெரீனா கடற்கரை நகரில் ஒரு வாடகை வீட்டில் தங்கியிருக்கிறான். மீட்டா கேட்டுக்கொண்டதற்கிணங்க தன் வீட்டின் அடித்தளத்தில் இருந்து 70 அடி ஆழத்தில் ஓடும் நெபுலா குழாய்களின் தொடர்ச்சியை ஆராய்ந்தறியவே மெரீனா கடற்கரை நகருக்கு அவன் குடிவந்தான். பல மாதங்கள் முயற்சி செய்தும் முடியாததால் அவன் ஆழ்கடல் சீருடையோடு வங்காள விரிகுடாவில் குதித்தான்.

கயல் 18 குழாயை ஊடுருவ முயற்சித்து பின்னர், நீரழுத்தம் கொடுத்த காயங்களோடு கடற்படையிடம் இருந்து தப்பித்து கால்பந்து ஓடத்தில் திரும்பி வந்ததும் தன் வீட்டின் வாசல் கூடத்தில் நிர்வாணமாக அமர்ந்திருந்தான். அவன் உடலில் ஆங்காங்கே ரத்தக்கசிவுகள். அதற்கு மருந்து பூசிக்கொண்டிருந்தபோதுதான் அவன் தலைக்கு மேல் மீட்டாவின் அஞ்சல் வண்டுகள் வட்டமிட்டுக் கொண்டிருந்தன. அவை கொண்டுவந்திருக்கும் ரகசியத் தகவல்களை அவன் மெல்ல மெல்ல பகுத்தறிந்தான்.

அது ஒரு வரைபடம். அதைப் பற்றி வண்டுகள் ஏதோ சொல்ல முயற்சித்தன. வண்டுகள் சொல்லச் சொல்ல அந்த வரைபடத்தை தன் உள்ளங்கை மெய்பேசி திரையில் அவனால் சித்திரப்படுத்த முடிந்தது. அதற்குமேல் எதுவும் அவனுக்கு விளங்கவில்லை. மீட்டாவோடு ஒரு நேரடி கலந்துரையாடல் கோரி அஞ்சல் வண்டுகளைத் திருப்பி அனுப்பினான்.

மீட்டா கூடம்

ஒரு தவளையை இணையவெளிக்குள் கொண்டு வருவதால் என்ன பயன் என்று மீட்டா ஆய்வுக்கூடத்தின் திரையில் ஒரு விளக்கச் சித்திரம் ஓடிக்கொண்டிருந்தது. பல்லுயிர்களைத் தகவல் சங்கிலியில் இணைக்கும்போது காலநிலை மாற்றம் பற்றிய புரிதல் மேம்படும் என்று மீட்டா நம்புவதாக அந்தச் சித்திரப்படம் சொன்னது. மனிதர்களுக்குக் கிடைத்தப்படாத அறிவை பல்லுயிர்களில் இருந்து பெறுவதற்கு அவற்றை நம் பண்பாட்டுத் தளத்தில் பங்குபெறச் செய்வது அவசியம் என்று சித்திரம் பேசியது. கூடத்தின் வெவ்வேறு அறைகளில் வெவ்வேறு உயிரினங்களோடு தகவல்தொடர்புப் பட்டறை நிகழ்ந்துகொண்டிருந்தது. மீட்டாவின் இலச்சினையான கணினிச் சக்கரம் வரவேற்பறையில் பதிக்கப்பட்டிருந்தது.

மீட்டா கூடங்களில் நிகழும் ஒவ்வொரு முயற்சியும் தொலைதூரத்தில் இருக்கும் மனிதர்களாலோ தொடும்தூரத்தில் இருக்கும் எந்திரங்களாலோ நிகழ்த்தப்படுகின்றன. ஹீரோ ஏஜெண்ட்ஸ் மட்டும் மீட்டா கூடத்துக்கு நேரடியாக வந்து போவதுண்டு. அரசு ஆவணங்களில் இவர்கள் ஆய்வுக்கூட

பணியாளர்களாகப் பதிவுசெய்யப்பட்டிருக்கிறார்கள். அது மட்டுமன்றி அவர்களுக்கான ஆலோசனைகளும் ஆணைகளும் மீட்டா கூடத்தின் கமேண்ட் சென்டரில்தான் வழங்கப்படும். பாரத தேசத்தில் எல்லா மாநிலங்களிலும் மீட்டாவின் ஆய்வுக்கூடங்கள் உண்டு. தமிழ்நாட்டில் மட்டும் அதற்கு அனுமதி வழங்கப்படவில்லை. நித்திலன் தலைமையிலான தமிழ்நாடு இணையக் கழகம் மீட்டாவுக்கு எதிராக இருந்தது. தமிழ்நாட்டில் வசிக்கும் மீட்டாவின் ஹீரோ ஏஜென்ட்டான மாக்கியவெல்லி தன் முக்கியமான கலந்துரையாடலுக்காக பெங்களூருவுக்கு வரவேண்டியிருந்தது.

தவளை பற்றிய சித்திரப்படத்தைப் பார்த்துக்கொண்டே மீட்டா கூடத்தின் மையத்தைக் கடந்து கமேண்ட் சென்டருக்குள் மாக்கியவெல்லி நுழைந்தபோது ஓர் எந்திரப் பூனை உயரமான ஒரு குப்பியில் திராட்சை சுவாசம் பரிமாறியது. கங்காரு மெத்தையில் அவன் சாய்ந்தான்; திராட்சை சுவாசத்தைத் துகள் துகளாகப் பருகினான்.

கமேண்ட் சென்டரின் மையத்தில் ஒரு குரல்திரை உண்டு. அதுதான் மீட்டாவின் குரல். அதனோடுதான் ஹீரோ ஏஜென்ட்ஸ் உரையாடுவது வழக்கம். அது மீட்டாவின் திரை என்றபோதும் அதில் அலையலையாக ஏற்ற இறக்கங்களோடு ஒலிக்கும் குரல் யாராகவும் இருக்கலாம். மீட்டாவின் முதன்மை நிர்வாகிகளாகவும் அவர்கள் இருக்கலாம். அல்லது மீட்டாவின் சேவையைப் பயன்படுத்தும் உலக நாடுகளின் உயர் அதிகாரிகளாகவும் இருக்கலாம். ஹீரோ ஏஜன்ட்ஸ் உடன் நேரடியாகப் பேச விரும்பும் அரசியல் பிரமுகர்களாகவும் இருக்கலாம்.

இணையக் கழக மாநாட்டில் நித்திலன் ஆற்றிய உரையின் சில சொற்கள், கமேண்ட் சென்டரின் சுவரிலும் கூரையிலும் பனிபோல் படர்ந்திருந்ததை மாக்கியவெல்லி பார்க்கத் தவறவில்லை.

மீட்டாவின் முதன்மை நிர்வாகக்குழுவைச் சேர்ந்த மார்க் ஆலனின் குரல் ஒலிக்கத் தொடங்கியது.

''வெல்கம் மாக்கியவெல்லி. உங்க காயங்கள் எப்படி இருக்கு?''

''ஐயம் குட் ஆலன்.''

''திராட்சை சுவாசம் நல்லா இருக்கா? போன தடவ ரொம்ப பொல்யூட்டடா இருந்துச்சுனு சொன்னீங்க...''

''ப்யூரா இருக்கு... நைஸ்!''

''கயல் 18 ஆழ்கடல் குழாய்க்கு ஹலோ சொல்லீட்டு வந்திருக்கீங்க. நெபுலாவ உங்களால ஸ்டடி பண்ண முடிஞ்சுதா?''

''நாட் மச் புரோகிரஸ். எனக்கு இந்த நெபுலா இணைய வேலியே ஒரு ஏமாத்து வேலையா தெரியுது. ஒரு மேகத்திரள் எப்படி இணைய மையமா இருக்க முடியும்? அதுல எப்படி டேட்டாவ சேமிக்கவோ நீக்கவோ முடியும்?''

''இல்ல மாக்கியவெல்லி. நெபுலாவோட ஒரு சின்ன அங்கம்தான் மேகத்திரள். கடற்குழாய்கள், செயற்கைக்கோள், கடற்கரைல அமைக்கப்பட்டிருக்கிற லிங்கா தியேட்டர்ஸ், ஆயிரக்கணக்கான ஊழியர்கள், செயற்கை நுண்ணறிவு செக் பாய்ன்ட்ஸ் - இது எல்லாம் சேந்ததுதான் நெபுலா சைபர் டோம். பூதம், ரகசியத்தப் பாதுகாக்கிற மாரி இந்த நெபுலா மேகத்திரள் தமிழ்நாட்டோட இணைய எல்லைகளையும், மக்களோட டேட்டாவையும் பாதுகாக்குது. முழு கட்டமைப்ப நம்மளால புரிஞ்சுக்க முடியலன்றது உண்மதான். நெபுலா மேகத்திரளுக்கு 'டாக்சிக் க்ளவுட்'னு ஒரு பேர் இருக்கு தெரியுமா?''

''தெரியும்.''

''ஏன்?''

''காரணம் தெரியாது ஆலன்...''

''இணையவெளில ஊடாடும் வெறுப்புணர்வு சார்ந்த தகவல்கள் வேர்லயே கண்டறியப்பட்டு அழிக்கப்படுது... அதாவது, குப்பையா மாற்றப்படுது. இந்த எலக்ட்ரிக் பல்ஸ் குப்பைகள் நெபுலாவோட எரிமண்டலத்துல குவிக்கப்பட்டு, எலக்ட்ரிக் எனர்ஜி, ஹீட் எனர்ஜியா மாறி கேட்டலியம் ப்ளான்ட்டுக்குச் செலுத்தப்படுது. அது நெபுலா மேகத்திரள எரியூட்டுது. நெபுலா மேகத்திரள் தன்னுடைய கதிர் ஈர்ப்புத்தன்மை மூலமா லிங்கா

தியேட்டர்ஸ் உடன் ஒருங்கிணைந்து சிக்னல் பிராஸஸிங் செயல்பாட தொடருது. இணையக் கண்காணிப்பு மற்றும் பாதுகாப்புப் பணிகள் இடைவிடாமல் நடைபெறுது. இது ஒரு முடிவில்லா சுழற்சி. மெஸ்மரைஸிங் மெக்கானிசம். தி பியூட்டி இஸ் - இப்ப நான் சொன்ன எல்லாமே தப்பாக்கூட இருக்கலாம்...''

''கயல் 18 குழாய என் டீப் மீட்டரால ஏன் கனெக்ட் பண்ண முடியல? அதச் சுத்தி இருக்கிற செக்யூரிட்டி அல்காரிதம் என்ன? அது தெரியாம நியூரோ எண்களை எப்படி அடைய முடியும்?''

''தமிழ்நாடு இணையக் கழக மாநாட்டுல நித்திலன் பேசிய பேச்சுல இருந்து சில வார்த்தைகள ஸ்கேன் பண்ணியிருக்கோம். பாத்தீங்களா?''

''பாத்துகிட்டுதான் இருக்கேன். ஜனநாயக உரையாடல் - சக்கர வியூகம் - அதிகாரப் பகிர்வு - அது... ஆங்... கடந்த காலம்!''

''வட மாநிலங்கள்ல ஒன்றிய அரசு மகாபாரதத்துல வர்ற சக்கர வியூக முறையப் பின்பற்றி ஒரு இணைய வேலி அமச்சிருக்காங்கனு சொல்லியிருக்காரு. அப்படினா நித்திலன் தன்னோட நெபுலா இணைய வேலிய எதன் அடிப்படைல அமைச்சிருக்காருனு நாம தேட வேண்டியிருக்கு...''

''ம்ம்...''

''அவங்க, மகாபாரதத்த நம்பறாங்க. நித்திலன் எத நம்பறாரு? அவரோட விருப்பங்களும், சார்புகளும், பண்பாட்டுப் பின்னணியும் என்ன? இந்த விவாதம்தான் இரண்டு நாளா நம்ம ஆய்வுக்கூடங்களில் நடந்துகிட்டு இருக்கு.''

''எனி ஹிட்ஸ்?''

''ஆமாம். நிறைய அனாலிஸிஸ். அதுல இருந்து நெபுலா இணைய வேலிக்கு மாதிரியா எடுத்துக்க எந்த பிரின்ஸிபலும் இல்ல. எந்த இன்ஸ்பிரேஷனும் இல்ல. ஒரே ஒரு வெளிச்சம், அவர் சொன்ன அதிகாரப் பகிர்வு. அந்த வார்த்தைதான் நமக்கு ஒரு புதிய திசைய காட்டியிருக்கு.''

''எப்படி?''

''தமிழ்நாட்டோட 1070 கிலோமீட்டர் கடற்கரைல எட்டு நெபுலா அமைப்புகள் இருக்கு. டேட்டாவ சூப்பர் டிஸ்ட்ரிபியூட்டட்டா ஸ்டோர் பண்ணியிருக்காங்க. அதாவது நமக்கு தேவப்படற 15 கோடி மக்களோட நியூரோ எண்கள் எட்டு நெபுலா அமைப்புகளால் பாதுகாக்கப்படுது. நீங்க ஆழ்கடலில் இருக்கிற கயல் 18 குழாயப் பத்தி மட்டும் கவலப்படறீங்க. கயல் 9, கயல் 27, கயல் 36, கயல் 45, கயல் 54, கயல் 63, கயல் 72... இப்படி ஒவ்வொரு நெபுலாவுக்கும் ஒவ்வொரு ஆழ்கடல் குழாய் நுழைவாயிலா இருக்கு. அந்தக் குழாய்கள ஊடுருவ முடிஞ்சா ஒட்டுமொத்த நெபுலாவையும் நம்ம கட்டுப்பாட்ல கொண்டு வர முடியும். பொதுமக்களோட நியூரோ நம்பர்ஸ் நமக்குக் கிடைக்கும்.''

''இதுக்கும் நித்திலனோட பண்பாட்டுப் பின்னணினுக்கும் என்ன தொடர்பு..?''

''இருக்கு. இந்திய சுதந்திரத்துக்கு முன் தமிழ்நாட்டோட மதுரை மாவட்டத்துல எட்டு நாடுகள்னு ஒரு அமைப்பு இருந்துச்சு. அதுல ஒரு பகுதிதான் பெருமாநல்லூர். நித்திலன் அதிகமா காதலிக்கிற ஊர். அவர் கால ரயில்ல போய் வந்த ஊர். பிரிட்டிஷ் அரசு கொண்டு வந்த குற்ற இனச் சட்டம் அந்த நாடுகளையும், அந்த நாட்டு மக்களையும் சிதச்சிருச்சு. இந்தத் தகவல நாம அலட்சியப்படுத்த முடியாது!''

''அதப் பத்தி எதாவது ஆவணங்கள் இருக்கா?''

''இத அலட்சியப்படுத்த முடியாதுனு நாம நினைக்கக் காரணமே அந்த எட்டு நாடுகள் பற்றிய எல்லா ஆவணங்களும் திட்டமிட்டு அழிக்கப்பட்டிருக்கு. இட்ஸ் எ டார்க் டெரிட்டரி. உங்களுக்கு வண்டுகள் மூலமா நாங்க அனுப்பின வரைபடம்கூட ஒரு அனுமானம்தான்...''

''ஆழ்கடல்ல பதிக்கப்பட்டிருக்கும் எட்டு குழாய்களோட பாதுகாப்பு கட்டமைப்புக்கும், நீங்க சொல்ற எட்டு நாடுகளுக்கும் எதாவது தொடர்பு இருக்கும்னு சொல்றீங்களா?''

''உறுதியா சொல்ல முடியல. அதுக்கு வாய்ப்பிருக்கு. லிங்காவப் பத்தி நித்திலன் எழுதிய புத்தகத்துல 'என் பண்பாட்டுப் பூர்விகமான எட்டு நாடுகள் அமைப்பை எனக்கு அறிமுகப்படுத்தியதே

லிங்காதான்'னு ஒரு குறிப்பு வருது. ஆயுதப்படை பரிசளிப்பு விழால நித்திலன் பேசும்போது, திடியன் மலையடிவாரத்துல நடந்த ஒரு துப்பாக்கிச்சூடு பற்றி பேசியிருக்காரு. இதையெல்லாம் நாம எளிதில் கடந்துபோக முடியாது மாக்கியவெல்லி.''

''அந்தப் பகுதிக்குப் போய் வந்தா எதாவது தகவல் கிடைக்குமா?''

''நிச்சயமா கிடைக்கும். ஆனா அந்தப் பகுதி இப்ப ஒரே மாவட்டமா இருக்கு. எட்டு நாடு அமைப்புப் பத்திய எந்தத் தடயமும் அங்க இல்ல!''

''பரவால்ல... போய்ப் பாக்கலாமே.''

'நிச்சயமா நீங்க அந்தப் பகுதிக்குப் போகணும். ஆனா...''

''ஆனா?''

''அடுத்தவாரம் குறும்பனைத் தீவுக்கு நீங்க போக வேண்டி யிருக்கும். அங்க ஒரு பத்து நாள் பயிற்சிக்குப் பிறகு உங்க பயணம் தொடங்கும். மீட்டா ஆய்வுக்கூடம் உங்களோடு தொடர்பில் இருக்கும்.''

''தனியாவா?''

''அது குறும்பனைத் தீவுல முடிவாகும்.''

''ம்ம்... எனக்கு இன்னொரு திராட்சை சுவாசம் கிடைக்குமா?''

எந்திரப் பூனை எட்டிப் பார்த்தது.

நித்திலன் குடில்

"உங்களால மஞ்சுளாவ மறக்க முடியலல?"

வாசலில் அமர்ந்து மழையை ரசித்துக்கொண்டிருந்த நித்திலனிடம் ஒரு தேநீர்க் கோப்பையைத் திணித்து விட்டு தன் முதுகுத்தண்டிடம் கெஞ்சிக்கெஞ்சி அனுமதி பெற்று கொஞ்சமாய் கைகள் ஊன்றி அருகில் அமர்ந்து பெருமூச்சு விட்டார் செங்காந்தள். உள்ளங்கையில் வைத்திருந்த நுரையீரல் தொற்றுக்கான மாத்திரையை வாயில் போட்டு மிட்டாயை மெல்வது போல் மென்றுகொண்டே நித்திலனின் நரைத்த புருவங்களையும் கன்னத்துச் சுருக்கங்களையும் காதலோடு பார்த்தார்.

"பெரிய மனுஷனா ஆகியும் பருவத்தே நிகழ்ந்த பரவசம் மனச விட்டுப் போகலயோ?"

செங்காந்தள் சொன்னதைக் கேட்டு நித்திலன் சிரித்தார். அவர் சிரிப்பின் ஒரு கீற்று தேநீரில் விழுந்தது.

"என்ன பெரிய மனுஷன். இந்த மழையவிட பெரிய மனுஷன் உண்டா?"

நித்திலன் புன்னகையோடு சில மழைத்துளிகளைக் கையில் வாங்கினார்.

பெரிய மனுஷன் என்று நித்திலனை செங்காந்தள் குறிப்பிடுவது நூற்றுக்கு நூறு உண்மை. அது அவருக்கு சிறிய வார்த்தையும் கூட. 2030களின் தொடக்கத்தில் அடையாள் பெருந்தரவு கொள்ளையைத் தடுத்தது முதல் அவர் பெயர் தேசத்தின் அனைத்துத் தெருக்களிலும் ஒலித்தது. கால ரயிலில் சென்று திரும்பியவர் மக்கள் மனதில் ஒரு கதாநாயகனாக மாறினார். ஆய்வுக்கூடங்கள் முதல் ஆட்டோ ஓட்டுநர் சங்கம் வரை அவர் பெயரைத் தாங்கிய பலகைகளை தேசமெங்கும் காண முடிந்தது. தகவல் யுகக் கொள்கைகள் பற்றி நித்திலன் பல புத்தகங்களை எழுதினார். அவை உலகமெங்கும் பரவி பல்கலைக்கழகங்களில் பாடமாயின. இணையப் பாதுகாப்பு குறித்தும் மெய்நிகர் உலகை சமூக மேம்பாட்டுக்காகவும் தனிமனித மேன்மைக்காகவும் பயன்படுத்துவது குறித்தும் அவர் ஆற்றிய உரைகள் பொதுமக்கள் இடையே வரவேற்பைப் பெற்றன. அணு விஞ்ஞானி அப்துல் கலாமுக்குப் பின் குழந்தைகளைக் கவர்ந்த அறிவியல் அறிஞராக அவர் வளர்ந்தார். அவரை 'காட்பாதர் ஆப் இன்டர்நெட்' என்று செல்லமாக அழைக்கத் தொடங்கினர். பன்னாட்டு தொழில் அமைப்புகள் நித்திலனின் ஆய்வுக் கட்டுரைகளைப் பின்பற்றிச் சோதனைச்சாலைகளை அமைத்தன.

2040களின் தொடக்கத்தில் பாரத ஒன்றியம் கொண்டுவந்த சக்கர வியூக இணைய எல்லை முறையை நித்திலன் எதிர்த்தார். லிங்காவோடு இணைந்து தான் உருவாக்கிய வழிமுறையையே அவர் வலியுறுத்தினார். அது புறக்கணிக்கப்பட்டது.

தனி இணைய வேலி வேண்டி ஒன்றிய அரசுக்கு எதிராகப் போராடிய தமிழர் கூட்டமைப்புக்கு நித்திலன் தலைமை தாங்கினார். நித்திலன் மற்றும் போராட்டக்குழுவைச் சேர்ந்தவர்கள் சிறையில் அடைக்கப்பட்டனர். உலகச் சமூகம் கொந்தளித்தது. தமிழ்நாடு முழுவதும் போராட்டங்கள் வெடித்தன. நித்திலனின் இன்மையில் செங்காந்தள் அந்தப் போராட்டங்களுக்குத் தலைமை தாங்கினார். ஓராண்டுக்குப் பின் ஒன்றிய அரசு பேச்சுவார்த்தை நடத்த முன் வந்தது. முதல்கட்டமாக நித்திலன் விடுதலை செய்யப்பட்டார். பேச்சுவார்த்தை தொடங்கியது:

"தனி இணைய வேலிக்கான தேவை என்ன நித்திலன்?"

''மாநில எல்லைக்கான தேவை எதுவோ அதுவே தனி இணைய எல்லைக்கான தேவை.''

''இது தனி நாடு என்ற கோரிக்கைக்கான வழித்தடமா? அரசு அப்படித்தான் நினைக்கிறது...''

''இல்லை. அதில் எனக்கு அச்சம் இருக்கிறது. பாரத ஒன்றியத்தில் மொழி ரீதியாக தனி நாடுகள் உருவானால் அது அடுத்து சாதிய மண்டலங்களாகப் பிரியும் அபாயம் இருப்பதாக உணர்கிறேன். சாதிகள் ஒழிய நாம் மொழியால் இணைவதும், மதங்களுக்கு மதம் பிடிக்காமல் இருக்க நாம் தேசமாகத் தொடருவதும் அவசியம்.''

''பிறகு ஏன் இந்த இணைய எல்லை கோரிக்கை?''

''நியூரோ எண். அதுதான் காரணம்.''

''நியூரோ எண்ணுக்கும், உங்கள் கோரிக்கைக்கும் என்ன தொடர்பு?''

'பொதுமக்களின் நியூரோ எண்கள் முற்றிலும் ஒன்றிய அரசின் கட்டுப்பாட்டில் வருவதை நான் எதிர்க்கிறேன்!''

''நித்திலன், நீங்கள் அடையாள் எண் உருவாக்கத்தின் ஒரு தூண். அடையாள் எண் ஒன்றிய அரசின் கண்காணிப்பில் இருப்பதை நீங்கள் எதிர்க்கவில்லை. நியூரோ எண்களை அரசு பரமாரிப்பதற்கு ஏன் இந்த எதிர்ப்பு? நியூரோ எண்கள் இன்னும் முழுமையான செயல்பாட்டுக்குக்கூட வரவில்லையே...''

''வரும். அடுத்த யுகம் அதுதான்!''

''என் கேள்விக்கு இன்னும் பதில் இல்லை. அடையாள் எண்ணை அரசு பராமரிப்பதை எதிர்க்காத நீங்கள், நியூரோ எண் அரசு வரையறைக்குள் வருவதை ஏன் எதிர்க்கிறீர்கள்?''

''அடையாள் எண் வெறும் எண். நியூரோ எண் எண்ணம். அது மக்களின் சிந்தனையோடு தொடர்புடையது. சித்தாந்தத்தோடு சேர்ந்தது. பல ஆயிரம் ஆண்டு இன வழியாக மக்களுக்குக் கிடத்தப்படும் பண்பாட்டு விழுமியங்களைச் சுமக்கிறது.

ஒற்றுமைக்கும் ஒருமைக்கும் வித்தியாசம் தெரியாத உங்களிடம் எப்படி அதை ஒப்படைப்பது?''

''தவறான புரிதல் நித்திலன்...''

''2023ஆம் ஆண்டு மட்டும் நம் தேசத்தில் 500 முறை இணையவெளி முடக்கப்பட்டிருக்கிறது. இன்டர் நெட் ஷட் டவுன் இஸ் இம்பீரியலிசம். இது தவறான புரிதலா?''

''இன்டர்னெட் ஷட் டவுன் எந்த நாட்லதான் இல்ல? அமைதியை நிலை நாட்ட அரசு கையாளும் பல வழிகளில் அதுவும் ஒன்னு.''

''வேற எங்கயும் இல்லனு நானும் சொல்லல. அதே 2023ல மியான்மார்ல ராணுவ ஆட்சி. இஸ்ரேல், பாலஸ்தீன்ல போர். உக்ரைன்ல போர். ஆனா, இணையவெளி முடக்க எண்ணிக்கைல அவங்கெல்லாம் மூனாவது நாலாவது இடத்துல இருந்திருக்காங்க. அன்னிக்கும் நாமதான் முதல் இடத்துல இருந்திருக்கோம். பொதுமனித ஊடகமா இருந்த இணையம் இன்னிக்குப் பெருமுதலாளிகளின் காலடியில் செல்லப்பிராணியா இருக்கு. ராணுவ ஆட்சியைவிட - போரைவிட - நீங்க நிலை நாட்ற அமைதிதான் பயமா இருக்கு!''

''நியூரோ எண்களைப் பத்தி மட்டும்தான் நம்ம விவாதம். தேவையற்ற வார்த்தைகளை நீங்கள் தவிர்ப்பது நல்லது.''

''ஒன்றிய இணை அமைச்சர் அவர்களே, மாநிலங்களின் மனசாட்சியை முழுமையாகப் புரிந்துகொள்ளும் பக்குவம் சுதந்திர இந்தியாவில் எந்தவொரு தேசிய இயக்கத்துக்கும் வாய்க்கவில்லை என்பதுதான் என் தாழ்மையான கருத்து. நியூரோ எண்களைக் கட்டுப்படுத்துவதன் மூலம் மக்களின் சிந்தனையைக் கட்டுப்படுத்த முடியும். கணினி நிரல்கள் வழி எங்கள் சிந்தனையில் எங்களுடைய பகுத்தறிவை அழித்துவிட்டு உங்களுடைய வேதங்களையும் வணிகக் கொள்கைகளையும் எளிதில் விதைக்க முடியும்.''

''நீங்கள் சீனாவைப்போல் யோசிப்பதாகத் தெரிகிறது.''

'இல்லை. நான் பரிபூரண இந்தியனாக யோசிக்கிறேன். நியூரோ எண் என்ற தொழில்நுட்பம் அறிமுகமாகியிருக்கும் இந்தத்

தருணத்தில் எங்கள் இணையவெளி எங்கள் கட்டுப்பாட்டில் இருக்க வேண்டும். அதன் நுழைவும், விளைவும், அனுமதியும், தணிக்கையும், அதில் இடம்பெறும் உரையாடலும், கதையாடலும் எங்களால் மட்டுமே பாதுகாக்கப்பட வேண்டும். இதை நான் என் தமிழர்களுக்கான கோரிக்கையாக மட்டும் வைக்கவில்லை. தமிழர்களின் பண்பாட்டை பாதுகாப்பது எத்துணை முக்கியமோ, பாரத ஒன்றியத்தில் என் சகோதர இனங்களின் பண்பாட்டை பாதுகாப்பதும் முக்கியம். அனைத்து மாநிலங்களுக்கும் தனி இணையக் கழகம் அமைத்து அவரவருக்கான இணைய வேலிகளை ஏற்படுத்திக்கொள்ள ஒன்றிய அரசு ஆணை பிறப்பிக்க வேண்டும்.''

"நீங்கள் ஒன்றும் தேசியத் தலைவர் இல்லை. உங்கள் எல்லை புரிந்து பேசுங்கள்!"

"ஆளும் கட்சி என்பது தேசம் இல்லை. அதை நீங்களும் புரிந்து கொள்ளுங்கள்!"

அந்தப் பேச்சுவார்த்தையின்போது செங்காந்தளும் உடன் இருந்தார்.

போராட்டத்தின் பலனாக இணைய வேலிக்கான சிறப்பு அனுமதிகள் தமிழ்நாட்டுக்கு வழங்கப்பட்டன. நெபுலா பிறந்தது. ஆனாலும், பாரதத்தின் பிற மாநிலங்களுக்கும் சிறப்பு இணைய அனுமதி பெற்றுத் தருவதற்கு நித்திலன் தொடர்ந்து குரல் கொடுத்து வந்தார்.

சிறையில் இருந்தபோது காவலர்கள் தாக்கி அவரது வலது கரம் உடைந்திருந்தது. அதற்குப் பின் அவர் செயற்கைக் கையோடு செயல்பட்டார்.

இன்றும் நித்திலனைச் சுற்றி துப்பாக்கி ஏந்திய மூன்றடுக்குப் பாதுகாப்புப்படை அமைக்கப்பட்டிருக்கிறது. அவர் வீடு மற்றும் அலுவலகத்தின் வான்வெளியில் ஒன்றிய அரசின் டிரோன் படை பாதுகாப்பு வழங்கியிருக்கிறது. அரசியலில் ஈடுபடச் சொல்லி அவருக்குப் பலமுறை அழைப்பு வந்தது. 'அரசியல் என்பது அரசைக் காப்பது. அது மக்களைக் காப்பதல்ல' என்று மறுத்துவிட்டார். அவருடைய அசைவுகளை உலகம் கவனித்துக்

கொண்டிருக்கும்போது அவர் மழையின் அசைவுகளை ரசித்துக் கிடந்தார். செங்காந்தளுக்கு அடுத்தபடியாக அவர் காதலிப்பது மழையைத்தான். மற்றப் பகுதிகளைவிட அண்ணா நகரின் சாந்தி காலனியில் 'நித்திலன் குடில்' என்று பெயரிடப்பட்ட அவர் வீட்டு வாசலில் மட்டும் கூடுதலான மழை பதிவாகும்.

"குறும்பனைத் தீவுக்கு எப்பப் போறீங்க?"

"அடுத்த கடற்கோள் வர்றதுக்கு முன்னாடி போயிருவேன்."

பன்னிரண்டு ஆண்டுகளுக்கு முன் நிகழ்ந்த கடற்கோளில் கச்சத்தீவும் இலங்கையின் ஒருபகுதியும் மூழ்கி குமரிக் கண்டத்தின் ஒரு நாடாகக் கருதப்பட்ட எழு குறும்பனை எழுந்தருளியிருந்தது. அதில் அகழ்வாராய்ச்சி நடந்து அங்கே பண்டையத் தமிழர் நாகரிக அடையாளங்கள் தென்படவே ஒரு சர்வதேச உடன்படிக்கைக்குப் பின் பாரத ஒன்றியத்தோடு இணைந்த பிரதேசமாக அது அறிவிக்கப்பட்டது. என்றாலும் குறும்பனையின் வடகிழக்குப் பகுதியை சீனா ஆக்கிரமித்திருந்தது. தீவின் மையத்தில் மெல்ல மெல்ல புதிய நகரங்கள் உருவாகிக்கொண்டிருந்தன. எழுகுறும்பனையின் தகவல் தொழில்நுட்பக் கட்டமைப்பை உருவாக்க பாரத ஒன்றிய அரசு நித்திலனுக்கு அழைப்பு விடுத்திருந்தது. அவரும் ஏற்றுக்கொண்டார்.

"நீங்க தீவு தீவா தாவறத நிறுத்திட்டு நம்ம சின்னமாயன கொஞ்சம் பாருங்களேன். சின்னமாயனுக்கு கல்யாணத்துல விருப்பமே இல்லையா? அவனுக்கும் வயசு ஏறிக்கிட்டே இருக்கு."

"செங்கா, 1920ல இருந்து கால ரயில்ல அவன நான் கூட்டிட்டு வந்தப்ப அவனுக்கு 8 வயசு. அத வச்சு கணக்குப் போட்டா அவனுக்கு இப்ப 145 வயசு. இதுக்கு மேல அவன் கல்யாணம் செஞ்சுகிட்டு என்ன பண்ணப் போறான்?"

"ஹலோ சார், உங்க கணக்குத் தப்பு. 1920ல இருந்து நீங்க அவன கூட்டிட்டு வந்த ஆண்டு 2032. அவனோட எட்டு வயசு அங்கதான் தொடங்குது. அவனுக்கு இப்ப 34 வயசுதான். கால ரயில்ல அவன் கடந்து வந்த நூத்துப் பத்து வருஷமெல்லாம் காந்தி கணக்குத்தான்."

செங்காந்தள் தன்னைத் திருத்துவது விரும்பியே ஒரு தவறான எண்ணிக்கையை அவர் பகிர்ந்தார். செங்காந்தளை வெல்லச் செய்து தானும் வென்றார்.

"செங்கா, கல்யாணம் ஒரு முடிஞ்சு போன தத்துவம். நீ எந்த காலத்துல இருக்க?"

"ஏன்..? குமரிக் கண்டம் திரும்பி வரல? அது மாதிரி கல்யாணமும் வரும்."

"மூழ்கிப்போன கண்டத்துக்கும், மூழ்கடிக்கிற கண்டத்துக்கும் வித்தியாசம் இருக்கு செங்கா..."

நித்திலனின் குரலில் வயதின் நடுக்கம் இருந்தாலும் செங்காந்தளோடு பேசும்போது அது கலகலவென நிமிரும்.

"சின்னமாயனும் அந்த நெய்தல் பொண்ணும்..."

"தெரியும் செங்கா. அவங்க காதலர்கள். காதலர்களா மட்டும் இருக்க நமக்குத்தான் கொடுத்து வைக்கல. அவங்களாவது இருக்கட்டும்."

அப்போது வாசலில் ஒரு கன்று நின்றிருந்தது. செங்காந்தள் வாசல் கதவைப் பார்த்தாள். கதவு திறந்துகொண்டது. கன்று உள்ளே வந்து வீட்டின் முகப்பில் இருந்த புல்லைத் தின்றது. சில நொடிகளில் அது வெளியேறியது. செங்காந்தள் தன் எண்ணத்தைச் செலுத்தி கதவை மூடினாள்.

"அது என்ன, உங்க மேஜை முழுக்க பீகார், உத்தரப்பிரதேஷ், மகாராஷ்டிரா கோப்புகளா இருக்கு? அதுவும், ஒருபக்கம் சிவில் கோர்ட் கேஸ் ஃபைல்ஸ்... மறு பக்கம் கிரிமனல் ஃபைல்ஸ். எனக்குத் தெரியாம சட்டம் படிச்சு நீதிபதி ஆயிட்டீங்களா?"

"அந்தக் கன்னுக்குட்டிக்கு நீ இப்ப கதவ திறந்துவிட நினச்ச. உன் மூளைல இருக்கிற நியூரோ எண் கதவோட ஸ்மார்ட் கார்ட்'டோட இணைக்கப்பட்டிருகிறதால உன் எண்ணம் வழி சென்சார் மூலமா கதவு திறந்துச்சு. புல்லத் தின்னுட்டு கன்னுக்குட்டி போனதும் நீ மனசுல கதவ மூடணும்னு நினச்சு அந்த சிக்னல் நியூரோ கார்ட் மூலமா கதவோட சென்சார்க்குப் போய் கதவு மூடுச்சு. இல்லியா?"

''அதுக்கு என்ன இப்ப?''

''இந்த நிகழ்வோட அடிப்படை உணர்வு என்ன?''

''என்ன...?''

''கருணை!''

''நான் என்ன கேட்டேன். நீங்க என்ன சொல்றீங்க?''

''நீ கேட்டதுக்குத்தான் நான் பதில் சொல்லிகிட்டு இருக்கேன். பல மாநிலங்கள்ல பொதுமக்களோட நியூரோ எண்கள் களவாடப்பட்டிருக்கு. இந்த நியூரோ எண்கள் வழி மக்களோட சிந்தனைல வெறுப்பு, கோபம், பழி ஆகிய உணர்ச்சிகள் விதைக்கப்பட்டு அதன்வழி கொலை, கொள்ளை, கலவரங்கள் நிகழத் தொடங்கியிருக்கு. இதெல்லாம் சிவில் கேஸஸ் - கிரிமனல் கேஸஸ்னு பதிவானாலும் - இது ஒரு டெக்னோ க்ரைம். இதுக்கு அட்வைஸ் பண்ணச் சொல்லி எனக்கு அந்த கேஸ் ஃபைலஸ் எல்லாத்தையும் அனுப்பி வச்சிருக்காங்க.''

''அன்னிக்கே அவங்க நெபுலா சைபர் டோம்க்கு ஒத்துக்கிட்டு இருந்திருக்கலாம். இத்தன காலம் ஆகியும் இன்னும் ஏன் அவங்க மாறல?''

''உனக்கு மஞ்சுளா பிடிக்காத மாதிரி அவங்களுக்கு நெபுலா பிடிக்கல!''

''அவள விடமாட்டீங்களே..!''

''செங்கா, நான் இன்னோன்னு சொல்றேன். வட மாநிலங்கள் ஒன்னும் நெபுலா திட்டத்துக்கு ஒத்துக்காம இல்ல. உண்மை என்னென்னா நெபுலா மாடலுக்கு அவங்களோட ஆழ்கடல் நீரின் தன்மை ஒத்துழைக்கல. ஒரு முயற்சி நடந்தது. அங்க வானளாவிய மேகத்திரள உருவாக்க முடிஞ்சுது. ஆனா, காத்துல சிதையாம அத நிலைநிறுத்த முடியல. அந்த மேகத்திரள்ல கதிர் ஈர்ப்புச்சக்திய உண்டாக்க முடியல. ஒவ்வொரு மண்ணுக்கும் ஒவ்வொரு கடலுக்கும் ஒரு குணம் இருக்கு; ஒரு கதை இருக்கு...''

''குணம் இருக்கு சரி... அது என்ன கதை?''

''இந்த உலகத்தைக் காப்பதும் அழிப்பதும் கதைகள்தான். அத நான் உணர்ந்திருக்கேன். அறிவியல் எல்லாம் அப்புறந்தான்.''

"அறிவியல் மேதை, நீங்களே அப்படிச் சொல்லலாமா?"

"சார்லஸ் டார்வின் ஒரு கட்டத்துக்கு மேல் சில நிகழ்வுகளுக்குக் காரணிகள் இல்லைனு சொல்றாரு. அங்கதான் அவருடைய கடவுள் நம்பிக்கை தொடங்குது!"

"அப்ப நீங்க கடவுள கதைனு சொல்றீங்க... இல்லையா? நானும் அததான் சொல்றேன்."

"நீயும் நானும் எத்தனை வாதம் செய்தாலும் அது மாறப் போறது இல்ல செங்கா. கடவுளின் கதைகள் பலவிதம். எல்லாரும் இந்த நெபுலா திட்டத்த ஒரு அறிவியல் அதிசயமா பாக்கறாங்க. ஆனா நான் - வானளாவிய இந்த மேகத்திரள்கள காவல் தெய்வங்களா பாக்கறேன். நான் இத உருவாக்கல. இது உருவான பாதைல நானும் இருந்திருக்கேன். அவ்வளவுதான்!"

செங்காந்தள் நித்திலனின் செயற்கைக் கரத்தைப் பற்றிக் கொண்டார். அவரது தீண்டலில் அது இயற்கைக் கரமாகக் கனிந்தது.

அவர்களுடைய உரையாடலுக்குச் செவிகொடுக்காத மழை அவர்களின் மௌனத்துக்கு இடம்கொடுத்து சலசலப்புக் குறைந்தது.

துப்பாக்கி எப்படி வந்தது?

"அகமதாபாத்ல நடந்திருக்கு இந்த இன்ட்ரேக்டிவ் ஐ.பி.எல். கிரிக்கெட் மேட்ச். இதோ - இந்த சுபம் கில் பெவிலியன்ல மூனாவது ரோல உக்காந்திருக்காரு சுமேஷ். அவர் மத்தவங்களப்போலவே ஆட்டத்த ரசிச்சுக் கைதட்டி, விசிலடிச்சுப் பாத்துகிட்டு இருக்காரு. இப்ப மணி 6:30. அவர் முகத்துல எந்த மாறுதலும் இல்ல. 7:05 மணிக்கு, சென்னை சூப்பர் கிங்ஸ் பேட்ஸ்மேன் பிச்சன் பீர், அவரோட 112வது ரன்ல அவுட் ஆகித் திரும்பறாரு. டிரெஸிங் ரூம்க்குப் போக படில அவர் ஏறும்போது பெவிலியன்ல உக்காந்திருந்த சுமேஷ், மின்னல் வேகத்துல பாஞ்சு தன் சட்டைக்குள்ள இருந்த துப்பாக்கிய எடுத்து பிச்சன ஷூட் பண்றாரு! அந்த புல்லட், பிச்சனோட தோள்பட்டைல பட்டு அவர் சாயறாரு... காயத்தோட அவர் தப்பிச்சிட்டாரு. சுமேஷ அகமதாபாத் காவல்துறை கைது பண்ணி விசாரிச்சுகிட்டு இருக்காங்க. அவருக்கு எதுவுமே நினைவு இல்லனு சொல்றாரு. ஐ.பி.எல். மேட்ச்சுல இது நடந்ததால நாடு முழுக்க பேசுபொருளா இருக்கு. ஆனா, இது மாதிரி க்ரைம்ஸ் இப்ப பல மாநிலங்கள்ல பரவலா நடக்குது!"

சென்னை காவல் ஆணையர் அலுவலகத்தின் கணினி பெருந்திரையைச் சுட்டி, ஆணையர் சிந்தா

அமுதன் விளக்கிக்கொண்டிருந்தார். சின்னமாயன், நெய்தல் மற்றும் அனைத்து மண்டல அதிகாரிகள் எதிரில் அமர்ந்திருந்தனர்.

''சுமேஷ் பாரத் ஸ்டேட் வங்கில மேலாளரா இருக்காரு. இதுக்கு முன்னாடி அவரோட வாழ்க்கைல எந்தக் குற்றச் செயல்லயும் அவர் ஈடுபட்டதா ரெக்கார்ட்ஸ் இல்ல. சிக்ஸர் அடிச்சாகூட உக்காந்த எடத்துல இருந்து கை மட்டும் தட்ற எலைட் ரசிகர்தான். எது அவர ஆவேசமா மாத்துச்சு? அவர் ஏன் பிச்சன்னு ஒரு ப்ளேயரச் சுடணும்?''

''அவரோட கடந்தகால உளவியல் கூறுகளப் பத்தித் தெரிஞ்சா ஒரு முடிவுக்கு...'' - சின்னமாயனால் உறுதியாகச் சொல்லமுடியவில்லை.

''நியூரோ கார்ட் மால்பங்க்ஷனா இருக்க வாய்ப்பிருக்கு சர்.'' - நெய்தலின் டாக்யூ குரல் நம்பிக்கையோடு ஒலித்தது.

''புரியல நெய்தல்.''

''அவர் மூளைல செலுத்தப்பட்டிருக்கிற நியூரோ கார்ட் தவறான திசைல இயக்கப்பட்டிருக்கு. அது முழுக்கமுழுக்க தொழில்நுட்பக் கோளாறா இருக்கலாம். இல்லனா...''

''இல்லனா..?''

''அவரோட நியூரோ எண்ணத் தெரிஞ்சுகிட்ட யாரோ எதிர்மறை தொழில்நுட்பங்களைப் பயன்படுத்தி நியூரோ கார்ட வெளில இருந்து இயக்கியிருக்கலாம். அவங்க செய்ய நினச்ச கொலைய அவர வச்சுச் செய்ய முயற்சி செஞ்சிருக்கலாம்.''

''நீ சொல்ற மாதிரியே நடந்திருந்தாலும், ஒரு வங்கி மேலாளர் கைக்கு துப்பாக்கி எப்படி வந்துச்சு நெய்தல்?'' - வடசென்னை ஆய்வாளர் கணிதன் தெரிந்துகொள்ள விரும்பினார்.

''சுமேஷோட சிந்தனைய முழுமையான கட்டுப்பாட்டுக்குள்ள கொண்டு வந்தவங்கதான் அவர கள்ளச்சந்தைல துப்பாக்கி வாங்க வச்சிருக்கணும். அந்தக் கொலை முயற்சி முடிஞ்சதும் நியூரோ கார்ட மறுபடியும் அவங்க ரெப்ரஷ் பண்ணிட்டு வெளியேறியிருக்கணும். அந்த லூசிட் இன்டர்வெல்ல சுமேஷ் சுமேஷா இல்ல. அதனாலதான் அவர் தனக்கு எதுவும் நினைவு இல்லனு சொல்றாரு.''

நெய்தல் பதில் சொல்வதற்கு முன் சின்னமாயன் முந்திக் கொண்டான். சொல்லிவிட்டு நெய்தலைப் பார்த்தான். அவள்,

அதை ஆமோதிப்பதைப்போல் தலையசைத்தாள். அவன், அதை அர்ஜுனா விருதாக மார்பில் சூடிக்கொண்டான்.

''நெய்தலும் சின்னமாயனும் சொல்றது உண்மைதான். இன்னிக்குக் காலேல நித்திலன் குழு அனுப்பியிருக்கிற புலனாய்வு குறிப்புகள்லயும் இத அவங்க மென்ஷன் பண்ணியிருக்காங்க. சுமேஷோட கொலை முயற்சிய அகமதாபாத் காவல்துறை பாத்துக்கும். ஆனா நமக்கு நேத்து கிடைச்சிருக்கிற ஒரு உளவுத் தகவல்... அதுதான் விவாதத்திற்குரியது!''

சிந்தா அமுதனுக்குக் கிடைத்த உளவுத்தகவலைத் தெரிந்துகொள்ள சபை நிமிர்ந்து உட்கார்ந்தது.

''தமிழ்நாட்ல ஒரு தொடர் கொலைகளை நிகழ்த்தத் தீவிரமான முயற்சிகள் நடக்குது. இதுக்குப் பின்னாடி யார் இருக்காங்கனு தெரியல. ஆனா இதச் செய்யறத்துக்கு அவங்களுக்குத் தமிழ்நாட்டு ஜனத்தொகையின் நியூரோ எண்கள் தேவைப்படுது. சுமேஷ், பிச்சன சுட்ட மாதிரி நாளைக்கு தமிழ்நாட்டோட ஒவ்வொரு வீதிலயும் ஒரு துப்பாக்கிச்சூடோ, குண்டுவெடிப்போ நடக்க வாய்ப்பிருக்கு. இத வேர்லயே நாம கிள்ளி எறியணும்!''

''வேற எதாவது கூடுதல் தகவல்?'' - கணிதன்

''நம்ம நியூரோ எண்களை அடைய நம்ம இணைய எல்லைல தொடர்ச்சியான தாக்குதல்கள் நடக்கப்போகுது. அது மட்டும் இல்லாம நெபுலாவ டீகோட் பண்ணி அழிக்க ஒரு தனிக்குழு புறப்பட்டிருக்கு. அது யாரு..? அந்தக் குழுல எத்தன பேரு..? தெரியல!''

சபையில் மௌனம்.

''சின்னமாயன் - நெய்தல் உங்க இரண்டு பேரையும் நித்திலன் சந்திக்க விரும்பறாரு. இது தொடர்பா அவர் சில பரிந்துரைகள முன்வைக்க நினைக்கிறதா அவரோட ஆய்வுக்கூடம் நமக்கு அஞ்சல் அனுப்பியிருக்காங்க. வியாழன் காலை 10:00 மணிக்கு உங்க சந்திப்பு.''

நித்திலனைச் சந்திக்க ஒரு நாளும் நேரமும் அதிகாரபூர்வமாகச் சொல்லப்படுவது சின்னமாயனுக்குப் பிடிக்கவில்லை. நித்திலனை அவன் இன்றும் நெத்திலி மாமாவாகத்தான் மனதில் வைத்திருக்கிறான்.

குறும்பனைத் தீவு

நித்திலன் பறந்துவந்த மஞ்சள் நிற பலூன் குறும்பனைத்தீவில் தற்காலிகமாக அமைக்கப்பட்டிருந்த வானூர்திதளத்தில் தரையிறங்கியது. உடன் வந்த ஒன்றிய அரசின் இணை ராணுவ வீரர்கள் நித்திலனின் கரங்களைப் பிடித்து பலூனின் பயணியர் கூடையில் இருந்து அவரை வெளியே அழைத்து வந்தனர். புதியதாக நியமிக்கப்பட்டிருந்த குறும்பனையின் நகர மேயர் மாரீசன், அவரது படை சூழ நித்திலனுக்குப் பூமாலைச் சூட்டி வரவேற்றார்.

''நகரம் வர்றதுக்கு முன்னாடி நகரத்துக்கு மேயர் வந்தது வரலாற்றில் முதல் முறை'' என்று நித்திலன் அந்த மாலையை அவருக்கே சூட்டினார். மேயர் கொஞ்சமும் கூச்சப்படாமல் அதை அணிந்துகொண்டார். நித்திலன் அதைக் கவனித்தார்.

''இந்த மால உங்களுக்குத்தான் அழகா இருக்கு. ஏன் தெரியுமா?''

நித்திலன் அவர் தோளைத் தட்டிக் கேட்டார்.

''ஏன் ஐயா?''

"இது உங்களுக்கு உரியதுனு நீங்க நம்புறீங்க. எனக்கு இன்னும் அந்த நம்பிக்க வரல."

"ஐயா, நாங்கெல்லாம் உங்களப் பாத்துத்தான் வளந்தோம்."

"என்ன பாக்கலனா குழந்தையாவே இருந்திருப்பீங்களா?"

உடன் வந்தவர்கள் சிரிப்பை அடக்கிக்கொண்டனர்.

"விருந்தினர் மாளிகைல பல்சுவை விருந்து தயாரா இருக்கு ஐயா. நீங்க வந்து சாப்ட்டு நல்லா ஓய்வெடுக்கணும்" - மேயர் அன்பு கலந்து பேசினார்.

நித்திலன் எதுவும் பேசவில்லை. வானூர்திதளத்தை விட்டு வெளியே நடந்தார். இந்தப் பகுதிக்கு குறும்பனை என்ற பெயர் வந்ததற்கான காரணம் ஏதும் காலம் கடந்து நிற்கிறதா என்று கண்ணுக்கு எட்டிய தூரம் வரை கண்களால் தேடினார். கடல்வாழ் உயிரினங்களின் உலவுத்தடங்களை அங்கு தென்பட்ட பாறைகளிலும் மணல்வெளியிலும் உலகத் தாவரவியலின் பட்டியலில் இல்லாத குட்டையான மரங்களிலும் அவரால் காண முடிந்தது. இதுவரை நுகராத ஒரு காற்றின் வாசனையை அவர் நுகர்ந்ததாக எண்ணினார்.

தன் காலணிகளைக் கழற்றிவிட்டு மண்ணில் கால் பதித்தார். அந்த வெப்பம் அவருக்கு இதமாக இருந்தது. பல்லாயிரம் ஆண்டு பண்பாட்டின் மின்சாரம் தன்மீது பாய்வதாக அவர் உணர்ந்தார். இந்த பிரபஞ்சம் எப்போது மலர்கிறது - எதை மனிதனுக்குத் தருகிறது - எதை ரகசியமாக தன் பூதங்களுக்குள் காக்கிறது - எந்த ரகசியத்தை எப்போது மீண்டும் திறக்கிறது என்பது விடை காண முடியாத வேடிக்கை என்று மனதுக்குள் நினைத்துப் புன்முறுவல் பூத்தார். அது அவர் கன்னத்துச் சுருக்கங்களை மினுமினுப்பாக்கியது.

சங்க காலச் சகதிக் காடாக நீண்டிருந்த பாதைகளில் சீர்குறையாமல் சீறிப் பாய்ந்து விருந்தினர் மாளிகையை வந்தடைந்தன அரசு வாகனங்கள். மாளிகைக்குள் நுழையுமுன்...

"நாளைக்குக் காலேல நெட்வொர்க் டீம அசம்பில் ஆகச் சொல்லுங்க. கிளிகள இப்பவே நீங்க பறக்கவிடலாம்!"

ஆணை பிறப்பித்தார் நித்திலன். அவர் ஆணைக்கு ஏற்ப பல வண்ணக் கிளிகள் மூங்கில் கூண்டுகளில் இருந்து குறும்பனை

வானத்தில் பறக்கவிடப்பட்டன. அவை தமிழ்நாடு இணையக் கழகத்தால் பயிற்றுவிக்கப்பட்ட கிளிகள். தகவல் மற்றும் பெருந்தரவு தொழில்நுட்ப கட்டமைப்புகளை உருவாக்கும் முன் சூழலியல் குறிப்புகளை அறிய அவற்றைப் பறக்கவிடுவது வழக்கம்.

பல்சுவை உணவில் சிறிதுநேரம் செங்காந்தளைத் தேடி அதில் தோற்றுப் போனார் நித்திலன். கையில் தேநீரோடு மாளிகையின் முற்றத்தில் அமர்ந்து, தான் கொண்டுவந்த கோப்புகளை வாசித்துக்கொண்டிருந்தார். முற்றத்தின் ஜன்னல்வழி குறும்பனைத் தீவின் பரந்த நிலத்தைக் காண முடிந்தது. தற்போது இருக்கும் சென்னை நகரத்தைவிட சிறிய சுற்றளவே கொண்ட பகுதியாக அது காட்சியளித்தது. பளிங்குக் குடியிருப்புகளும், நகரப் பூச்சும் அந்தத் தீவுக்குப் பொருந்தவில்லை என்று நித்திலனுக்குத் தோன்றியது. நவீனத்தின் நச்சரிப்புகளையும் மீறி குறும்பனை தன் அழகை நிலைநிறுத்திக்கொண்டிருந்தது. சின்னமாயனுக்கும் நெய்தலுக்கும் திருமணம் நடந்தால் அவர்களை முதல்இரவுக்கு குறும்பனைத் தீவுக்குத்தான் அனுப்பிவைக்க வேண்டும் என்று அவர் முடிவு செய்துவிட்டார். வானில் இணையக் கழகத்தின் கிளிகள் அங்கும் இங்குமாகப் பறந்துகொண்டிருந்தன. அவை பறக்கப் பறக்க நித்திலனின் கணினியில் சூழலியல் வரைபடங்கள் வளர்ந்துகொண்டிருந்தன.

பொழுது சாயும் வேளை நித்திலனைக் காண ஒரு பஞ்சவர்ணக் கிளி வாசலில் காத்துக்கொண்டிருப்பதாகத் தகவல் வந்தது. நித்திலன் அதிகார உடையில் இருந்து நித்திரை உடைக்கு மாறியிருந்தார். கிளியை எந்த உடையில் சந்தித்தால் என்ன என்று மாடியில் இருந்து இறங்கி வந்தார். அவரைப் பார்த்ததும் அந்த பஞ்சவர்ணக் கிளி, வணங்குவதுபோல் தலை சாய்த்து பின் தெற்கு நோக்கிப் பறக்கத் தொடங்கியது. அது அழைத்துச் சென்ற பாதையில் அவர் நடந்தார். துப்பாக்கி ஏந்திய வீரர்கள் அவரோடு பின் தொடர்ந்தபோது 'வேண்டாம்' என்று மறுத்துவிட்டு தான் மட்டும் முன்னேறிச் சென்றார். பல மைல் தொலைவைக் கடந்து, சிதிலமடைந்திருந்த நாவல்மரக் காட்டுக்குள் அந்தப் பச்சைக் கிளி பறந்தது. அது குறும்பனைத் தீவின் சீன ஆக்கிரமிப்பு எல்லைக்குட்பட்ட பகுதி. காட்டுக்குள் இருந்து கிளம்பிய ஒரு வாசனை நித்திலனுக்கு அதிர்ச்சி தந்தது.

கபிலன் வைரமுத்து | 69

மாயவனம்

அவள் நெற்றியை வருடிய ஊதைக்காற்று, திடியன் நாட்டு நிலவில் இருந்து வீசுகிறது என்று நம்பினாள் மாயவனம். வலதுகையால் தன் கழுதையை இழுத்துக்கொண்டு வல்லாங்குளம் வட்டப்பாறை நோக்கி, கன்னி கழியாத கார்மேகம்போல் நடந்தாள். அவள் இடதுகையில் கரித்துணியில் சுருட்டப்பட்ட கங்கு கொதித்துக்கொண்டிருந்தது. பரந்து விரிந்த அவளது நீண்ட கூந்தல் நெடுநெடுவென அலைபாய்ந்து, அவளது கருமேனி முதுகழகு மறைந்தும் மறையாமல் பார்த்துக்கொண்டது. சீலையை அள்ளித் தூக்கி இடுப்பில் செருகியிருந்த அவளது தளும்பாத இடையையும் தொடையையும் கண்ட வட்டப்பாறை வவ்வால்கள், 'உறங்காப்புலியோட அழகு மவ வாராடியோவ்' என கிரீச்சிட்டு தொப்பு தொப்புவென விழுந்தன. பாறையின் அடிவாரத்துக்கு வந்ததும் பௌர்ணமி பொழிந்த படகு போன்ற அவளின் விழிகள் நாலாதிசையிலும் சுழன்று வேவு பார்த்தன. யாரும் தன்னைப் பின் தொடரவில்லை என்பதை உறுதிசெய்ததும் கழுதையின் முதுகில் இருந்த மூட்டையைத் தரையில் இறக்கி வைத்தாள் மாயவனம். கழுதை வாயில் மாட்டியிருந்த எழுதாம்பைத் தளர்த்தினாள். அது அருகாமையில் கிடந்த பிரண்டைகளை மேயச் சென்றது.

மூட்டையின் முடிச்சை அவிழ்த்து அதன் மேல்புறம் இருந்த எருமக்கடா மண்கலயத்தை எடுத்தாள். உறங்காப்புலியின் பழைய வேட்டியை கரித்துணியாக்கி அதில் முடிந்து வைத்திருந்த கங்குத்துண்டுகளை விறகுகளுக்குள் செலுத்தினாள். கங்கு குறைந்திருந்தாலும் அவள் அழகின் வெதுவெதுப்பில் வெடுக்கென்று தீப்பிடித்துக்கொண்டது. தான் கொண்டுவந்திருந்த கெந்தகத்தையும் வெடியுப்பையும் கலயத்தில் இட்டு மரக்குச்சியால் கிண்டினாள். அது குறிப்பிட்ட பதத்துக்கு வந்ததும் அதில் தாளகம், துத்தம் தூவி கிண்டினாள். கள்ளிமரக் கரிக்கட்டையை இடித்து அதையும் சேர்த்தாள். மூட்டையில் இருந்த மேலும் சில மருந்துப்பொடிகளை இட்டு களியை இறுகச் செய்தாள்.

வட்டப்பாறையின் கோலன் குகையில், தான் இரண்டு நாட்களுக்கு முன் மறைத்து வைத்த உரலை வெளியே எடுத்தாள். தான் கிண்டிய களியை அந்த உரலில் போட்டு இடித்தாள். இரண்டு சாமம் தொடர்ந்து அதைச் செய்தாள். இடையிடையே சோர்ந்தபோது பிரண்டையைக் கிள்ளித் தின்று மீண்டும் இடிக்கத் தொடங்கினாள். மருந்தின் ஈரப்பதம் மெல்ல குறைந்தது. உரலுக்கு அருகில் சாய்ந்து கண் அயர்ந்தாள்.

அதிகாலை எழுந்து மருந்தை அள்ளி வெயிலில் காய வைத்தாள். பின் அவற்றை உருண்டையாக உருட்டினாள்.

அவள் வேலையை முடித்து பாறையில் சாய்ந்தபோது எட்டு நாடுகளின் உளவுப்படையைச் சேர்ந்த மலையமாடனின் குதிரைச் சத்தம் கேட்டது. அவன் மாயவனத்தைப் பார்த்ததும்,

"ஆச்சா ஆத்தா?" என்று வினவினான்.

அவள், வெயிலில் காயும் வெடிமருந்துகளை நோக்கி விரலை நீட்டினாள்.

மலையமாடன் ஓடிச்சென்று உருண்டைகளை அள்ளி சாக்குப் பையில் நிரப்பினான்.

"ஐயா எங்கன போனாரு?" - மாயவனம்

"காட்டுக்குள்ளத்தான் குடிச போட்டிருக்கு ஆத்தா. நாள அந்த ஆக்னஸ் தொரையோட பஞ்சாயத்து இருக்கு. சிவகங்கைல

சிக்கியிருக்க நம்ம பயலுகள விடுவாய்ங்களா தெரியல. அதுக்கு முன்ன தூத்துக்குடி தொறமுகத்துக்குப் போய் ஒளவு பாத்தார சொல்லியிருக்காரு. நீ ஊருக்குள்ள சூதானமா இருந்துக்க தாயி. நான் வாரேன்.''

மலையமாடன் புறப்பட்டதும் மாயவனம் வட்டப்பாறை உச்சிக்குச் சென்று சிறிதுநேரம் அமர்ந்திருந்தாள். சுட்டெரித்த வெயிலைவிட அவள் தந்தை உறங்காப்புலியைப் பற்றிய நினைவு அவளைப் பெரிதும் வாட்டியது.

திடியன் மலை அடிவாரத்தில் எட்டு நாடுகளுக்கும் கர்னல் ஆக்னஸ் படைக்கும் நாளைநடை பெறவிருக்கும் பேச்சுவார்த்தைக்கு அவளும் செல்ல விரும்பினாள். பாறையை விட்டு இறங்கியவள், தன் கழுதையை அழைத்துக்கொண்டு சோணைக்கருப்புக் கோயில் நோக்கி நடந்தாள்.

கிளி கண்ட தடம்

மெரீனா கலங்கரைவிளக்கத்தின் உச்சியில் அமைக்கப்பட்டிருந்த கண்காணிப்பு மையத்தில் நித்திலன் ஜன்னல் பார்த்து அமர்ந்திருந்தார். வங்காள விரிகுடாவின் நெபுலா மேகத்திரளை இமைக்காமல் ரசித்துக்கொண்டிருந்தார். கருநீலச் சீருடையில் சின்னமாயனும் நெய்தலும், நித்திலனுக்குப் பின்னால் வந்து நின்று பத்து நிமிடங்களாக மௌனம் காத்தனர். நெபுலா சிறப்புப் படையின் மற்ற அதிகாரிகள் தரைதளத்தில் கூடியிருந்தனர்.

''பதினஞ்சு வருஷத்துக்கு முன்னாடி கடல்நீர் புகுந்து மெரீனாவோட ஒரு பகுதிய விழுங்குச்சு. இந்தக் கலங்கரை விளக்கம் இருந்த இடம் இது இல்ல. நாம மாத்தி அமைச்சுகிட்டோம். சதுரங்க ஆட்டத்துல காய்களை நகர்த்தி விளையாடற மாதிரி உலகத்தின் கலங்கரை விளக்கங்களை நகர்த்தி நகர்த்தி விளையாடுவதான் இயற்கையோட வீர விளையாட்டு. ஏறு தழுவுதல்போல இந்த பாரு தழுவுதலும் பேரன்பின் வெளிப்பாடுதான். இல்லையா மாயன்?''

பேசிக்கொண்டே மோடாவை விட்டு எழுந்தார் நித்திலன். சின்னமாயனும் நெய்தலும் அவருக்கு

சல்யூட் வைத்தனர். அவர் தன் தேநீர்க் குப்பியில் இருந்து இரண்டு கோப்பைகளில் ஊற்றி இருவருக்கும் பரிமாறினார். அவர்கள் அதை பவ்யமாக ஏற்றுக்கொண்டனர்.

''ஐயா, சிறப்புப் படை அதிகாரிகள் கீழ காத்துக்கிட்டு இருக்காங்க... நீங்க எங்க இரண்டு பேர மட்டும் முதல்ல சந்திக்கணும்னு சொன்னதா சொன்னாங்க...''

சின்னமாயன் தயங்கித் தயங்கிப் பேசினான்.

''டேய் சின்னமாயன். இது என்ன ஐயா கொய்யானுகிட்டு... உன்னுடைய காலத்துக்கு நான் வந்தப்ப நீ என்ன நெத்திலி மாமானுதான கூப்பிடுவ? ஏன் இப்படி நிகழ்காலத்தோட சேந்து கெட்டுப் போயிட்ட?''

சின்னமாயன், தன் தேநீரில் அப்படி ஒரு எலுமிச்சை விழும் என எதிர்பார்க்கவில்லை.

''நான் உங்கள நெத்திலி மாமானு கூப்பிடலாமா?''

நெய்தல் ஆசையாய்ச் சொல்லிவிட்டுச் சிரித்தாள். சின்னமாயனுக்கு அது பிடிக்கவில்லை. அவன் பல்லைக் கடித்துக்கொண்டே அவள் கண்களைப் பார்த்தான். நான் ஒன்றும் தவறாகச் சொல்லவில்லையே என்பதுபோல் அவள் கண்கள் நேர்கொண்டு நின்றன.

''தாராளமா அழைக்கலாம் நெய்தல். ஆனா, அதுக்கு முன்னாடி எனக்கு ஒன்னு தெரியணும்...''

நித்திலன் சிரித்துக்கொண்டே தன் கேள்வியை நெய்தலின் கண்கள் பார்த்துக் கேட்டார்.

''சின்னமாயன நீ காதலிக்கிறியா?''

நெய்தலின் கையில் இருந்த தேநீர்க் கோப்பை தவறி கீழே விழுந்தது. அதை சின்னமாயன் பிடித்துவிட்டான். தவறி விழுந்தது கோப்பையா அல்லது அவள் சொல்ல நினைத்த பதிலா என்றெண்ணி நித்திலன் சிரித்தார். நெய்தலின் பதிலுக்காக கலங்கரை விளக்கம் காத்துக்கொண்டிருந்தது. அவள் மனதின்

ஆயிரமாயிரம் முணுமுணுப்பு டாக்யூ வழி ஒலிப்பிறழ்வுகளாக ஒழுகிக்கொண்டிருந்தன.

''நெய்தல் என்ன காதலிக்கிறாளானு எனக்குத் தெரியல ஐயா. ஆனா, நான் அவளக் காதலிக்கிறேன்.''

''டேய், உன்னக் கேட்டனா? நான் சொல்லாம நீ வாயத் திறக்கக் கூடாது. நீ சொல்லுமா..?''

''இப்ப எதுக்கு இந்த..?''

'நீ என்ன நெத்திலி மாமானு கூப்பிடவானு கேட்டல்ல? அதுக்குத்தான்!''

''நான் உங்கள ஐயானே கூப்பிடறேன்.''

''அப்ப நீ சின்னமாயன காதலிக்கல..?''

''இல்ல... அதுக்கும் இதுக்கும்.. எதுவும்..''

''அப்ப காதலிக்கிற?''

''நாம இங்க வந்தது, நெபுலா பாதுகாப்புப் பத்தி...''

''நான் இங்க வந்தது சின்னமாயனோட பாதுகாப்பப் பத்தி பேசத்தான்.''

நெய்தல் நித்திலனிடம் அந்தப் பிடிவாதத்தை எதிர்பார்க்கவில்லை.

''ஐயா, என் அப்பாவோட தற்கொலைய பாத்ததுல இருந்து என் குரல நான் இழந்துட்டேன். இந்தச் செயற்கைக் குரல வச்சுதான் உலகத்தோடு பேசிகிட்டு இருக்கேன். என் வீட்ல எல்லா அறைலயும் ஒரு படம் மாட்டியிருக்கேன். அது என் அப்பா காஸா பகுதில கடைசியா கட்டி முடிச்ச குழந்தையர் மருத்துவமனையோட படம். அந்தப் படத்துலதான் நான் இழந்த என் அப்பாவும் என் குரலும் இருக்கிறதா நான் நம்பறேன்.''

அவள் எண்ணத்தில் கண்ணீர் படர்ந்ததால் டாக்யூ எந்திரம் அமைதி காத்தது. நித்திலன் நெய்தலை அமரச் சொன்னார். அவள் அமரவில்லை.

''காதல் ஏற்படுத்திற நெருக்கம் எனக்கு ரொம்ப ஆபத்தானதா தெரியுது ஐயா. அந்த நெருக்கம் பெரும்பாலும் பிரிவுக்கான ஒரு

ரகசிய வழியாதான் இருக்கு. என் அப்பாவையும் குரலையும் இழந்த மாதிரி சின்னமாயன நான் இழக்க விரும்பல. அதனாலதான் அவர பிடிச்சிருந்தாலும் அந்தப் பிரியத்த வளக்க விரும்பல. என் காதல் என் மனசுக்குள்ள ஒரு குழந்தையாவே இருக்கு. அதுக்கு எதுவும் தெரியாது. தெரிய வேணாம்.''

நித்திலன் மீண்டும் ஜன்னல் பக்கமாக நடந்தார். கடலை வேடிக்கை பார்க்கத் தொடங்கினார். சின்னமாயனுக்கு இந்தச் சூழலை எப்படிக் கையாள்வது என்று தெரியவில்லை. நித்திலன் அந்தச் சிரமத்தை அவனுக்குக் கொடுக்கவில்லை.

''நெய்தல், உன்னோட உணர்வுகளை நான் மதிக்கிறேன். கியானு ஒரு பெண், தான் பாலஸ்தீனத்துல வாங்கிய ஆலிவ்மரக் கன்றுகளை இஸ்ரேலில் இருக்கிற அவர் வீட்டுத்தோட்டத்துல நட்டார். அப்ப அவருக்குக் குழந்தை பிறந்துச்சு. அந்தக் குழந்தையோட சேந்து மரமும் வளந்துச்சு. அந்த மரத்தச் சுத்திதான் அந்தக் குழந்தையும் அவளோட தோழிகளும் விளையாடுவாங்க. இஸ்ரேல் - பாலஸ்தீன யுத்தம் நடந்தப்ப பாலஸ்தீனத்த அழிக்க இஸ்ரேல் குண்டுமழை பொழிஞ்சாங்க. ஆனா, பாலஸ்தீனத்தோட ஒரு வேர், ஆலிவ் மரத்தின் வடிவில் இஸ்ரேல் மண்ணில் இருக்குனு அவங்களுக்குத் தெரியாது. அந்த மரம், இஸ்ரேலின் ஒரு மகளை பாலஸ்தீன நிழலில் வளர்த்திருக்குனு அவங்களுக்குத் தெரியாது. அதே மாதிரி இஸ்ரேலோட வேர்களும் பாலஸ்தீன மண்ல இருந்திருக்கும். இல்லையா? அப்ப அந்தப் போரின் பயன் என்ன?''

நெய்தல் மனதில் அவள் தந்தை வந்து போனார்.

''போரின் பயன் என்ன என்ற அந்தக் கேள்விதான் உன் தந்தையோட மனசுல கடைசியா எழுந்த ஒரு கேள்வியா இருந்துருக்கும்!''

நெய்தல் திடுக்கிட்டாள். அவள் மனதில் தோன்றும் உருவம் நித்திலனுக்கு எப்படித் தெரியும்? அல்லது அந்த உருவத்தை எழுப்பத்தான் அந்தக் கதையை அவர் சொன்னாரா?

''உன் தந்தையின் மரணத்த ஒரு மனிதனின் மரணமா பாக்காம, ஒரு கேள்வியின் பிறப்பா பாரு. கேள்விக்கு மரணமே கிடையாது!''

நெய்தல் ஓடிச்சென்று நித்திலனைக் கட்டி அணைத்துக்கொண்டாள். அவர் தோளில் முகம் புதைத்து அழுதாள். நித்திலன் ஒரு தந்தையின்

அரவணைப்போடு அவள் தலையைக் கோதினார். அவளை மெல்ல மெல்ல ஆசுவாசப்படுத்தினார். சின்னமாயன் செய்வதறியாது காலி கோப்பையைப் பருகினான்.

''இயற்கை உன் குரல சின்னமாயன் மூலமா திருப்பிக் கொடுத்திருக்குனு நான் நினைக்கிறேன் நெய்தல். என்னடா குரல் பாக்க இப்படிக் கரடு முரடா இருக்கேனு நினைக்காத. இயற்கை கொடுத்த கொடைய மறுக்காத. இன்னிக்குக் குழந்தையா இருக்கிற உன் காதல் அதோ அந்த நெபுலா மேகத்திரள்போல வானுயர வளரணும். சரியா?''

நெய்தல் சிரித்தாள். கலங்கரை விளக்கத்தின் உச்சியில் இருந்தாலும் திசையறியாது திகைத்தான் சின்னமாயன்.

''சின்னமாயன், தரைத்தளத்துல இருக்கிற அதிகாரிகள் எல்லாரையும் மேல வரச் சொல்லு!''

நித்திலனின் ஆணைக்கிணங்க நொடிப்பொழுதில் கலங்கரை விளக்கத்தின் கண்காணிப்பு அறை கருநீலப்படையால் நிறைந்தது. ஆண்களும் பெண்களும் போர் வீரர்களைப்போல் தயார் நிலையில் காணப்பட்டனர். அதில் பல புதுமுகங்களை நித்திலனால் பார்க்க முடிந்தது.

''இவங்கெல்லாம் சைபர் டோம் பயிற்சிப் பட்டறை முடிஞ்சு நேத்துதான் ஜாய்ன் பண்ணாங்க. நான் அறிமுகப்படுத்தவா?'' - சின்னமாயன்.

''அவசியம் இல்ல மாயன். கயல் -18 ஊடுருவல் பத்தி எதாவது தகவல் இருக்கா?''

கணிதன் அதற்குப் பதில் சொல்ல விரும்பினார்.

''நியூரோ எண்களுக்காகத்தான் இந்த ஊடுருவல் முயற்சி நடந்திருக்கு. எட்டு நெபுலா மண்டலங்களையும் தீவிரப் பாதுகாப்பு வளையத்துக்குள்ள கொண்டுவந்திருக்கோம். கடல் எல்லைகள மைக்ரோ சர்வேலன்ஸ் பூத் செட் பண்ணியிருக்கோம். தமிழ்நாடு இணையக் கழக பறவைகளும் கடற்பரப்புல பணில இருக்கு. பெரிய சேதம் எதுவும் நேராது சர்.'

''கணிதன், யூனிட் 613 பத்தி கேள்விப்பட்டிருக்கீங்களா?''

''இல்ல சர். அது..?''

''சர், அது இணையவெளி தாக்குதலுக்காக உருவாக்கப்பட்ட ஒரு சைபர் அதிரடிப்படை. அவங்களுடைய மெயின் கேம்ப் பெய்ஜிங்க்ல இருக்கிறதா படிச்சிருக்கேன்'' - நெய்தல் குறுக்கிட்டாள்.

''நான் சமீபத்துல அரசுமுறைப் பயணமா குறும்பனைத் தீவுக்குப் போயிருந்தேன். அங்க வினோதமான சில விஷயங்கள பாக்க முடிஞ்சுது. இந்தச் சந்திப்பே அதுக்காகத்தான்.''

சிறப்புப் படை வீரர்களின் கண்கள் விரிந்தன.

''குறும்பனைத் தீவுல சீன ஆக்கிரமிப்புப் பகுதில இருக்கிற ஒரு நாவல்மரக் காட்ல எனக்கு அந்த வாசன வந்துச்சு. அது எனக்கு ரொம்ப பழக்கப்பட்ட ஒரு வாசன. டெல்லி சஞ்சய் வனத்துல 'வீர் ஜடாயு' உருவாக்கத்துல இருந்தப்ப வந்த வாசன. வீர் ஜடாயு மாதிரி ஒரு கால ரயிலுக்குத் தேவையான ஹைப்பர்போலிக் தண்டவாளங்கள தயாரிக்கும்போதுதான் அந்த வாசன வரும். நம்ம இணைய கழகத்துலப் பயிற்சி பெற்ற ஒரு கிளிதான் என்னை அந்த இடத்துக்கு அழச்சுட்டுப் போச்சு. நான் முகம் தெரியாதவனா இருந்தா உள்ள போயிருப்பேன். ஆனா...''

''சர்... நாம வேணா ஒரு டீம் அனுப்பலாமா?'' - சின்னமாயன்.

நித்திலன் சில மணித்துளிகள் யோசித்தார்.

''வேணாம் சின்னமாயன். அது சரியான வழி இல்ல!''

''சர், இதுக்கும் யூனிட் 613க்கும் எதாவது தொடர்பு இருக்கும்னு நினைக்கறீங்களா?'' - நெய்தல்.

''பத்து வருஷத்துக்கு முன்னாடி 'வீர் ஜடாயு'வோட ப்ளூ ப்ரின்ட் ஒன்றிய அரசோட ஆவணத்துல இருந்து திருடப்பட்டிருக்கு. அதுக்கு யூனிட் 613 காரணமா இருந்திருக்கலாம்னு அப்ப ஒரு கருத்து இருந்துச்சு. ஆனா, ஆதாரம் எதுவும் இல்ல!''

நித்திலன் எழுந்து கொண்டார்.

"இதுக்கும் நெபுலாவோட பாதுகாப்புக்கும்?" - சின்னமாயன்.

"ரொம்ப நெருங்கிய தொடர்பு இருக்கு மாயன். ஆனா, அது உங்களுக்கு அவசியமில்லாதது. நான் உளவுத்துறை இல்ல. துப்பாக்கி ஏந்திய காவல் வீரன் இல்ல. ஒரு ஆலோசகரா உங்களுக்கு நான் சில திசைகளக் காட்ட மட்டும்தான் முடியும். அதுல நீங்கதான் பயணிக்கணும்."

அவரது கடுஞ்சொற்கள், சிறப்புப் படையின் மீது நெருப்புத் தோட்டாக்கள் போல் பாய்ந்தன.

நித்திலன் மீண்டும் ஒருமுறை ஜன்னல் வழியே நெபுலா மேகத்திரளைப் பார்த்துவிட்டு அறையை விட்டு வெளியேறினார். கலங்கரை விளக்கத்தின் தரைத்தளத்துக்கு வந்தபோது ஏனோ அவருக்கு மோகன் ஜனார்த்தனனின் முகம் நினைவுக்கு வந்தது. அதைச் சுமந்துகொண்டே அவர் சீருந்தில் ஏறினார்.

காட்டுக்குள் விரைந்த மாயவனம்

சிவகங்கை ராணுவத்தில் சேர்ந்து தற்போது கிழக்கு இந்தியக் கம்பெனிப் படையின் பிணைக்கைதியாக இருக்கும் திடியன் நாட்டு வீரன் இருளப்பன் மாயவனத்துக்கு மாமன் முறை. காளையார் கோயில் போர் முடிந்ததும் திரும்பி வந்து அவளைத் திருமணம் செய்வதாக உறுதி செய்திருந்தான். அவளும் காத்திருந்தாள். தன் தந்தை உறங்காப்புலி எப்படியும் அவனையும் மற்ற வீரர்களையும் மீட்டு வருவார் என்று சோணைக்கருப்புக் கோயிலின் ஆலமரத்தில் சாய்ந்திருந்தாள். அவள் தாய் மூக்காயி அவளைத் தேடி வந்தாள்.

'கழுத மேய்க்க வந்தவ, உழுத காட்ல மொசக்குட்டி பெத்தாளாம். நீ என்னடி இங்க இருக்கிறவ? ஒன்ன ஊரெல்லாம் தேடி பாதி ஆயுசு ஓஞ்சு போச்சு!''

''ஆத்தா, ஐயா எப்ப வரும்?''

''அவருக்கு என்னடி சூரப்புலி... எட்டு நாட்டுல உண்டா அந்த மனுஷனுக்கு எணையான வாக்கும் வளரி வீச்சும்! நீ வீடு வந்து சேருத்தா.''

''நான் வாரேன். நீ போ.''

''இது என்னடி புதுசா கழுத சகவாசம்? எங்காந்து ஓட்டியாந்த?''

''அது எதோ தெச தெரியாமக்கூட ஓடியாந்துச்சு. துணைக்கு இருக்கட்டுமேனு நாலு பிரண்டையக் கிள்ளிப் போட்டேன்.''

''ஊருக்குள்ள எதுவும் ஆயுதம் புழங்கக் கூடாதுனு புது சட்டம் வந்தாலும் வந்துச்சு, எழவெடுத்த பயலுக வீடு வீடா பூந்து அருவாமன ஒலக்கையெல்லாம் அள்ளிக்கிட்டுப் போறானுங்க. என் ஒலக்க என்னடான்னா இங்க சோணக்கருப்பன் கோயில்ல குத்த வச்சு உக்காந்துருக்கு...''

மூக்காயி தன் கையில் வைத்திருந்த மன்னாங்கட்டிப் பலகாரத்தை மாயவனத்தின் கரங்களில் திணித்தாள்.

''திண்ணுக்கிட்டே வா போவோம்.''

''நீ போ ஆத்தா... நான் வாரேன்.''

மூக்காயி பெருமூச்சுவிட்டுக்கொண்டே நடந்து போனாள்.வீட்டுக்குத் திரும்ப மனமில்லாமல் மீண்டும் வட்டப்பாறைக்குச் சென்றாள் மாயவனம். மூக்காயி தந்த மன்னாங்கட்டியை பறவை தின்பதுபோல் கொத்திக் கொத்தித் தின்றாள். கட்டழகான கருத்தப் பிசாசுபோல புழுங்கிப்புழுங்கி ஆறு பொழுதுகள் அங்கேயே கழித்தாள்.

அடுத்தநாள் இரவு, 'வீடு திரும்பலாமா அல்லது தந்தையைத் தேடி காடு புகலாமா' என்று அவள் குழம்பிக்கொண்டிருந்தபோது கருவேலங்காட்டுக்குள் இருந்து பெரும்புழுதி கிளம்பி, வானுயர கோபுரம்போல் பரவிக்கொண்டிருந்ததைக் கண்டாள். கிடுகிடுவென எழுந்து திடியன் மலைக்கு ஓடினாள். உச்சியில் நின்று அவள் பார்த்தபோது வெகுதூரத்தில் அவள் தந்தை உறங்காப்புலி கம்பெனிப் படை வீரர்களைத் துரத்திக்கொண்டிருந்தார். அவர் வீசிய வளரியில் வீரர்களின் தலை துண்டாகி காடெங்கும் உருண்டோடிக் கொண்டிருந்தன. சரசரவென மலையை விட்டு இறங்கிய மாயவனம் காட்டுக்குள் ஓடினாள்.

குதிரையில் திரும்பிக்கொண்டிருந்த உறங்காப்புலி, திடியன் மலையடிவாரத்தை அடைந்தபோது ஆக்னஸ் எல்லைப்படையோடு காத்திருந்தான். காட்டுக்குள் ஓடிவந்த மாயவனம் பதற்றத்தில் வழி தவறிச் சென்றபோது எங்கோ துப்பாக்கி வெடித்தது. சத்தம்

வந்த திசை நோக்கி விறுவிறுவென ஓடினாள். மீண்டும் ஒரு வெடிச்சத்தம். அவள் நெருங்கிவிட்டாள். அங்கே குண்டடிப்பட்ட ஒரு குருவி இரண்டாகப் பிய்த்தெறியப்பட்டு தரையில் கிடந்தது.

தோள்பட்டையில் ரத்தம் வழிய வழிய கையில் குறுவாளோடு ஆக்னஸை நோக்கி முன்னேறிக்கொண்டிருந்தார் உறங்காப்புலி. அந்தக் காட்சிகளைப் பத்தடி தூரத்தில் இருந்து கண்ட மாயவனம் இரண்டு கைகளையும் உயர்த்தி 'யாத்தே' என்று அலறினாள். அவளுக்குப் பின்னால் இருபது அடி தூரத்தில் யாரோ ஒருவன் நெற்றியில் ரத்தக் காயத்தோடு வேகமாக ஓடி வந்தான். உறங்காப்புலியின் மார்பைக் குறி வைத்து கர்னல் ஆக்னஸ்ஸின் துப்பாக்கியில் இருந்து மூன்றாவது குண்டு புறப்பட்டது!

யூனிட் 613

சென்னையின் துணை நகரமான திருமழிசையில், இணையவெளி குற்றப்பிரிவு ஆவணக் காப்பகத்தில் சின்னமாயன், நெய்தல், கணிதன் மற்றும் நெபுலா சிறப்புப் படையில் புதியதாகப் பணியில் சேர்ந்த இளம் வீரர்கள் வெவ்வேறு அறைகளில் யூனிட் 613 குறித்து தகவல்களைச் சேகரித்துக்கொண்டிருந்தனர்.

ஆவணக் காப்பகத்தின் அறைகள், கோப்புகளோ கணினிகளோ இல்லாத அறைகளாக வடிவமைக்கப்பட்டிருந்தன. ஓர் அதிகாரி ஓர் அறைக்குள் நுழைந்ததும் அவருடைய மூளையின் நியூரோகார்ட் அந்த அறையின் தரவு அலைகளோடு இணைக்கப்படும். அவர் எதைத் தேடி வந்திருக்கிறார் என்பதை அவர் ஆழ் மனதில் இருந்து உள்வாங்கும் தரவு அலைகள், அது குறித்த செய்திகளை மின்மினி குமிழிகளாய் காற்றில் வெளியிடும். அறையெங்கும் அந்த பல்வண்ணக் குமிழிகள் உருவாகி கண்ணாடிப்பூச்சிகளைப்போல் அலைந்துகொண்டிருக்கும். அவை கலையாது; உடையாது. ஒவ்வொரு குமிழியும் ஓர் ஆவணம். அந்த ஆவணத்தின் பெயரும் எண்ணும் அந்த குமிழியின் மீது எழுதியிருக்கும். ஒரு குறிப்பிட்ட குமிழியைத் தொட்டதும் அதற்குள் இருக்கும் தகவல்கள் வெடித்து

கபிலன் வைரமுத்து | 83

அறையின் மையத்தில் இருக்கும் வெள்ளைத்திரையில் காட்சிகளாகத் தெறிக்கும். குமிழிகளைப் படிக்கப் போதிய பயிற்சி இல்லாத புதிய வீரர்களை மூத்த அதிகாரி கணிதன் வழிநடத்திக்கொண்டிருந்தார்.

சின்னமாயனும் நெய்தலும் தீவிர பாதுகாப்புக்குட்பட்ட தனி அறையில் தங்கள் தேடல்களைத் தொடங்கியிருந்தனர். அங்கே குமிழிகள் அனைத்தும் சிவப்புநிறத்தில் காணப்பட்டன. இருவரும் பல குமிழிகளை உடைத்து உடைத்துத் தகவல்களை ஆராய்ந்துகொண்டிருந்தனர். நெய்தலின் மார்பில் கிடந்த ஒரு குமிழியை உடைக்க சின்னமாயன் முயற்சித்தபோது அவளே அதை உடைத்துக் கொடுத்தாள். மிக உயரத்தில் இருந்த குமிழிகளை உடைக்க நெய்தலுக்கு சின்னமாயன் தேவைபட்டான். அவனை அழைக்காமல் அவளே முயற்சித்தபோது சின்னமாயன் அவளின் அனுமதி இல்லாமல், அவளது இடையைச் சுற்றி இறுகப் பற்றி அவளை உயரத் தூக்கி உதவினான். காலையில் தொடங்கி மாலை வரை தொடர்ந்த அந்தத் தேடலில் சின்னமாயன் சோர்ந்து போனான். நெய்தல் ஒரு குமிழியும் விடாமல் படித்துக்கொண்டிருந்தாள். இருண்ட பாதையின் இறுதியில் அவளுக்கு ஓர் ஒளிக்கீற்றுத் தட்டுப்பட்டது.

''சின்னமாயன், இத பாரேன்..!''

நெய்தல் ஒரு குமிழியைத் தன் ஆட்காட்டி விரலால் அழுத்தினாள். அது உடைந்து அதன் தகவல்கள் வெள்ளைத்திரையில் தெறித்தன. அது பத்து ஆண்டுகளுக்கு முன் வந்த ஒரு பத்திரிக்கைச் செய்தி.

யூனிட் 613ஐச் சேர்ந்த ஐந்து பேர் குழு, ஸ்டீபன் ஹாகிங் பல்கலைக்கழகத்தில் படித்து வந்திருக்கின்றனர். நிர்வாகம் அவர்களுடைய பின்னணியைத் தெரிந்துகொள்வதற்கு முன் அவர்கள் கல்வி ஆண்டுகளை முடித்து புறப்பட்டுவிட்டனர். கல்விக் காலத்தில் பல்கலைக்கழகத்தின் சலுகைகளைப் பயன்படுத்தி அவர்கள் ஒரு கால ரயிலை உருவாக்கியிருக்கிறார்கள்.

அதே செய்தி தொடர்பான அடுத்தடுத்த குமிழிகள் நெய்தலின் கன்னத்துக்கு அருகே வந்து அவளின் தீண்டலுக்காகக் காத்திருந்தன. அவள் ஒவ்வொன்றாய் உடைக்க உடைக்க வெள்ளைத் திரையில் எழுத்துகளும் காணொளிகளும் ஓடிய வண்ணம் இருந்தன!

பாரத ஒன்றிய அரசின் 'வீர் ஜடாயு' என்ற கால ரயிலின் லட்சண கோப்புகளைக் களவாடியதாகச் சொல்லப்பட்ட ஜார்ஜ் மெக்லூஹன் மற்றும் மைக்கேல் கேசல்ஸ் என்ற யூனிட் 613ஐ சேர்ந்த அதே இளைஞர்கள்தான், ஸ்டீபன் ஹாகிங் பல்கலைக்கழகத்தில் கால ரயிலை வடிவமைத்திருக்கிறார்கள் என்று ஒரு புலனாய்வு அறிக்கை திரையில் ஓடியது.

''நித்திலன் ஐயா சொன்னது இவங்களத்தானா நெய்தல்?''

''அவர் சொன்னது இந்த பசங்களத்தான். ஆனா, இவங்க இதுவரைக்கும் நெபுலாவ அட்டாக் பண்ணது இல்லையே. நாம எதுக்காக இவங்க பின்னாடி போகணும்?''

''நெய்தல், நாம இந்தக் குமிழிகளப் படிக்கப் படிக்க மேலும் மேலும் யூனிட் 613 பத்திய குமிழிகள்தான் உருவாகும். அது அந்த இளைஞர்களுடைய நாய், பூனை, காதலினு மேலும் மேலும் உள் நோக்கிப் போகும். இது ஒரு பழைய அல்காரிதம். மனதளவில் கொஞ்சம் வெளிய வந்து தேடு...''

''என்னால முடில சின்னமாயன். ஐயம் டையர்ட்!''

நெய்தல் நாற்காலியில் அமர்ந்து மேசையில் தலை சாய்த்தாள்.

சின்னமாயன் அறையை விட்டு வெளியேறினான். கணிதனும் மற்ற வீரர்களும் இருக்கும் அறைக்குள் நுழைந்தான். அவர்கள் மீட்டாவின் ஹீரோ ஏஜென்ட்ஸ் குறித்து தேடிக்கொண்டிருந்தார்கள். இதுவரை உலக இணைய கட்டமைப்புகளை அதிர்ச்சிக்குள்ளாக்கிய பல்வேறு வழக்குகளையும் அதில் பங்காற்றிய ஹீரோ ஏஜென்ட்ஸ் குறித்தும் குமிழிகள் உருவாகி அவை வீரர்களின் விரல் பட்டு தெறித்து செய்திகளாகவும் காட்சிகளாவும் ஓடிக்கொண்டிருந்தன.

கணிதன் உண்டு மீதி வைத்திருந்த செம்பருத்திக் கூழை சின்னமாயன் சுவைத்துக்கொண்டிருந்தான். அப்போது திரையில் பார்த்த ஒரு நிழற்படம் அவன் கவனத்தைக் கவர்ந்தது. மெக்சிக்கோவைச் சேர்ந்த ஹீரோ ஏஜென்ட்ஸ் இருவர் காங்கோ நாட்டில் உள்ள மின்தகடு நிறுவன அதிகாரிகளோடு ஒரு தேநீர் விடுதியில் அமர்ந்து கலந்தாலோசிக்கும் படம். அதை பார்த்ததும்

சின்னமாயன் மனதில் சட்டென புதிய குமிழிகள் உருவாயின. அவன் நெய்தல் இருந்த அறைக்கு ஓடினான்.

அவன் மனம் யூனிட் 613 என்ற அமைப்பு வேறு மாறுபட்ட அமைப்புகளோடும், நிறுவனங்களோடும் கொண்ட தொடர்பு பற்றி சிந்தித்தது. அது தொடர்பான குமிழிகள் எழுந்தன. மேசையில் சாய்ந்திருந்த நெய்தல் நிமிர்ந்து உட்கார்ந்தாள். சின்னமாயன் குமிழிகளை உடைக்கத் தொடங்கினான். அதில் யூனிட் 613ஐ சேர்ந்தவர்கள் உலகம் முழுக்க இருக்கும் ஹீரோ ஏஜென்ட்ஸுக்குப் பல்வேறு ரகசிய சேவைகளை வழங்கியதற்கான ஆதாரங்கள் நிழற்படங்களாகவும், விசாரணை அறிக்கைகளாகவும் ஒன்றன் பின் ஒன்று பளிச்சிட்டன.

''நெய்தல், பாத்துக்கிட்டு இருக்கியா?''

''ம்ம்...''

''நாம தேடிக்கிட்டு இருக்கிறது ஒரு அமைப்பு இல்ல. ஒரு கூட்டமைப்பு.''

''புரியல. கயல் 18 குழாய ஊடுருவ வந்தது யூனிட் 613வோட ஏஜென்ட்டா இருக்கும்னு சொல்றியா?''

''இல்ல நெய்தல். அதுக்கு வாய்ப்பில்ல. அது ஒரு ஹீரோ ஏஜென்ட்டாதான் இருக்க முடியும்.''

''எப்படிச் சொல்ற?''

''யூனிட் 613 இணையவெளிய விட்டு வரமாட்டாங்க. கடல்ல குதிச்சு ஒரு குழாய ஊடுருவற உடல் ரீதியான சாகச வேலையெல்லாம் அவங்க என்னிக்குமே நேரடியா செஞ்சது கிடையாது. அதனாலதான் சொல்றேன். வந்தது ஒரு ஹீரோ ஏஜென்ட்தான்... ஆனா...''

''ஆனா..?''

''அவன் கொண்டுவந்த ஓஷன் டீப் மீட்டர், யூனிட் 613 மூலமாதான் அவனுக்குக் கிடச்சிருக்கும். இது ஒரு கூட்டு நடவடிக்கை.''

நெய்தல், சின்னமாயனை உற்றுப் பார்த்தாள். அவன் கருத்தை அவளால் மறுக்க முடியவில்லை. ஆனால் புதிய கேள்விகளை அவளால் தவிர்க்க முடியவில்லை.

'குறும்பனைத் தீவுல நித்திலன் ஐயா பாத்ததா சொன்ன அந்த ஹைப்பர்போலிக் டிராக் - அந்த வாசன - அது யூனிட் 613 தானா? அவங்க அங்க ஒரு கால ரயில உருவாக்கறாங்களா?''

''இருக்கலாம்...''

''அங்க அப்படி ஒரு கால ரயிலுக்கான தேவை..?''

''நெய்தல், நான் மறுபடியும் சொல்றேன். ரயில உருவாக்கிறது மட்டும்தான் அவங்க வேலயா இருக்கும். அதுல பயணிக்கப் போறது ஒரு ஹீரோ ஏஜென்ட்டா இருக்கலாம். அவன் யாரு? அது என்ன பயணம்? எதுக்காக? அதையெல்லாம்விட எனக்கு இருக்கிற பெரிய கேள்வி, அதுக்கும் நெபுலாவோட பாதுகாப்புக்கும் நெருக்கமான தொடர்பு இருக்கிறதா நித்திலன் சொன்னார்? அது என்ன?''

அறையின் குமிழிகள் அமைதி காத்தன.

''நாம ஏன் நாளைக்கே அந்தத் தீவுக்குப் போகக் கூடாது மாயன்?''

''அதுக்கு அவ்வளவு சுலபமா அனுமதி கிடைக்காது நெய்தல். ஆயிரத்தெட்டு அப்ரூவல் வாங்கணும்.''

ஆவணக் காப்பகத்தின் தரவு அலைகளில் இருந்து தன் நியூரோ செயலிகளைத் துண்டித்துவிட்டு நெய்தலும் சின்னமாயனும் வெளியேறினார்கள். பக்கத்து அறையில் பேரிரைச்சல். கணிதன் அறையில் இருந்த இளம் வீரர்கள் ஐ.பி.எல். தொடரை ஏழு ஓவர்களாக குறைத்தது சரியா என்று கடுமையான விவாதத்தில் இறங்கியிருந்தனர். மூன்று மாதத்துக்கு ஒரு ஐ.பி.எல். போட்டி நடைபெறவிருப்பதால் இது சரிதான் என்று கணிதன் தீர்ப்பு சொல்லிக்கொண்டிருந்தார்.

சின்னமாயனின் சீருந்து திருமழிசையின் ஆகாய மேம்பாலத்தில் ஏறியபோது...

மழை பெய்யத் தொடங்கியது. மேம்பாலத்தின் வலது பக்கம் 'அளவான போதைப்பொருள் - அழகான சமூகம்' என்ற பலூன் விளம்பரம் காணப்பட்டது. இடதுபக்கம் 'நாம் இருவர் - நமக்கு ஐவர்' என்று ஏழு நபர் குடும்பம் வானத்தில் அங்கும் இங்கும் ஓடி விளையாடும் விளம்பரம் ஒளிபரப்பாகிக்கொண்டிருந்தது.

சின்னமாயனுக்கு அருகில் அமர்ந்திருந்த நெய்தல் ஆழ்ந்த யோசனையில் இருந்தாள். அவள் கொதிநிலையை மாற்ற சின்னமாயன் நினைத்தான். அவனது நியூரோ எண் சீருந்தின் செயலியோடு இணைக்கப்பட்டிருந்ததால் அவன் எண்ணப்படி சீருந்தின் ஜன்னல்கள் திறந்தன. இருவர் மீதும் மழைத்துளிகள் தெறித்தன. நெய்தல், தன் கையை வெளியே நீட்டி சுட்டு விரலால் மழைத்துளிகளை உடைத்துக்கொண்டே வந்தாள். அவை எந்தவொரு தகவலாகவும் மாறாமல் இருந்தது அவளுக்குப் பிடித்திருந்தது.

வழி மாறிய நரி

கி.பி.1655இல் உரப்பனூரைச் சேர்ந்த திருமலை பின்னத்தேவன் என்பவரை எட்டு நாடுகளின் தலைவராகப் பட்டங்கட்டி திருமலை நாயக்கர் ஒரு பட்டயத்தை வழங்குகின்றார். அதன்படி நாடு எட்டுக்கும் கம்பளி விரித்து நீதிபரிபாலனம் செய்கின்ற அதிகாரம் திருமலை பின்னத்தேவருக்கு அளிக்கப்படுகின்றது. அயர்லாந்து ஆராய்ச்சி மாணவர்களிடம் இருந்து மீட்டா கூடம் இந்தத் தகவலைப் பெற்றது. 1655க்கு முன் எட்டு நாடுகள் அமைப்பு இருந்ததற்கான சான்றுகள் அவர்களுக்குக் கிடைக்கவில்லை. எனில் மாக்கியவெல்லி உளவு பார்க்கப் போய்வர வேண்டிய காலமும் இடமும் இதுதான் என நிர்ணயமாகிவிட்டன. எட்டு நாடுகளுக்கும் நெபுலா அமைப்புக்கும் உள்ள தொடர்புகளை புரிந்துகொள்ள மாக்கியவெல்லியும் துடிப்போடு காத்திருந்தான்.

பயணத்துக்கான ஆயத்தப் பணிகள் எழுகுறும்பனைத் தீவில் தொடங்கின. தீவுக்கு வந்த முதல் நாளே ஸ்பார்ட்டா என்ற குள்ளநரியின் அறிமுகம் கிடைத்தது மாக்கியவெல்லிக்கு. சாம்பல் நிறத்தில் இருந்த ஸ்பார்ட்டா யூனிட் 613இன் மேற்பார்வையில் நாவல்மரக் காட்டுக்குள் உருவாகிக்கொண்டிருந்த

கால ரயிலின் ஹைப்பர்போலிக் தண்டவாளங்களை அடிக்கடிக் கடித்து வைக்கிறது என்று அதை அங்கிருந்த ஊழியர்கள் விரட்டி அடித்தனர். மாக்கியவெல்லி அந்த நரியைத் தன் கூடாரத்துக்குள் அழைத்து அதற்கு ஆணைகளைப் பின்பற்றும் பயிற்சிகளை அளித்தான். அதற்கு மீட்டா பல்லுயிர் பிரிவுப் பயிற்சி முறைகளைக் கையாண்டான். அனுதினம் அதோடு விளையாடினான். மாக்கியவெல்லியிடம் இருந்த கிளிப்பச்சை மிருது பந்துகள் ஸ்பார்ட்டாவுக்கு மிகவும் பிடித்துப்போனது. அதை காட்டுக்குள் உருட்டி விளையாடியது. மிருது பந்தைக் கவ்வ வந்த காட்டுப்பூனைகளையும் மரங்கொத்திகளையும் ஸ்பார்ட்டா துவம்சம் செய்தது. ஒரு சில வாரங்களில் மாக்கியவெல்லியின் “ஸ்பார்ட்டா” என்ற அழைப்புக்காக குள்ளநரி ஏங்கியது. காட்டில் திரிந்து பறவைக்குஞ்சுகளையும், பாம்புகளையும் அள்ளி வந்து ஸ்பார்ட்டாவுக்கு விருந்து வைத்தான். இருவரும் சேர்ந்து முயல்வேட்டை ஆடி உண்டு களித்தனர். இரவு நேரங்களில் மாக்கியவெல்லி தன் பயணத்துக்கான தயாரிப்புப் பணிகளில் ஈடுபட வேண்டியிருந்தது. நள்ளிரவுக்கு மேல் ஸ்பார்ட்டா, தீவின் தெற்குப் பகுதியில் இருக்கும் தன் குகைக்குச் சென்றுவிடும்.

ஒருமுறை அதிகாலை நீண்ட நேரமாகியும் ஸ்பார்ட்டாவைக் காணவில்லையே என மாக்கியவெல்லி தேடிச் சென்றபோது ஸ்பார்ட்டாதன்தோழமைநரிகளோடுவிளையாடிக்கொண்டிருந்ததை மாக்கியவெல்லி பார்த்தான். ஏனோ அவனுக்கு அந்தக் காட்சி பிடிக்கவில்லை. அவன் திரும்பிவிட்டான். அவன் நடந்துகொண்டிருந்தபோது ஒரு கருஞ்சிறுத்தை அவனைத் தாக்க முனைந்தது. அதைப் பார்த்துவிட்ட ஸ்பார்ட்டா தன் கூட்டத்தோடு திரண்டு வந்து கருஞ்சிறுத்தையை விரட்டி மிரண்டோடச் செய்தது.

பாரத ஒன்றியத்தின் ‘சந்தேகத்துக்குரிய குடிமக்கள்’ளுக்கான முகாம்கள்நாட்டின்வெவ்வேறு பகுதிகளில் உருவாக்கப்பட்டிருந்தன. இவர்கள் யாவரும் தங்களை பாரத் ஒன்றியத்தின் பூர்வகுடிகள் என்று உறுதிப்படுத்த முடியாத புலம் பெயர்ந்த சமூகத்தைச் சேர்ந்தவர்கள். அரசு எதிர்பார்க்கும் ஆவணங்களை இவர்கள் சமர்ப்பிக்காததால் மைய நீரோட்டத்தில் இருந்து துண்டிக்கப்பட்டு தனி வாழ்விடங்கள் தரப்பட்டவர்கள். குறும்பனை தீவிலும் அப்படி ஒரு முகாம் நகர் அமைக்கப்பட்டிருந்தது. அதில் ஒரு

கூடாரத்தில்தான் மாக்கியவெல்லி தங்கியிருந்தான். குறும்பனை தீவுக்கு வர அவனுக்கு உரிய அனுமதி வழங்கப்படவில்லை. அனுமதி வாங்குவதை விட அகதியாவது எளிதாக இருந்தது.

''நீ இந்த ரயிலை இயக்கப் போவதில்லை. ஆனாலும் இதையெல்லாம் நீ தெரிந்துகொள்ள வேண்டும்.''

ரிவெர்ஸ் எண்ட்ராபி குறித்த கணிதச் சூத்திரங்களை மாக்கியவெல்லிக்கு பதினைந்து வயது அம்ரிஷ் பூஜாரி மற்றும் அவன் வல்லுனர் குழு விளக்கிக்கொண்டிருந்தார்கள். அவன் யூனிட் 613யிடம் கல்வி கற்றவன்.

''இந்தக் கால ரயில் காவி யோகிகளின் எண்ணங்களால வழி நடத்தப்படுவதா படிச்சிருக்கேன். அப்படி யாரையும் இங்க பாக்க முடியலையே அம்ரிஷ்.''

மாக்கியவெல்லி சுற்றிமுற்றிப் பார்த்ததைப் பார்த்து அருகில் நின்றிருந்த ஸ்பார்ட்டாவும் அதைச் செய்தது - தானே ஒரு யோகி என்பதைப் புரிந்துகொள்ளாமல்.

''யோகிகளுக்கு விலை கொடுத்து கட்டுப்படியாகவில்லை. அதான் யோகச் சிந்தனை ஓட்டத்தின் கணினி மாதிரிகளை உருவாக்கிட்டோம். இனி அவங்க தேவை இல்லை.''

அவர்கள் எப்போதுமே தேவையில்லை என்பது போல குள்ளநரி பார்த்தது.

''இந்த ரயில் வீர் ஜடாயுவோட மாடல்தான?''

''இல்ல மாக்கியவெல்லி. அப்படி இருந்தா நீ எப்படி 1655க்குப் போக முடியும்? வீர் ஜடாயு 200 வருடங்கள் மட்டும்தான் பின்னோக்கிச் செல்லும். இந்தக் குறும்பனை ரயில் 600 ஆண்டுகள் வரை பின்னோக்கிச் செல்ல முடியும்!''

ஒரு நவீன காட்டெருமையின் வடிவில் இருந்த ரயிலின் பெட்டிகளுக்குள் மாக்கியவெல்லி அழைத்துச்செல்லப்பட்டான். ஸ்பார்ட்டாவும் உடன் சென்றது. ஒவ்வொரு அறையும் ஒரு புல்வெளி சூழ்ந்த சிறு குடில்போல் அமைக்கப்பட்டிருந்தன.

ரயில் தற்போது எந்தக் காலகட்டத்தில் சென்றுகொண்டிருக்கிறது என்பதை அறிவிக்கும் மின்னணு திரை குடிலின் மேற்பகுதியில் காணப்பட்டது.

''எதுக்கு இத்தனைப் பெட்டிகள் அம்ரிஷ்?''

''இந்த ரயில்ல நீ மட்டும் பயணிக்கல. வெவ்வேறு பெட்டிகளில், வெவ்வேறு காரியங்களுக்காக, வெவ்வேறு காலத்துக்குப் பலரும் பயணிக்கிறார்கள். உனக்கு முன்னால் சிலர் இறங்கிக்கொள்வார்கள். உனக்குப் பின்னும் சிலர் பயணிப்பார்கள்...''

''அவங்கெல்லாம் யாருனு நான் தெரிஞ்சுக்கலாமா?''

''பின்னோக்கிப் போறது உலகம் முழுக்க எல்லா நாடுகளுக்கும் ஒரு பெரும் தேவையாக இருக்கிறது. அதுவும் அவரவரோட கடவுளைக் கண்டுபிடிக்கிற முயற்சி முன்னவிட இப்ப தீவிரமா இருக்கு. அவங்களுக்குத்தான் நிறைய பெட்டிகள் ஒதுக்கப்பட்டிருக்கு.''

எல்லா பெட்டிகளும் ஒரு சவப்பெட்டியை நோக்கித்தான் செல்கின்றன என்பதுபோல் ஸ்பார்ட்டா ஊளையிட்டுச் சிரித்தது.

''இந்தக் காட்டுக்குள்ள எப்படி இந்தக் கட்டமைப்ப உங்களால உருவாக்க முடிஞ்சுது?''

''பொதுமக்களுக்கு இது கால ரயில்னு தெரியாது. இந்த இடம் பேராய்வு பொருளாதார மண்டலமா பதிவாகியிருக்கு. மூன்று நாட்டு அரசுகள் இதுல சம்மந்தப்பட்டிருக்கு. இங்க கால ரயில் அமைக்கப்படறதுல அவங்களுக்கும் நன்மை இருக்கு. அனுமதியை வழங்க சட்டத்துல இடம் இல்லாதபோது அவங்க அலட்சியத்தை நமக்கு வழங்கறாங்க. அது போதும்.''

மாக்கியவெல்லி பெட்டிகளை விட்டு இறங்கினான்.

''நாளை காலை 9:00 மணிக்கு குறும்பனை கால ரயில் புறப்படுது. நீ கேட்ட மாதிரி உன் நரியையும் கூட அழைத்துச் செல்ல உனக்குச் சிறப்பு அனுமதி வழங்கப்பட்டிருக்கு.''

''நன்றி!''

ஸ்பார்ட்டாவோடு அவன் கூடாரத்துக்குத் திரும்பினான். மீட்டாவோடு அவனுக்கு நீண்டதொரு சந்திப்பு நிகழ்ந்தது. காலம் தாண்டி பேசக் கூடிய செவிக்கருவிகள் குறித்து அவனுக்கு

விளக்கப்பட்டன. லிங்கா உருவாக்கிய நண்டு வடிவிலான அதர்வாணா எந்திரம் அவனுக்கு வழங்கப்பட்டிருந்தது. ஆனால் லிங்கா வழிமுறையில் பறவைகளின் சிறகடிப்பில் இருந்து அலைவரிசை எடுத்துப் பேச வேண்டியதில்லை. மலைக்குகைகளின் இருள் துகள் வழி நிகழ்கால நியூட்ரினோ அலைகளோடு தொடர்பு கொண்டு பேசும் வண்ணம் அந்த நண்டு வளர்ச்சி அடைந்திருந்தது.

அதிகாலை 9:00 மணிக்கு பொன் வெள்ளைப் புழுதியோடு குறும்பனை ரயில் புறப்பட்டது.

மாக்கியவெல்லி ஒரு சராசரி ரயிலுக்கான மரியாதையைக்கூட அந்தக் கால ரயிலுக்குத் தரவில்லை. நெபுலா குறித்த கட்டுரைகளை வாசித்துக்கொண்டே நாற்காலியில் சாய்ந்துகொண்டான். ஸ்பார்ட்டா இருக்கையில் ஏறி ஜன்னல் வழி வேடிக்கை பார்த்துக்கொண்டிருந்தது. ஒரு பயணத்தைப் பற்றிய எந்த அறிவும் இல்லாத குதூகலத்தில் அது இருந்தது.

மணித்துளித் தகடுகளுக்கு காலவூற்று நிரப்ப நள்ளிரவு நேரம் ரயில் ஒரு நிறுத்தத்தில் நின்றது. கதவுகள் திறக்கப்பட்டன. அதுவரை குடிலுக்குள் புல்வெளியைக் குதறிக்கொண்டிருந்த ஸ்பார்ட்டா துள்ளிக் குதித்து வெளியே தாவியது. தன் தோள்பையைக்கூட கழற்றாமல் அரைத் தூக்கத்தில் இருந்த மாக்கியவெல்லி கண்களை கசக்கியபோது ஸ்பார்ட்டா ரயிலுக்கு வெளியே நின்றிருந்தது. மாக்கியவெல்லி "ஸ்பார்ட்டா" என்று அழைத்துக்கொண்டே எழுந்தான். நரி வேகமாக ஓடியது. மாக்கியவெல்லியும் ரயிலை விட்டுக் குதித்தான்.

"ஸ்பார்ட்டா நில்லு" - மாக்கியவெல்லியால் அதன் வேகத்துக்கு ஈடுகொடுக்க முடியவில்லை. அவன் வெகுதூரம் வந்துவிட்டான். ஸ்பார்ட்டாவைக் காணவில்லை. கால ரயில் புறப்படும் சத்தம் கேட்டது. காட்டுக்குள் ஓடிய ஸ்பார்ட்டா கண்களுக்குத் தென்படவில்லை. மாக்கியவெல்லி மீண்டும் ரயிலை நோக்கி ஓடினான். அவன் நெருங்கியபோது அது வேகமெடுத்தது. ரயிலை நிறுத்தச் சொல்லி 'ஹேய்...' என்று அலறினான். கால ரயில் நிற்கவில்லை. யாருக்காகவும் காத்திருப்பது அதன் இயல்பில்லை.

மூன்றாவது தோட்டா

தான் இறங்கிய இடமோ காலமோ மாக்கியவெல்லிக்குத் தெரியவில்லை. அடர்ந்த இருளில் ‘ஸ்பார்ட்டா’ என்று அழைத்துக்கொண்டே அவன் முன்னேறியபோது ஒரு முட்புதரில் தடுக்கி விழுந்தான். கல்லும் முள்ளும் அவன் நெற்றியில் கீறி ரத்தம் கசியத் தொடங்கியது. அவன் சமாளித்துக்கொண்டு எழுந்தபோது, தூரத்தில் ராட்சஸ யானையைப்போல் வீற்றிருந்த திடியன் மலையையும் அதையொட்டி வளர்ந்த கருவேலங்காட்டையும் நிலா வெளிச்சம் அவனுக்குக் காட்டியது. அந்த அடிவாரத்துக்குத்தான் ஸ்பார்ட்டா ஓடியிருக்கவேண்டும் என்ற அனுமானத்தில் அவன் மலையை நோக்கி நடந்தான்.

முட்புதர்களைக் கடந்து மலையை அவன் நெருங்கியபோது மடார் மடாரென எறிகுண்டுகள் வெடிக்கும் சத்தம் அவன் காதைப் பிளந்தது. காட்டுக்குள் இருந்து புழுதி பறந்து வானுயர வளர்ந்துகொண்டிருந்தது. பாறைகளில் ஊன்றி செடிகொடிகளைப் பிடித்து மலையின் உச்சியை அடைந்தான். அங்கிருந்து பார்த்தபோது காட்டுக்குள் இருதரப்பினரிடையே ஏதோ கலவரம் மூள்வதாய் உணர்ந்தான். அவர்களில் சிலர் சிவப்புச் சீருடையில் சிப்பாய்களைப்போல்

காணப்பட்டனர். மலையில் இருந்து கிழக்குப் பக்கம் பார்த்தபோது தூரத்தில் ஒரு கீரிப்பிள்ளையோடு சண்டையிட்டுக் கொண்டிருந்தது ஸ்பார்ட்டா. மாக்கியவெல்லி கடகடவென மலையை விட்டு இறங்கி காட்டுக்குள் ஓடினான்.

ஸ்பார்ட்டாவோட சண்டையிட்டுக் கொண்டிருந்த கீரியை மாக்கியவெல்லி அடித்துத் துரத்தினான். ஸ்பார்ட்டா நிற்கவில்லை. அது சாமி இறங்கியதுபோல் சிலிர்த்துக்கொண்டு மீண்டும் ஓடத் தொடங்கியது. ஏற்கெனவே ரயிலைத் தவறவிட்ட குழப்பத்தில் இருந்த மாக்கியவெல்லிக்கு கடுங்கோபம் வந்தது. 'ஸ்பார்ட்டா நில்லு' என்று அதட்டல் குரலில் அவன் சொன்னபோது ஸ்பார்ட்டா திரும்பிப்பார்த்து சிரித்துவிட்டு மீண்டும் ஓடியது. அது காடு மேடுகளைத் தாண்டி ஓடியும் மாக்கியவெல்லி விடாமல் பின் தொடர்ந்தான்.

நீண்ட தூரத்தைக் கடந்தபோது இப்போது ஸ்பார்ட்டாவுக்கு முன்னால் பெரும் பதற்றத்தோடு மாயவனம் என்ற பெண் ஓடிக்கொண்டிருந்தாள். அவளுக்குப் பின்னால் மாக்கியவெல்லி நெற்றியில் ரத்தக் காயத்தோடு மூச்சிரைக்க வந்துகொண்டிருந்தான்.

கர்னல் ஆக்னஸ் உறங்காப்புலியை நோக்கிச் சுட்ட முதல் குண்டு அவர் தலைக்கு மேல் பாய்ந்து மரத்தில் அமர்ந்திருந்த குருவியைத் தாக்கியது. குருவி இரண்டாகப் பிளந்து தரையில் விழுந்தது. இரண்டாவது குண்டு உறங்காப்புலியின் தோள்பட்டையைத் துளைத்தது. அதைப் பார்த்த மாயவனம் 'யாத்தே' என அலறினாள். எதற்கும் அசராத உறங்காப்புலி தன் விரிந்த தலைமுடியை வாரி முடிந்து கையில் குறுவாளோடு ஆக்னஸ்ஸை நோக்கிப் பாய்ந்தார். அவன் உறங்காப்புலியின் மார்புக்குக் குறிவைத்துச் சுட்டான். அப்போது, கண் இமைக்கும் நேரத்தில் குள்ளநரி ஸ்பார்ட்டா இருவருக்கும் இடையே திடுக்கெனத் தாவியது. ஆக்னஸ் துப்பாக்கியில் இருந்து புறப்பட்ட குண்டு ஸ்பார்ட்டாவின் முதுகில் பாய்ந்தது. அது துடிதுடித்து தரையில் விழுந்தது.

உறங்காப்புலி தன் குறுவாளால் ஆக்னஸின் குரல்வளையைக் கீறினார். அவன் அரைச் சீவனாய் தரையில் சாய்ந்தான். கம்பெனியின் எல்லைப்படை வீரர்களைக் குடிபடை வீரர்கள் தங்கள் வேல் கம்புகளால் தாக்கினர். அவர்களின் துப்பாக்கிகளையும்

கைப்பற்றினர். மாயவனம் தன் சீலையைக் கிழித்து உறங்காப்புலியின் தோள்பட்டையைச் சுற்றி இறுகக் கட்டினாள்.

மண்ணில் துடித்துக்கொண்டிருந்த ஸ்பார்ட்டாவை மாக்கியவெல்லி நெருங்கினான்; மண்டியிட்டான். அவன் உடல் நடுங்கியது. திரும்பிப் பார்த்தான். விறுட்டென்று எழுந்து ஓடிச்சென்று தரையில் கிடந்த ஆக்னஸ் மீது பாய்ந்தான். அவன் உயிர் அவன் கண்களில் தேங்கி வெளியே வழிய காத்துக்கொண்டிருந்தது. அருகில் கிடந்த புழுதி படிந்த நாட்டுத்துப்பாக்கியை எடுத்து ஆக்னஸ்சின் தலையில் ஓங்கி அடித்தான் மாக்கியவெல்லி. துப்பாக்கியை தூர எறிந்துவிட்டு ஆக்னஸ்சின் தலையை இடமும் வலமும் சுழற்றி சுழற்றி அவன் கழுத்தில் இருந்து அதை பிய்த்தெடுத்தான். தலையைக் கையில் பிடித்துவாறு வெறிகொண்டு கதறினான். அவன் கதறல் காடெங்கும் எதிரொலித்தது. பூச்சிகளும் புழுக்களும் அந்த அலறல் சத்தம் கேட்டு இங்யா முங்யா என கூடுகளுக்குள் ஓடி ஒளிந்தன. அந்த கோரக் காட்சியைக் கண்ட உறங்காப்புலியும் மாயவனமும் ‘இவன் யாரு புது வெள்ளக்காரன்’ என்பதுபோல ஒருவரையொருவர் பார்த்துக்கொண்டனர். நீண்ட நேரம் கதறி அழுத மாக்கியவெல்லி மயக்கமுற்று மண்ணில் சாய்ந்தான்.

உறங்காப்புலி, குண்டு பாய்ந்த தன் தோள்பட்டையைச் சமாளித்துக்கொண்டு நெல் மூட்டையைச் சுழற்றித் தூக்குவதுபோல மாக்கியவெல்லியைத் தூக்கி தன் தோளில் சுமந்துகொண்டார். மாயவனம் ஸ்பார்ட்டாவை தன் மார்போடு ஏந்திக்கொண்டாள். அது உயிருக்குப் போராடிக்கொண்டிருந்தது. அதன் துடிப்பு மாயவனத்தின் மார்புக்கூட்டுக்குள் பரவியது.

அப்பனும் மகளும் குடிபடை வீரர்கள் சூழ காட்டை விட்டு வெளியேறி வல்லாங்குளம் நோக்கி நடந்தனர். இரவின் இரத்தக் கறைகளை விழுங்கியும் விழுங்காமலும் திடியன் வானம் விடிந்தது.

2
சமணமுனியும் சகோதரக்குழாயும்

குறும்பனையில் கிடைத்தத் திறவு

எழுகுறும்பனையில் இயங்கி வந்த சந்தேகத்துக்குரிய குடிமக்கள் முகாமின் உயர் அதிகாரிகளோடு சென்னை காவல் ஆணையர் சிந்தா அமுதன் தொடர்புகொண்டார். நெபுலா, கயல் 18 ஊடுருவல் தொடர்பாக முகாமில் தங்கியிருக்கும் சோனு என்பவரை விசாரிக்க அனுமதி வழங்கக் கோரினார். ஐந்து வாரப் போராட்டத்துக்குப் பின் அந்த அனுமதி கிடைத்தது. ஆனால், விசாரணைக்கு ஒரு நபர் குழுவைத்தான் அனுமதிக்க முடியும் என்று திட்டவட்டமாகச் சொல்லியிருந்தனர். அதுவும் ஒன்றிய அரசின் நேரடி கண்காணிப்பில் இருக்கும் குறும்பனையின் கொரில்லா மாடங்களில் உள்ள ஓர் அறையில்தான் விசாரிக்க வேண்டும் என்பது கூடுதல் விதி. சிந்தா அமுதன் வட சென்னை ஆய்வாளர் கணிதனைத்தான் அந்த தீவுக்கு அனுப்புவதாக திட்டமிட்டிருந்தார். ஆனால் அந்த வாய்ப்பைத் தனக்கு வழங்கச் சொல்லி நெய்தல் கேட்டு வாங்கினாள். பயணிக்க வேண்டிய நாளில் நெய்தலுக்கு உடல்நிலை சரியில்லை. கடல் பயணம் அவள் விஷக் காய்ச்சலை மேலும் மோசமாக்கிவிடும் என்று மருத்துவர்கள் அறிவுறுத்தியதால் நெய்தலுக்கு வழங்கப்பட்ட அந்த வாய்ப்பு இறுதியாக சின்னமாயனுக்குச் சென்றது. குறும்பனைத் தீவில் அந்தி நிற குல்சா மலர்களைப்

பற்றி, தான் செய்துவைத்திருந்த முக்கியமான ஆய்வுக் குறிப்புகளை சின்னமாயனிடம் வழங்கினாள் நெய்தல். திரும்பி வருகையில் தனக்கு சில மலர்களைப் பறித்து வர வேண்டினாள்.

சென்னை, நுங்கம்பாக்கம் துறைமுகத்தில் இருந்து குறும்பனை துறைமுகத்தைப் பத்து மணி நேரத்தில் அடைந்துவிடலாம். எனினும் பயண இடைவெளி 48 மணி நேரமாக இருக்க வேண்டும் என்ற புதிய விதியைத் துறைமுகத்துக்கு வந்துதான் தெரிந்துகொண்டான் சின்னமாயன். கடல்வாழ் உயிரினங்களைப் பாதுகாக்க எந்திர வாகனங்களின் அதிர்வளவுகள் நிர்ணயிக்கப்பட்டிருந்தன. அதன் அடிப்படையில் இந்த இடைவெளி தேவைப்பட்டது. கடலில் துயில்கொண்டிருக்கும் மகாவிஷ்ணு உறக்கம் கலைந்துவிடக் கூடாது என்பதற்காக இத்தகைய விதிகள் உருவாகியதாகவும் ஒரு கருத்து உண்டு. கடவுளின் தயவால் கடல்வாழ் உயிரினங்கள் பிழைத்து வந்தன.

குறும்பனையை நோக்கிய இரண்டு நாட்கள் பயணத்தின்போது சின்னமாயனுக்கு கடலின் தரிசனம் முழுமையாகக் கிடைத்தது. நீருக்கு நினைவுண்டு என்று அவன் படித்திருக்கிறான். ஆனால், சின்னமாயனின் நினைவுகளைத்தான் நீர் பிரதிபலித்தது. அலையும் கடலைக் காணக் காண சின்னமாயனுக்கு தன் தந்தை சீனித்தேவன், அக்காள் போதும்பொண்ணு, மாமா மாயாண்டித்தேவர், தன் தோட்டத்தைக் காவல் காத்த ஆங்குத்தேவன், அங்கே சுற்றித் திரிந்த முள்ளெலி என ஒவ்வோர் உருவமாக மிதந்து மிதந்து மறைந்துகொண்டிருந்தன. கடல் முழுவதும் கடந்த காலத்தால் நிறைந்தாலும், கடலை வருடும் ஆகாயமாக நெய்தலின் காதல் அவனுக்குள் பரந்து விரிந்திருந்தது. ஒரு காலத்தை ஏற்றுக்கொள்ள ஒரு காதல் போதுமானது என்று அவன் தன்னை சமாதானம் செய்துகொள்வான்.

தன் சீரோ டார்கெட் கருநீலச் சீருடையோடு குறும்பனையின் துறைமுகத்தில் இறங்கினான். உள்ளூர் காவல்துறை கண்காணிப்பாளர் ராம்ஷா, சின்னமாயனை தன் வாகனத்தில் ஏற்றிக்கொண்டு காவல்துறை விடுதி நோக்கி தன் சீருந்தைச் செலுத்தினார். வழியெங்கும் அவன் கண்கள் நெய்தல் சொல்லி அனுப்பிய குல்சா மலர்களைத் தேடிக்கொண்டிருந்தன.

காவல்துறை ஓய்வுவிடுதியில் அன்றைய நண்பகலைக் கழித்துவிட்டு மாலை நேரம் கொரில்லா மாடப் பகுதியை வந்தடைந்தான். திறந்தவெளி மாடிகளாகக் காட்சியளித்த அந்தக் கட்டடங்கள் டெல்லி துணை ராணுவ அலுவலகத்தின் நேரடிக் கண்காணிப்பு வளையத்தில் இருந்தன. தேச விரோதச் செயல்களில் ஈடுபடுபவர்கள் ஆவணங்கள் அழிக்கப்பட்டு, சமூகத்தின் மைய நீரோட்டத்தில் இருந்து நீக்கப்பட்டு, குற்றக் குடிகளாக அறிவிக்கப்பட்டு, கொரில்லா மாடங்களுக்கு அழைத்து வரப்பட்டனர். குற்றம் ஏற்படுத்திய பாதிப்பின் அடிப்படையில் அவர்களுக்கு தண்டனைகள் வழங்கப்பட்டன.

"இவன்தான் நீங்க தேடி வந்த சோனு!"

கொரில்லா மாடத்தின் விசாரணை அறைக்குள் சோனுவை அழைத்துவந்தார் காவல்துறை கண்காணிப்பாளர் ராம்ஷா. சோனு உயரமாக அழகாக இருந்தான். அவனை சந்தேகத்துக்குரிய குடிமக்கள் முகாமில் இருந்து ராம்ஷா அழைத்து வந்திருந்தார். அப்போது ஜன்னலில் ஒரு புறா சிறகடித்துக்கொண்டே அமர்ந்தது.

"உங்க இணைய கழகத்தைச் சேர்ந்த புறாவா?"

ராம்ஷா தன் மீசையைத் தடவிக்கொண்டே சின்னமாயனைப் பார்த்துக் கேட்டார்.

"இல்லையே. நான் தனியாத்தான் வந்தேன். அதுவும் தனியாத்தான் வந்திருக்கும்."

சின்னமாயன் சொன்னதைக் கேட்டு ராம்ஷா புன்னகைத்தார். புறாவை விரட்டினார். அவரும் வெளியேறினார். திறந்தவெளி மாடியில் சின்னமாயன் சுவரில் சாய்ந்திருந்தான். சோனு தரையில் அமர்ந்திருந்தான்.

சின்னமாயன் தன் கால்சட்டைப் பையில் இருந்து கோலி குண்டு போன்ற நீலநிற உருண்டையை எடுத்தான். அதைத் தரையில் உருட்டினான். அது மெல்ல மெல்ல மெல்லிய நீலக் கதிர்களைப் பாய்ச்சியது. சின்னமாயனும் சோனுவும் இருக்கும் இடத்தைச் சுற்றி அந்த நீலக்கதிர்கள் சூழ்ந்தன. இப்போது இருவரும் இருக்கும்

கபிலன் வைரமுத்து | 101

இடம் எந்தக் கண்காணிப்புக் கருவியிலும் பதிவாகாத இருட்டறை ஆனது.

''சொல்லு சோனு. தமிழ்நாட்ல ஆட்டோமொபைல்ஸ் கட வச்சு நிம்மதியா இருந்தியே. நீ எப்படி இங்க வந்த?''

''சார், என் மால எந்தத் தப்பும் இல்லா சார். பங்களாதேஷ்ல இருக்கிற என் தோஸ்த்துக்கு டாக்குமென்ட் ரெடி பண்ணித் தரேன்னு சொன்னேன். அதுல எதோ குளறுபடி சார். அவனோட சேந்து என்னையும் சஸ்பிஷிஸ் லிஸ்ட்ல சேத்துடாங்க சார்.''

''ஓ...''

''நீ யாரு சார்? என்ன எப்டி ஒனக்குத் தெரியும்?''

''நான் சின்னமாயன். தமிழ்நாடு காவல்துறை. டாக்டர் நித்திலன் சில நாட்களுக்கு முன்னால் இந்தத் தீவுக்கு வந்தப்ப அவர் இங்க நிறைய சமூக விரோத செயல்கள் நடக்கிறதா சொன்னாரு. இங்க இருந்து பத்து மைல் தொலைவில இருக்கிற நாவல்மரக் காட்டுக்கு அவர் போயிருக்காரு. அங்க...''

''அங்க என்னா சர்?''

''அந்தக் காட்டுக்குள்ள அவர் மூணு பேர பாத்திருக்காரு. ஒருத்தரோட முகம்தான் அவருக்கு நினைவு இருந்துச்சு. அந்த முகம்தான் நீ.''

''முகாம்ல பாத் ரூம் சரியா இல்ல சார். அதான் காட்டுப் பக்கம் போனேன்''

''சோனு, என்கிட்ட நீ உண்மைய சொன்னாலும் பொய் சொன்னாலும் உனக்கு எதுவும் ஆகப் போறது இல்ல. ஆனா உன் கிட்ட இருந்த கிடைக்கிற ஏதோ ஒரு சின்ன தகவலால கோடான கோடி மக்களோட சிந்தனையும் உயிரும் காப்பாற்றப்படலாம். உன் இஷ்டம்...''

''அங்க அத்தினி பேரு வேல செஞ்சாங்களே சார். உங்க நித்திலன் ஐயா கண்ல நான் மட்டும்தான் தெரிஞ்சேனா?''

‘‘எத்தன பேரு? என்ன வேல?’’

‘‘நெறய ஜனம் சார். கட்டிங், வெல்டிங், பிக்சிங், டிரில்லிங், மோட்டார் டன்னலிங்னு எக்கச்சக்க வேல...’’

‘‘அதெல்லாம் எதுக்கு?’’

‘‘எதோ டிரெயின் செய்யறதா சொன்னாங்க சார். எல்லாம் நல்லா பளபளனு செஞ்சோம். திடீர்னு ஒரு நாள் அது காணாமப் போச்சு சார்!’’

‘‘யார் உங்கள சூப்பர்வைஸ் பண்ணது?’’

‘‘சார்..?’’

‘‘உங்களுக்கு அந்த வேலையெல்லாம் சொல்லிக் கொடுத்தது யாரு?’’

‘‘எல்லாம் பொடிப் பொடிப் பசங்க சார். அவங்க பேசறது எதுவும் நமக்குப் புரியல. ஒருத்தன் குளிக்கும்போது பாத்தேன். அவன் முதுகுல 613நனு பச்ச குத்தியிருந்தான். அவன் பேரு அம்ரிஷ் பூஜாரி’’

‘‘அந்த ரயில் என்ன ரயில்னு சத்தியமா உனக்குத் தெரியாதா?’’

‘‘அது ரயில்னே அவனுங்க சொல்லலனா தெரிஞ்சிருக்காது சார்’’

‘‘அந்த ரயில் எங்க போகுதுனு சொன்னாங்களா? அதுல யாரெல்லாம் பயணிச்சாங்கனு தெரியுமா?’’

‘‘தெரியாது சர். ஆனா, அதுல நிறைய பொட்டி இருந்துச்சு சார். அதுல போறவங்க வேற வேற ஊருக்குப் போறதா சொன்னாங்க...’’

‘‘வேற வேற ஊர்னு மட்டும்தான் சொன்னாங்களா?’’

‘‘ஒரு கோஷ்டி எதோ பழைய கதையெல்லாம் பேசிக்கிட்டு இருந்துச்சு சார். யாரோ தாமஸ் ரோ...’’

‘‘தாமஸ் ரோ யாரு?’’

‘‘அக்பர்னு ஒரு ராஜாக்கு இங்கிலாந்து அரசி எழுதின கடிதாசி கப்பல்ல கொண்டு வந்தவராம். அவரோட கப்பல் வந்து சேர்றதுக்குள்ள அக்பர் செத்துப் போயிட்டாராம். அவர் மவன்

ஜஹாங்கிர்தான் இருந்தாராம். அவர்கிட்டதான் அந்தக் கடிதாசியக் கொடுத்தாங்களாம்...''

''அது என்ன கடிதாசி?''

''ஏதோ கம்பெனி வியாபாரம் தொடங்க சூரத்ல ஒரு இடம் கேட்டாங்களாம்...''

''அப்புறம்?''

''சார், தெரியாமத்தான் கேக்கறேன். அந்த ரயிலுக்கும் இங்கிலாந்து ராணிக்கும் அக்பருக்கும் என்ன சார் சம்மந்தம்?''

''வேற என்ன சொன்னாங்க?''

''அந்தக் கடிதம் ஜஹாங்கிர் கைல கிடைக்காம அக்பர் கைல கிடச்சிருந்தா அவர் ஒரு நல்ல முடிவா எடுத்திருப்பாராம்.''

எனில், தாமஸ் ரோ கொண்டு வந்த கடிதத்தை விரைவுப்படுத்தி அதை அக்பர் கையில் சேர்ப்பதற்காக கால ரயிலில் பதினேழாம் நூற்றாண்டுக்கு ஒரு கூட்டம் பயணித்துக்கொண்டிருக்கிறது. அதனால், இந்தியா, காலனி ஆதிக்கத்தில் இருந்து தப்பித்தாலும் தப்பிக்கலாம் என்பது அவர்களின் அனுமானமாக இருக்கலாம். அக்பருக்கு இப்படி ஒரு சோதனையா என்று சின்னமாயன் தனக்குள் பெருமூச்சுவிட்டான். கால ரயிலை இவர்கள் கரகாட்ட ரயிலாக மாற்றாமல் விடமாட்டார்கள் என்று எண்ணிக்கொண்டான்.

''நிறைய பெட்டிகள் இருந்துச்சுனு சொன்னயே. வேற யாரு அந்த ரயில்ல பயணிச்சா?''

''ஒரு குள்ளநரி...''

''நரியா?''

''நரியோட ஒருத்தன் சுத்திக்கிட்டே வந்தான் சர். அவன் யாரோடயும் பேசல.''

''பாக்க எப்படி இருந்தான்?''

''ஏதோ ஸ்டூடண்ட் மாதிரி தெரிஞ்சான் சார். முகாம்லதான் அவனும் தங்கியிருந்தான். ஏதோ படிச்சுக்கிட்டே இருப்பான். காளான் படமெல்லாம் போட்டிருந்துச்சு.''

சின்னமாயனுக்கு தூக்கிவாரிப்போட்டது. சோனு சொல்கிற காளான் எதுவென்று அவனுக்குப் புரிந்தது.

''அவன் பேர் எதாவது..?''

''வேற எதுவும் தெரில சார்...''

ராம்ஷா வேகமாக ஓடி வந்தார். அதற்குள் நீலக்கதிர்கள் உதிர்ந்துவிட்டன. அந்த அறையின் கண்காணிப்பு கருவிகளைச் சரி பார்த்தார். சில நிமிடங்களுக்கு முன் சின்னமாயன் தரையில் வீசிய கோலி குண்டு உருகி உருகி புறா எச்சத்தைப் போல் சிதைந்திருந்தது.

''இது என்ன வெள்ளையா அசிங்கமா?''

''சோனு உண்மைய கக்கிட்டு இருந்தான் சர். உண்ம அசிங்கமாதான் இருக்கும்.''

சின்னமாயனின் பதிலை ராம்ஷா ரசிக்கவில்லை. அவருடைய செவிக்கருவியில் 'சர்வைலன்ஸ் க்ளியர்' என்று ஒலித்தது.

காவல்துறை விடுதியில் சின்னமாயனுக்குத் தூக்கம் வரவில்லை. நள்ளிரவில் அவன் விடுதிக்கு வெளியே நடக்கத் தொடங்கினான். நெய்தல் சொன்ன குல்சா மலர்களை சாலைகளிலும் தெருக்களிலும் தேடினான். முகாம் அருகில் உள்ள ஒரு தோட்டத்தில் பல பூச்செடிகள் காணப்பட்டன. ஆனால் குல்சாவின் முக ஜாடையில் அவை இல்லை.

விடுதியில் இருந்து சில மைல் தொலைவில் இருந்த பனைமரக் காடுகளுக்குள் நுழைந்தான். ஒரு ரம்யமான வாசனை அவனை வரவேற்றது. கரடு முரடான காட்டுக்குள் நாகரிகமான இருட்டைப் போல் நுழைந்தான். அவன் தேடி வந்த குல்சா மலர்கள் மாலை வானத்தின் மிச்சத்தைப்போல் ஆரஞ்சு நிறத்தில் ஆங்காங்கே காணப்பட்டன. அவற்றை அவன் நெய்தலின் பெயர் சொல்லிப் பறித்தான். கொடியில் இருக்கும் பூக்களை மட்டுமன்றி உதிர்ந்த பூக்களையும் அவள் சேகரிக்கச் சொல்லியிருந்தாள். அவற்றையும் அவன் அள்ளி எடுத்தான்.

பனைமரக் காட்டில் இருந்து அரை கிலோமீட்டர் தொலைவில் இருந்த நாவல்மரக் காட்டை வந்தடைந்தான். அங்கே பேராய்வு பொருளாதார மண்டலம் - அனுமதி கிடையாது என்று ஒருபுறமும் - சீனாவின் கொடி மறுபுறமும் காணப்பட்டது.

காட்டுக்குள் நுழையும் பாதையில் மேலும் சில குல்சா மலர்கள் கிடந்தன. அவற்றையும் அவன் வாஞ்சையோடு அள்ளினான். நாவல்மரக் காட்டுக்குள் நுழைய தெற்குதிசையில் ஒரு புறவழி இருந்தது. அது காவல் இன்றிக் காணப்பட்டது. அதன்வழி காட்டுக்குள் சென்று உதிர்ந்து கிடந்த சில குல்சா மலர்களைக் கண்டெடுத்தான். தான் கொண்டுவந்திருந்த மூங்கில்கூடை நிரம்பிவிட்டதை உணர்ந்தவன் புதிய மலர்களுக்கு ஆசைப்படவில்லை. கிடைத்த மலர்களைப் பாதுகாப்பதில் கவனம் செலுத்தினான்.

மூல்தளம் என்று பெயரிடப்பட அந்த அறையில் நித்திலனின் நம்பிக்கைக்குட்பட்ட இருவரைத் தவிர யாருக்கும் அனுமதியில்லை. அது திருவள்ளூரில் உள்ள நித்திலன் சதுக்கம் என்ற ஐந்து மாடி பேரலுவலகத்தின் சுரங்கத்தளத்தில் அமைக்கப்பட்டிருந்தது. நெபுலாவின் எட்டு ஆழ்கடல் குழாய்களும் ஒரே புள்ளியில் சங்கமிக்கிற நிலப்பரப்பின் மீதே நித்திலன் சதுக்கம் எழுப்பப்பட்டிருக்கிறது. நித்திலன் கண்டறிந்த மூல் என்ற புதிய கணினி மொழிதான், பைத்தான் மொழி நிரல்களோடு இணைந்து பெருந்தரவு பாதுகாப்புக்கு பயன்படுத்தப்படுகிறது. டி.டி.பி. என்ற அவர் உருவாக்கிய மின்கோப்பு மடைமாற்ற நியதிகளைத்தான் நெபுலா பாதுகாப்பு அமைப்பு பின்பற்றுகிறது. ஆனால், டி.டி.பி. என்பதன் விரிவாக்கம் என்ன என்பதுகூட அங்கே பணியாற்றும் பொறியாளர்கள் பலருக்கும் தெரியாது. ஒருவர் செய்யும் பணியின் விளைவு இன்னொருவருக்குத் தெரியாத மறைமுறையும் அந்த பணிகளின் விளைவுகள் ஒருங்கிணையும்போது ஓங்கும் செம்மையும்தான் நித்திலன் சதுக்கத்தின் திட்டமிடப்பட்ட நெறியாண்மை.

மூல்தளத்தில் இரண்டு பணியாளர்களுக்குத்தான் அனுமதி. அமலா என்பவர் பொது இணைய நிர்வாகி.

வெஸ்லி எபினேசர் எதிர்நிரல் நிபுணர். அவரை ஷூட்டர் என்றும் அழைப்பார்கள். தகவல் பாதுகாப்பின் உயர்நிலையில் அந்நிய ஊடுருவல்களைக் கண்டறிந்து வேரிலேயே அதைக் களைபவர். மூல்தளத்தின் வலது பக்கம் உள்ள டி.டி.பி. அறையில்தான் அனைத்துவகை மின்கோப்பு மடைமாற்றங்களும் நடைபெறும். அங்கே நித்திலனைத் தவிர யாருக்கும் அனுமதியில்லை. ஒருவேளை தனக்கு ஏதேனும் நேர்ந்தால் நெபுலா இயக்கம் உறைந்துவிடக் கூடாது என்பதற்காக டி.டி.பி.யின் சில அடிப்படைகளை மட்டும் அமலாவுக்கும் வெஸ்லிக்கும் நித்திலன் கற்றுத் தந்திருக்கிறார். அவருக்குப் பின் அவருடைய சிந்தனை மாதிரியை இன்னொருவரின் மூளையிலோ அல்லது கணிப்பொறியிலோ விதைக்கும் நியூரோ தானத்துக்கு ஏற்கெனவே அவர் ஒப்புதலும் தந்திருக்கிறார்.

வட்ட வட்டமாய் கணினித் திரைகள் பளிச்சிடும் டி.டி.பி. அறையில் பணியில் இருந்தபோது நித்திலனுக்கு சிந்தா அமுதனின் அழைப்பு வந்தது. அறைக்கு வெளியே வந்து அவர் பேசினார். அவர் அங்க அடையாளம் சொன்ன சோனுவை சின்னமாயன் சந்தித்தாகவும் குறும்பனைத் தீவில் சில தடயங்கள் கிடைத்திருப்பதாகவும் தகவல் சொன்னார். அது ஏனோ நித்திலனுக்குப் பெரிய மகிழ்ச்சியைத் தரவில்லை. அவர் எதையும் காட்டிக்கொள்ளாமல் அழைப்பைத் துண்டித்தார். மூல்தளத்தில் அமைக்கப்பட்டிருந்த சுவாசத் தேநீர் குடிலில் அவர் இளநீர் சுவாசம் தயாரித்து அமலாவுக்கும் வெஸ்லிக்கும் இரண்டு குப்பிகள் கொடுத்தார். தரையில் அமர்ந்து மூல்தளத்தின் கருங்கல் தூணில் சாய்ந்துகொண்டு கால்களை நீட்டி இளநீர் சுவாசத்தைத் தன் குப்பியில் இருந்து உட்கொண்டார். அவர் சிந்தனையில் பெருமாநல்லூரில் சின்னமாயன் தனக்கு ஜூரணி கொடுத்த காட்சி மறுஒளிபரப்பாகிக்கொண்டிருந்தது.

தன் குறும்பனை பயணம் குறித்து சிந்தா அமுதனிடம் அறிக்கை சமர்ப்பித்த சின்னமாயன், நெபுலா சிறப்புப் படையில் புதியதாக சேர்ந்த இளம் வீரர்களில் மூவரை அழைத்து அம்ரிஷ் பூஜாரி என்ற பெயரைத் தந்தான். அவனைப் பற்றி ஆராய்ந்து அவனது முழு விவரங்களைச் சொல்லும் அவதார் கோப்புகளைத் தனக்கு அனுப்புமாறு ஆணையிட்டான். அவதார் கோப்புகளை உருவாக்குவது குறித்த வழிமுறைகளையும் அவர்களுக்குச் சொல்லிக்கொடுத்தான்.

அன்று மாலை மாற்று உடையில் கையில் குல்சா மலர்க் கூடையோடு நெய்தலின் வீட்டுக்கு வந்தான். கூடத்தில் மாட்டியிருந்த குழந்தையர் மருத்துவமனை படம் லேசாகத் தூசு படிந்திருந்தது. சின்னமாயன் நாற்காலியில் ஏறி தன் கைக்குட்டையால் அதை சுத்தப்படுத்தினான். நெய்தல் தன் அறையில் இருந்து வெளியே வந்தாள். அவள் சின்னமாயனின் கைக்குட்டையைவிட குறைவான ஆடையே அணிந்திருந்தாள். விஷக் காய்ச்சல் அவள் உடலை லேசாக உருக்கியிருந்தது. உருகியபோதும் தங்கம் தங்கமாகவே இருந்தது. அவளின் முந்தைய வடிவத்தைவிட இந்த இளைத்தத் தோற்றம் சின்னமாயனுக்கு சலனத்தை ஏற்படுத்தியது. அதைக் காட்டிக்கொள்ளாமல் அவன் நாற்காலியில் இருந்து இறங்கினான்.

''அம்மா வீட்ல இல்லையா?''

''வேளாங்கண்ணி போயிருக்காங்கடா.''

''இப்ப எப்படி இருக்கு நெய்தல்?''

''நீ சொல்லு. இப்ப எப்படி இருக்கேன்?''

சின்னமாயன் அவள் இடையைக் கிள்ளினான். அது வழுக்கியது.

''பிடி கொடுக்காத பிடிவாதமா இருக்க.''

''இரு டிரஸ் சேஞ் பண்ணிட்டு வரேன்.''

''வேணாம்... நான் மட்டும்தான இருக்கேன்.''

''அதனாலதான் சொல்றேன்!''

அவள் அறையை நோக்கித் திரும்பியபோது அவன், அவள் கரத்தைப் பிடித்தான். அவளைக் கட்டியணைத்து முத்தமிட்டான். அந்த முத்தத்தின் அதிர்வில் அவளது கொஞ்ச நஞ்ச ஆடைகளும் அவிழ்ந்தன. காதில் மாட்டியிருந்த டாக்யூவைக் கழற்றினாள். அவள் சொந்தக் குரலில் முத்தமிட்டாள். சின்னமாயனால் அந்த முத்தத் தாக்குதலுக்கு ஈடுகொடுக்க முடியவில்லை. நெய்தல் தன் நிர்வாணத்துக்குத் துணை தேடினாள். சின்னமாயன் தயாராகத்தான் வந்திருந்தான். அவளின் ஆசை பொங்கும் அந்தரங்கத்தைத் தன் உள்ளங்கை உரசாமல் மூடி அவளை உள்ளே இழுத்துச் சென்றான்.

ஒரு கதகதப்பான இடைவெளிக்குப் பின் மீண்டும் ஆடைக் கலாசாரத்துக்கு இருவரும் திரும்பினர். நெய்தல் தயாரித்திருந்த தேனடைக் களியை சின்னமாயன் சுவைத்தான்.

''நேத்து நள்ளிரவு புதிய குற்றவியல் திருத்தச் சட்டங்கள் அமுலுக்கு வந்திருக்கு. பாத்தியா?'' - நெய்தல்.

''பாத்தேன். அது ஏன் காலங்காலமா குற்றவியல் சட்டங்கள் எல்லாம் நள்ளிரவுலயே அமுலுக்கு வருது?'' - சின்னமாயன்.

''திருடன் எப்பவும் ராத்திரிலதான வருவான்.'' - நெய்தல் தன் கூந்தலை அள்ளி முடிந்தாள்.

'சர்வைவலன்ஸ்'க்கு தனித் துறையும் நிதியும் உருவாயிருக்கு. தெரியும்ல?''

''தெரியும் மாயன். அரசுகளைப் பொறுத்தவரைக்கும் சர்வலைன்ஸ் இஸ் சர்வைவல். குடிமக்களைச் சிந்தனைக்கு வெளிய இருந்த கண்காணித்த அரசு எந்திரம், நியூரோ எண்கள் வழியா சிந்தனைக்கு உள்ள இருந்தே கண்காணிக்க விரும்பறாங்க.'' - நெய்தல்.

''எனக்கு புரியல நெய்தல். அரசு எதுக்கு குடிமக்கள கண்காணிக் கணும்? அதுவும் குற்றக் கண்ணோட்டத்தோட.''

''மனிதர்களின் தேவை இருக்கும் வரை இது நடக்கும்.'' நெய்தல்.

''மனிதர்களின் தேவை உலகம் உள்ள வரை இருக்கும் நெய்தல்.''

''இருக்காது மாயன்.''

''ஏன்?''

''மனிதர்களின் தேவையும் மனிதர்கள் வழி உருவாகும் கருத்தியலின் தேவையும் ஒரு நாள் முடிவுக்கு வரும்.''

''வராது...''

''ஆற்றல், ஆக்கம், கற்பனை, உழைப்பு, உறவு, சேவை, ஜனநாயகம், சந்தை - இந்த எட்டுக்கும் மனிதர்கள் தேவையில்லைன்ற நிலை வரும்போது மனித இனம் அழியும்.''

சின்னமாயனுக்கு அப்படி ஒரு நிலை வரும் என்று தோன்ற வில்லை. ஆனால், அவன் என்ன சொன்னாலும் அதற்கு அவள் ஒரு பதில் வைத்திருப்பாள் என்பதால் அவன் எதிர்வாதம் செய்ய விரும்பவில்லை. எழுகுறும்பனைத் தீவில்தான் பறித்து வந்த குல்சா மலர் திடீரென அவன நினைவில் பூத்தது.

"மறந்தே போயிட்டேன்... பாரேன்.''

மேசையில் வைத்திருந்த குல்சா மலர்க் கூடையின் மேல்மூடியைத் திறந்தான். அதில் இருந்த ஒரு குல்சா பூவை எடுத்து நெய்தலிடம் நீட்டினான். அவள் அதை வியப்போடு பார்த்தாள். சின்னமாயன் அதை அவள் தலையில் சூடப்போனபோது அவள் தடுத்தாள்.

"இது தலைல சூடற பூனு நினச்சியா?''

"பின்ன?''

"நான் இந்த பூவப் பத்தி அனுப்பிய ஆவணங்கள் எதையும் நீ படிக்கலையா மாயன்?''

"படம் மட்டும்தான் பாத்தேன். எதோ கிராஸ் செக்‌ஷன் கிராபிக்கல்ஸ்லாம் இருந்துச்சு. படிக்க மூட் இல்ல.''

நெய்தல், அந்தப் பூவைக் கையில் வாங்கி அதன் இதழ்களை விரித்துப் பார்த்தாள். கண்களை மூடிக்கொண்டு தடவினாள்.

"இந்த குல்சா பூவ நான் ஆசைக்காகக் கேக்கல. நம்ம விசாரணைக்காகத்தான் கேட்டேன்.''

"பூவ விசாரிக்கப் போறியா?''

நெய்தல் எழுந்துசென்று தன் கணினியில் குல்சா என்று பெயரிட்ட ஓர் ஆவணத்தைத் திறந்து சின்னமாயனிடம் ஒரு பாடலைக் காட்டினாள்.

எம்பெருமான் திரிவது காணப் பெரின்
அய்யாமலை ஏறினும் அணங்காய் அலையினும்
குய்யா மலர் காட்டுமே மாயோன் திருவுருவம்.

"இத பாத்தியா?''

"இது எதோ சங்க இலக்கியப் பாடல் மாதிரி இருக்கே.''

"ஆமாம். இந்த வரிகள் கடலுக்கடியில இருந்த ஒரு கோயில் தூண்ல கிடச்சது. குமரிக் கண்டம் மூழ்குவதற்கு முந்தைய கால கட்டத்துல எழுதப்பட்டிருக்கலாம்.''

"இதுக்கும் இந்தப் பூவுக்கும்?''

கபிலன் வைரமுத்து | 111

''இதுல குய்யா மலர்னு சொல்லப்படற அந்த பூவத்தான் இன்னிக்கு குல்சா குல்சானு சொல்லிகிட்டு இருக்காங்க. இது ஒரு அபூர்வமான பூவகை.''

சின்னமாயன் ஒரு பூவை எடுத்து நெய்தல் தலையில் சூட்டினான்.

''இப்பதான் இது அபூர்வ வகையைச் சேருது'' என்று சிரித்தான்.

அவள் அதைக் கையில் எடுத்தாள்.

''மாயன், இந்தப் பூவுக்குள்ள இயற்கைலயே போட்டோ இமேஜிங் செல்ஸ் இருக்கு. தன்னச் சுத்தி இருக்கிற உருவங்கள இந்தப் பூவோட ஒளியணுக்களால பதிவுசெய்ய முடியும்.''

''விஷ காய்ச்சல்ல உனக்கு எதாவது பைத்தியம் பிடிச்சிருச்சா நெய்தல்?''

''நான் எதையும் விளக்க விரும்பல. ஆனா, நீ ஒன்னு தெரிஞ்சுக்கணும். இந்த இயற்கை நாம புரிஞ்சுக்க முடியாத ஆச்சரியங்களால் நிரம்பியது. நம்ம கேள்விக்கும் ஆராய்ச்சிக்கும் அப்பாற்பட்டது. எனக்கு இந்தப் பூவின் தன்மை பற்றி ஆச்சரியம் இல்ல. ஆனா, முற்றிலும் முழுகிப்போன கண்டத்துல இருந்து மறுபடியும் ஒரு பூவினம் முளச்சு இந்தப் பூமிக்கு வந்திருக்குல, அந்த மீட்சிதான் என்ன நடுங்க வைக்குது.''

''சரி, தன்னைச் சுத்தி இருக்கிற காட்சிகள இது பதிவுசெய்யுதுனே வச்சிப்போம். அது எங்க ஸ்டோர் ஆயிருக்கும். அத நாம எப்படிப் பாக்க முடியும்?''

''மாயன், நம்முடைய காட்சிமொழியும் ஒரு பூவுடைய காட்சிமொழியும் ஒரே மாதிரி இருக்காது. அதோட மொழிய நாம புரிஞ்சுக்கணும். ரியல் எர்த் லேப்ல நான் ஏற்கெனவே பேசியிருக்கேன். அவங்களுக்கும் இந்தப் பூவப் பத்தி தெரிஞ்சிருக்கு. செடியில் இருக்கிற பூக்கள் மட்டும் இல்லாம உதிர்ந்து காய்ந்த பூக்களையும் கொண்டுவரச் சொல்லி அவங்கதான் சொன்னாங்க.''

சின்னமாயன் அதை அலட்சியப்படுத்தினான்.

''நெய்தல், தீவுக்குப் போயிருந்தப்ப யூனிட் 613வோட ஆக்டிவிட்டி பத்தி உறுதியான தகவல்கள் எனக்குக் கிடச்சுது. ஒரு நபர் - அவன் ஹீரோ ஏஜென்ட்டா தெரியல. இருக்கலாம். அவன் நெபுலா சைபர் டோம் பத்திய குறிப்புகள படிச்சுக்கிட்டு இருந்ததா சோனு சொன்னான். ஆனா, அவனுக்கும் அந்தக் கால ரயிலுக்கும் என்ன தொடர்புனு புரிஞ்சுக்க முடியல.''

''சொல்ல முடியாத மாயன், நாம தேடிக்கிட்டு இருக்கிற ஹீரோ ஏஜென்ட்டோட முகம், இந்தக் குய்யா பூக்கள்ல பதிவாயிருக்கலாம். இப்ப எந்த முடிவுக்கும் வரவேணாம்.''

''அப்ப இந்தப் பூவக் கடைசி வரைக்கும் நீ தலைல வைக்க மாட்ட?''

அவன் ஆசைக்காக அவள் ஒரு குய்யா மலரைத் தன் தலையில் சூடினாள். நித்திலன் அவள் கன்னத்தில் முத்தமிட வந்து பின் திடீரென பின்வாங்கிக்கொண்டான்.

''என்னாச்சு?''

''ஒன்னுமில்ல.''

அந்த முத்தக்காட்சி பதிவாகிவிடக் கூடாது என அவள் தலையில் இருந்த குய்யா மலரைத் தன் கைகளால் மூடி மறைத்துக்கொண்டு அவள் இதழ்களில் முத்தமிட்டான். நெய்தலின் உடலில் இருந்த விஷக் காய்ச்சலை அவள் உதடுவழி தானும் கொஞ்சம் வாங்கிக்கொண்டான். அவள் மேலும் காய்ச்சல் குறைந்து மெருகேறினாள்.

சின்னமாயன் அலுவலகத்துக்குத் திரும்பியபோது அம்ரிஷ் பூஜாரி குறித்த அவதார் கோப்பு அவன் கணினிக்கு வந்திருந்தது. அந்த ஆவணத்தில் அவனுக்கு ஓர் பேரதிர்ச்சி காத்திருந்தது!

மாக்கியவெல்லியின் விழிப்பு

தான் பொத்திப் பாதுகாத்து வந்த ஜோக்கர் பென்சிலை சலீம் என்ற அந்த சக மாணவன் உடைத்தபோது, மாக்கியவெல்லி அவன் மீது நாற்காலியைத் தூக்கி வீசி, அவனை எட்டி உதைத்து ஏறி மிதித்து தரையில் கிடந்த அவன் மேல் பாய்ந்து அவன் தலையைக் கைகளில் பிடித்து அதைச் சுழற்றி பிய்த்தெடுக்க முனைந்தபோது ஆசிரியர் ஓடி வந்து மாக்கியவெல்லியைத் தள்ளிவிட்டார். அவன் தடுமாறி விழுந்து சுவரில் சிலந்தியைப் போல் ஒட்டிக்கொண்டான். அவன் உடல் நடுங்கியது. கண்கள் மிரண்டு மிரண்டு சிவந்தன. சலீமைப் பார்த்து 'யேய்..' என பள்ளிக்கூட வளாகமே பித்துப் பிடித்து இடிபடுவது போல் கத்திக் கதறிய மாக்கியவெல்லி மயங்கி விழுந்தான். அவனை, தந்தை மோகன் ஜனார்த்தனன் அழைத்துச் சென்றபோதும் அவன் மயக்கத்தில்தான் இருந்தான். அவனை மோகன் படுக்கையில் கிடத்தினார். கடுஞ்சினத்தில் கொதித்து பிறழ்வுற்ற அவன் மனம் ஒரு பேரமைதியை நாடியது. முப்பது மணி நேர அரக்க உறக்கத்துக்குப் பின் அவன் கண் திறந்தான். மோகன் கையில் கொக்கென் லாலி-பாப்போடு காத்திருந்தார்.

தற்போதைய கண்விழிப்பின்போது எதிரில் மோகன் இல்லை. மாக்கியவெல்லி, தான் உறங்கிக் கிடந்த

பாயைத் தடவிப் பார்த்தான். அது காய்ந்த கோரைப்புல்லினால் நெய்யப்பட்டிருந்தது. ஒரு மண்வீடு. சுவரில் இடையிடையே கருங்கற்களும் காணப்பட்டன. அவனுக்கு அருகில் வெடவெடவென சில வெள்ளாடுகள் திரிந்துகொண்டிருந்தன. மாக்கியவெல்லி மெல்ல எழுந்து வாசலுக்கு வந்தான். அங்கே அழுக்குப் படிந்த சில கோழிக் குஞ்சுகள் சுற்றித் திரிந்தன. குச்சி குச்சியாய் சிறுவர்கள் சிலர் அரைவேட்டிக் கட்டிக்கொண்டு அங்கும் இங்கும் ஓடிக் கிடந்தனர். பெண்குழந்தைகள் உடலில் ஒரு கரித்துணியைச் சுற்றிக்கொண்டு காதில் நெல்மணி சூடியிருந்தனர். ஆண்குழந்தைகள் காலில் சிலம்பு போன்ற வளையம் அணிந்திருந்தனர். பழுப்பும் கருப்புமான நாய்க்குட்டிகளோடு அவர்கள் விளையாடிக்கொண்டிருந்தனர். அருகாமையில் தெரிந்த ஒரு பட்டறையில் ஒரு பெரியவர் வளைந்து நெளிந்த வேல்கம்புகளை நெருப்பில் வாட்டி நேர்படுத்திக் கொண்டிருந்தார். துரத்து கருவேல மரங்களை அரக்குப் பூச்சிகள் மொய்த்துக்கிடந்தன.

நாய்க்குட்டிகள் தங்களுக்குள் ஏதோ புரளி பேசுவதாக மாக்கிய வெல்லிக்குப் பட்டது. அந்த வீட்டைச் சுற்றி வந்தான். அங்கே தன் நீண்ட கூந்தலை அள்ளி முடிந்து, சம்மணமிட்டு, நெற்றியில் திருநீறு பூசி மகமாயியைப்போல் அமர்ந்திருந்தாள் மாயவனம். அவள் எதிரில் குள்ளநரி ஸ்பார்ட்டா கண்கள் மூடி மரண மயக்கத்தில் இருந்தது. அது வைக்கோல் மெத்தையில் கிடத்தப்பட்டிருந்தது. வெளியே நாய்க்குட்டிகள் அரசல் புரசலாக பேசிக்கொண்டிருந்தது ஸ்பார்ட்டாவின் வருகையைப் பற்றித்தான் என்று மாக்கியவெல்லி புரிந்துகொண்டான்.

விளக்கெண்ணையில் சுண்ணாம்புத் தண்ணியைக் கலந்து அதை கோழி றெக்கையில் தோய்த்து ஸ்பார்ட்டாவின் காயங்கள் மீது வருடிக்கொண்டிருந்தாள் மாயவனம். கர்னல் ஆக்னஸ்ஸின் துப்பாக்கியால் தாக்கப்பட்டு சவக் குழியில் விழுந்த ஸ்பார்ட்டாவை முப்பது மணி நேர தொடர் சிகிச்சையால் மாயவனம் மீட்டெடுத்தாள்.

மாக்கியவெல்லிக்கு எந்த விளக்கமும் தேவைப்படவில்லை. அவன் மாயவனத்துக்குப் பின்னால் நிழலைப்போல அமர்ந்தான். அவன் வந்தது தெரியாமல் அவள் தன் சிகிச்சையைத் தொடர்ந்து கொண்டிருந்தாள். எதையோ எடுக்க சட்டென திரும்பியவள்

மாக்கியவெல்லியைப் பார்த்ததும் பிசாசைப் பார்த்ததுபோல் ஒரு கணம் திடுக்கிட்டுப் பின்னர் சமாளித்துக்கொண்டாள்.

''யாரோனுல பதறிப்புட்டேன். தொர எப்ப முழுச்சீக? இப்ப சொகமா இருக்கா?''

மாக்கியவெல்லிக்கு அந்த விசாரிப்பு புதிது. மொழி புதிது. அவன் மாயவனத்தை கண்கள் முதல் பாதம் வரை பார்த்துவிட்டு மீண்டும் கண்களில் வந்து நின்றான்.

''இது ஒங்க நரியா?''

மாக்கியவெல்லி 'ஆம்' என தலையசைத்தான்.

''ரொம்ப நன்றி.''

மாயவனத்தின் காலவெளிக்குள் மாக்கியவெல்லியின் முதல் வார்த்தை உதிர்ந்தது.

''ஸ்பார்ட்டா பொழச்சிருமா?''

மாயவனம் விழித்தாள்.

''இந்த நரி பொழச்சிருமா?''

''அதப் பொழைக்க வைக்கத்தாஞ்சாமி மூணு சாமமா போராடிக் கெடக்கேன். அந்தப் பெரம்புக் கூடய இங்கிட்டு நகத்துறிகளா?''

மாக்கியவெல்லி திரும்பிப் பார்த்தான். அருகில் ஒரு பிரம்புக் கூடை இருந்தது. அவன் அதை எடுத்தபோது அதன் மூடி அவிழ்ந்துகொண்டது. உள்ளே இருந்த நான்கைந்து மஞ்சள் சாரைப் பாம்புகள் தொப்பென வெளியே விழுந்தன. அவை மயக்கத்தில் நெளிந்துகிடந்தன. மாக்கியவெல்லி கொஞ்சம் தள்ளி உட்கார்ந்தான். மாயவனம் தனக்கு அருகில் கிடந்த ஒரு முள்ளுக் கட்டையால் ஒவ்வொரு பாம்பையும் தன் சீயான்களின் ஒவ்வொரு பெயராய்ச்சொல்லி ஒரு போடு போட்டாள். அவர்களுக்கு அது காணிக்கை என்பதுபோல் அவளின் நம்பிக்கை. பாம்புகள் ஏற்கெனவே மயக்கத்தில் இருந்ததால் சலசலப்பில்லாமல் செத்தன. மாயவனம் அந்தப் பாம்புகளை உரிக்கத் தொடங்கினாள்.

''இதச் சமைக்கப் போறியா?''

மாயவனம் சிரித்தாள். அவள் பற்கள் கரையாக இருந்தாலும் அவள் புன்னகைத் தூய்மையாக இருந்தது.

"இதுக மஞ்ச சார பாம்புக. வட்டப்பாறயச் சுத்தியுள்ள காட்டுக்குள்ள திரிஞ்சு கருடன் கொத்தனாப்ல எங்க ஐயன் கொத்திகிட்டு வந்துச்சு. இது கொழுப்ப கரச்சு ஊத்துனா முத்திப் போன ரத்தக்காயம் கூட சட்டுனு மலையேறும்."

அவள் பேசிக்கொண்டே ஒரு கங்குத் துண்டை விறகோடு உருட்டி தீமூட்டி பாம்புகளின் கொழுப்பை உருக்கத் தொடங்கினாள். அதை ஒரு சிறிய மண் கலயத்தில் பிடித்தாள்.

மீண்டும் கால ரயிலைப் பிடிக்க ஓடுவது முட்டாள்தனம். அது அவனுக்காகத் திரும்பி வந்து அதே இடத்தில் காத்திருக்காது என்பதை மாக்கியவெல்லி நன்கறிவான். முதலில் தான் இருப்பது எந்த ஆண்டு என்பதை மாயவனத்திடம் கேட்க நினைத்தான். அந்தக் கேள்வியை எவ்வாறு வடிவமைப்பது என்று அவனுக்குத் தெரியவில்லை.

மாயவனம் மஞ்சள் சார பாம்பின் கொழுப்பைக் கொஞ்சம் ஊதி ஊதி ஆற்றி அதை ஸ்பார்ட்டாவின் மீது தடவினாள். சில நிமிடங்களில் ஸ்பார்ட்டா கண்களைத் திறக்காமலே மெல்ல எழுந்து தட்டுத் தடுமாறி நடக்கத் தொடங்கியது. அது மாக்கியவெல்லியின் அருகில் வந்ததும் அவன் மடியில் சாய்ந்தது.

"இது என்ன ஊரு? ஊரோட பேர்?"

மாயவனம் தன் அடுப்பறைக்குச் சென்று ஒரு கொட்டாங்குச்சியில் கேப்பைக்களியை நிரப்பிக்கொண்டுவந்து மாக்கியவெல்லியிடம் நீட்டினாள்.

"இது வல்லாங்குளம்..."

அவன் அதை வாங்கிக்கொண்டான்.

"இது இந்தியாதான?"

"இது கொட்டாங்குச்சி."

"அது இல்ல, வந்து... உன் பேரு?"

"மாயவனம்."

"மாயவனம், இந்த வல்லாங்குளம் இந்தியாவுக்குள்ளதான இருக்கு?"

"என்ன ஓயாம இந்து சந்துனுகிட்டு இருக்கீக. என் மரமண்டைக்கு எதுவும் வெளங்கல. அப்பன் வரும். அப்ப பேசிக்கிருக. கௌச்சு போயிருப்பீக. அந்தக் களியத் திங்கறதுக்கென்ன..."

"இது தமிழ்நாடா?"

"இது திடியங்காடு..."

"காடா..? நாடு இல்லையா..?"

"நாடு, காடு எல்லாம் ஒண்ணுதேன். அது சரி, நீங்க ஆரு? எதுக்கு வந்தீக? வெள்ளக்கார சவகாசமா? இல்ல சொந்தமா? அந்தக் கம்பெனி அதிகாரி தலைய வேங்கப்புலி வஞ்சம் வச்சு பஞ்சா பிய்ச்சு போட்டாப்ல பிய்ச்சு எரிஞ்சு புட்டீகளே. இந்த நரிய சுட்டதுக்காகவா?"

"மாயவனம், நான் ரொம்ப நேரம் தூங்கிட்டேன். எனக்கு எதுவும் ஞாபகம் இல்ல. மதுரை திருமலை நாயக்கர் பத்தி உனக்குத் தெரியுமா?"

"அப்படி ஒருத்தரு இருந்தாருனு என் தாத்தன் சொல்லும்."

"தாத்தா சொல்வாரா? நாம இப்ப இருக்கிறது என்ன வருஷம்?"

அந்தக் கேள்வியை அவள் எதிர்பார்க்கவில்லை. அவனை விட்டு சில அடி தள்ளி நின்றாள்.

"வருசம் என்ன வருசம். காளையார் கோயிலுக்கு சண்டைக்குப் போன என் மாமன் இருளப்பன கம்பெனி காரவ கைது பண்ணி ஒரு பௌர்ணமி ஆகிப்போச்சு. வருசத்தோட சேந்து அவரும் காணாம் போனாரு!"

"காளையார் கோயில்ல எதுக்குச் சண்ட? யார எதித்து?"

"ராசா சின்ன மருதுவோட வளரிப்படைல என் மாமன்தான் தளவாய்க்காரன். கம்பெனிக்காரக நூறு பேத்தக் கொன்னு குவிச்சிருப்பாரு. அந்தச் சிங்கத்த சங்கிலியில கட்டி தண்ணீல தூக்கி வீசிட்டானுங்க பாதகனுங்க."

மாயவனம் கண் கலங்கினாள்.

''சின்ன மருதுக்கு என்ன ஆச்சு?''

''முதல நீங்க ஆரு? அதச் சொல்லும்.''

''என் பேர் மாக்கியவெல்லி. நான் ஐரோப்பால இருந்து தொல்பொருள் ஆராய்ச்சிக்காக வந்திருக்கேன்.''

''இந்த திடியங்காட்டுக்குள்ள என்ன புதையலா கிடக்கு? இங்க ஒமக்கு என்ன சோலி?''

''நான் வந்த ரயில்ல இருந்து இந்த நரி ஓடி வந்திருச்சு. இதப் பிடிக்கப் போய் ரயில தவற விட்டுட்டேன். இப்ப சொல்லு மாயவனம். சின்ன மருது என்ன ஆனாரு?''

''அவர கயித்துல ஏத்திக் கொண்டுபுட்டாங்க. வேங்கை உடையணத்தேவர் மகாராசாவா மலாய தீவுக்குக் கொண்டுபோய் கொல்லப்போறாய்ங்க!''

''நீ சொல்ற இந்த விஷயமெல்லாம் நடந்து எத்தன நாள் ஆச்சு?''

அவன் வருடத்தைத் தெரிந்துகொள்ளத் தவித்தான்.

''அது ஏகப்பட்ட பௌர்ணமி ஆச்சுங்க. ஊருக்குள்ள கத்தி கபடா அருவாமன வச்சிருந்தாலே 'கம்பெனிக்கு எதிரான குத்தவாளி'னு சொல்லி புடிச்சுக்கிட்டுப் போய் கொண்டுபுடறாய்ங்க. சூதானமா இருந்துக்குங்க.''

அவன் 1655ஆண்டில் இல்லை என்பது மட்டும் அவனுக்குத் தெளிவாகப் புரிந்தது. சின்ன மருது தூக்கிலிடப்பட்ட காலத்தில் இருந்து சில மாதங்களுக்கோ வருடங்களுக்கோ அருகில் இருக்கிறான் என்பதை மனதில் குறித்துக்கொண்டான். இருக்கும் இடம் திடியன். தான் தேடி வந்த எட்டு நாடுகளில் திடியனும் ஒன்று. எனில் தான் இடம் தவறவில்லை. காலம் மட்டும் தவறியிருக்கிறான்.

''மாயவனம், நான் தோள்ல மாட்டியிருந்த பை எங்க இருக்கு?''

அவள் அன்னநடை நடந்து வீட்டின் பரண்மீது கிடந்த பையை எடுத்து வந்து மாக்கியவெல்லியிடம் கொடுத்தாள். அந்தப் பையில் தனது நிகழ்காலத்தோடு தொடர்புகொண்டு மீட்டா கூடத்தோடு பேசுவதற்காக அவன் கொண்டு வந்த அதர்வாணா கருவி பத்திரமாக இருந்தது. ஸ்பார்ட்டா உறங்கிக்கொண்டிருந்தது.

மாக்கியவெல்லி வீட்டுக்கு முன்புறமாக வந்தபோது எங்கிருந்தோ விறகுகளைச் சுமந்துகொண்டு ஆண்களும் பெண்களும் ஊருக்குள் திரும்பிக்கொண்டிருந்தனர். மாக்கியவெல்லி நாய்க்குட்டிகள் விளையாடிக்கொண்டிருந்த செம்மண் பூமியில் தானும் அமர்ந்தான். தன் அதர்வாணாவை சரிபார்த்துக்கொண்டிருந்தான். மலைக் குகைகளின் இருள்துகள் வழி தன் நிகழ்காலத்துக்கு தொடர்புகொள்ள முடியும். ஆனால், அத்தகைய மலையையோக் குகையையோ எப்படிக் கண்டறிவது?

''மாயவனம், எனக்கு ஒரு உதவி செய்ய முடியுமா?''

அவள் கோழிக்குஞ்சுகளுக்கு இரை தூவிக்கொண்டே அவனைப் பார்த்தாள்.

''இங்க பெரிய பெரிய மலை, குகை அதெல்லாம் எங்க இருக்கு? என்ன கூட்டிட்டுப் போக முடியுமா?''

''எனக்கு ஏகப்பட்ட சோலி கிடக்கு. நான் என்ன ஒன் குள்ள நரியா கூடவே ஓடியாறத்துக்கு?''

மாக்கியவெல்லி மண் சுவரில் சாய்ந்தான். தன் தலையைக் கோதினான்.

''ஆள் ராசா போல இருக்கீக. ஊரப் பாத்து போங்கயா. நீங்க செஞ்ச காரியத்துக்கு கம்பெனிக்காரக கைல கெடச்சா வெட்டி வாய்க்கால்ல வீசிருவாய்ங்க!''

மாக்கியவெல்லி வீட்டின் பின்புறம் சென்று அங்கே உறங்கிக்கொண்டிருந்த ஸ்பார்ட்டா அருகில் அமர்ந்துகொண்டான். அதன் காதுகளை வருடினான்.

''பொழுது சாஞ்சதும் போய் வருவோம்.''

மாயவனத்தின் குரல் வாசலில் இருந்து பட்டாம் பூச்சியைப் போல வீட்டைச் சுற்றி வந்து மாக்கியவெல்லியின் காதில் அமர்ந்தது. ஸ்பார்ட்டா கண் விழித்தது.

பூவின் விழிகள்

டெல்லியில் உள்ள ரியல் எர்த் ஆய்வுக்கூடத்தில் கடந்த இரண்டு வாரங்களாக குய்யா மலர்களைப் படித்து அவைதம் இதழ்களில் பதிவான பிம்பங்களை அறிகின்ற முயற்சி மேற்கொள்ளப்பட்டது. சின்னமாயனும் நெய்தலும் அன்று ஆய்வுக்கூட வளாகத்துக்கு வருகை தந்தனர். காளிதாஸ் என்ற மூத்த உயிரியல் அறிஞரின் தலைமையில் அந்தக் கூடம் இயங்கி வந்தது. அவரது அணியில் வெவ்வேறு நாடுகளைச் சேர்ந்த பல்கலைக்கழகங்களில் இருந்து ஆய்வு மாணவர்கள் பணியமர்த்தப்பட்டிருந்தனர்.

குய்யா மலர்களைப் படிக்கும் கட்டமைப்பை காளிதாஸ் தன்னுடைய சிறப்பு ஆய்வறையில் அமைத்திருந்தார். ஐந்து நாட்களாக அனைத்து மலர்களும் ஒரு செயற்கையான இயற்கைச் சூழலில் பாதுகாக்கப்பட்டு பதப்படுத்தப்பட்டிருந்தன. மலர்களின் உயிரணுக்களோடு அதன் ஒளியணுக்கள் இழைந்திருந்ததால் அவற்றை உயிர்ப்பிக்க காளிதாஸ் அதற்கென்று உருவாக்கப்பட்ட தேனீக்களை அந்த மலர்களோடு உறவாடச் செய்தார்.

தற்போது நுண்ணோக்கி கருவிகொண்டு ஒவ்வொரு பூவின் இதழையும் அவர் ஆழ்ந்து காணும் குறுக்கு

கபிலன் வைரமுத்து | 121

வெட்டுக் காட்சிகள் சுவரில் பரந்து விரிந்த திரைகளில் பிரதிபலித்தன. அந்தி நிறச் சிலந்தி பின்னல்கள்போலவும், கொதிமஞ்சள் மழைத்துளிகள் போலவும் அவை காணப்பட்டன.

''நெய்தல், இது என்ன இடியாப்பம் இடியாப்பமா இருக்கு? இதுல இருந்து நமக்கு என்ன தடயங்கள் கிடைக்கும்?''

''ஒரு பூவுடையப் பதிவுகள் நம்ம கேமரால எடுக்கிற படங்கள் மாதிரியா இருக்கும்? அது அதனுடைய தொழில்நுட்பத்துல அதனுடைய மொழியிலதான் இருக்கும். பாப்போம்.''

திரையில் வந்த பூவின் நுண்ணலைக் காட்சிகள் ஆய்வுக் கூடத்தின் கணினிகளுக்குச் செலுத்தப்பட்டன. 'லைப் ஸ்கேன்' என்ற மென்பொருள், குய்யா மலர்களின் பிம்பச் செய்திகளை உள்வாங்கி அவற்றையொத்த உருவங்களைக் கோட்டோவியங்களாகத் தீட்டி மாற்றுத் திரையில் ஒளிபரப்பிக்கொண்டிருந்தது. ஒரு பூவின் காட்சித் தகவல்கள் முடியும்போது காளிதாசன் அடுத்த பூவைத் தன் நுண்ணோக்கியில் செலுத்தினார். அவர் நெய்தலையும் சின்னமாயனையும் பார்த்து அந்த மாற்றுத் திரையைக் காணச் சொல்லி சைகை செய்தார்.

''மாயன், டிட் யூ சீ தெட்? பூவின் காட்சிமொழில இருந்து மனிதர்களின் காட்சிமொழிக்கு ஒவ்வொரு தகவலும் மாற்றப்படுது.''

''உண்மைலயே இதெல்லாம் பூவுடையப் பதிவுகள்தானா? இல்ல, அந்த கம்ப்யூட்டர் சொந்தமா கதை, திரைக்கதை, வசனம் எழுதுதா?''

''நீ இயற்கையையும் நம்பமாட்ட. அறிவியலையும் நம்பமாட்ட.''

''நான் உன்ன நம்பறேன். அது போதாதா?''

''அப்ப அந்த டிராயிங்க்ஸ்ல கவனம் செலுத்து!''

ஆய்வாளர்களின் கணினிகள் அந்த அறையின் சுவர்களை ஓவியங்களால் நிரப்பிக்கொண்டிருந்தன. அவை தெளிவானப் படங்களாக இல்லை.

''படங்கள் கிறுக்கல்கள் மாதிரி இருக்கே. தெளிவா கிடைக்காதா?''

சின்னமாயன் சொன்னது காளிதாசன் காதில் விழுந்தது.

''ஜென்டில்மேன், செடியில் இருக்கும்போதுதான் அது பூ. பறிச்சிட்டா அது பிணம். நீங்க கொண்டு வந்திருக்கிறது எல்லாமே பிணங்கள். ஒரு பூ தன்னுடைய நிலையில் தனக்கான குணங்களோடு நிறஞ்சிருக்கிறது அது இயற்கையோடு இருக்கும்போது மட்டும்தான். குய்யா மலர்கள் கொடியில் இருந்தப்பவே இந்த ஆராய்ச்சிகள நம்மாள செய்ய முடிஞ்சிருந்தா காட்சிகள் இன்னும் தெளிவா இருக்கும்!''

''புரியுது சர். இந்தப் பூவுக்குள்ள காட்சிகள் எப்படிப் பதிவாகுது? அது எங்க சேமிக்கப்படுது? அது இத்தன நாள் எப்படி அழியாம இருக்கு?''

''நீங்க குறும்பனையோட வண்டுகளுக்கும் தேனீக்களுக்கும் நன்றி சொல்லணும். குய்யா மலர்களுடைய சிறப்பு அம்சமான ஒளியணுக்கள், சுத்தி இருக்கிற நிகழ்வுகளப் படம் பிடிக்குது. அந்த பிம்பத் தகவல்கள் சேமிக்கப்படறது பூவின் நரம்புல இருக்கிற இழை அணுக்களில். இந்த மலர்களத் தேடி வரும் தேனீக்களும் வண்டுகளும் பூவுக்குள்ள இருக்கிற மகரந்தத் துகள்ல தங்க உடம்புல பூசிக்கிட்டு அத இதழ் பகுதிலயும் சிந்திட்டு போகுது. மகரந்தத் துகள்கல்ல இருக்கிற ஒருவித பசைதான் குய்யா மலர்களோட இழை அணுக்கள் சிதையாம பாத்துக்குது. இந்தப் பண்பும் நிகழ்வும் வேற எந்த மலர்களுக்கும் கிடையாது. இருந்தாலும் இறந்த மலர்களின் அணுக்களில் இருந்தும் நரம்புகளில் இருந்தும் ஓரளவுக்குத்தான் நாம படிக்க முடியும்.''

ஒரு பிணவறையில் நிற்கின்ற உணர்வை சின்னமாயனுக்கு ஏற்படுத்தியது காளிதாசனின் விளக்கம். அவனை அமைதியாக இருக்கச் சொல்லிவிட்டு நெய்தல் பேசினாள்.

''இங்க நாம பாக்கற கோட்டோவியங்கள்தான் இறுதியா சர்? இல்ல இதுக்கப்பறம் எதாவது பிராஸஸ் பண்ணுவாங்களா?''

''இல்ல. இந்த ஓவியங்கள் இன்னும் கொஞ்சம் செம்மையாக்கப் படும். நம்ம ரியல் வேர்ல்ட் டேட்டா பேஸ்ல இருக்கிற முகங்கள், மனிதர்கள், நிலங்கள், நிறங்கள், தாவரங்கள் அவற்றோடு பொருத்தி

ஓரளவுக்கு ஒரு முழுமையான படங்கள் உங்களுக்குத் தரப்படும். டைம் இருந்தா இங்கயே கொஞ்ச நேரம் இருங்க. உங்க கண்ணு முன்னாடியே அந்த பிராஸஸிங் நடக்கும்... பாருங்க.''

''உலகத்துல வேற எந்த மலர்களுக்கும் இந்தக் குணம் இல்லையா சர்?''

நெய்தல் தெரிந்துகொள்ள விரும்பினாள்.

''இருக்கலாம்... மிஸ்...?''

''நெய்தல்.''

''...இருக்கலாம் நெய்தல். ஆஸ்திரேலியால குவில்னு ஒரு மலர் இருக்கிறதா படிச்சிருக்கேன். அதுவும் குய்யா மலரோட வகையறாவாத்தான் இருக்கும். எல்லாம் ஒரு காலத்துல ஒரே நிலப்பரப்பாதான இருந்துச்சு...''

மெருகேற்றப்பட்டுக்கொண்டிருந்த ஓவியங்கள் மெல்ல மெல்ல தெளிவான கதைப்படங்களாக உருமாறிக்கொண்டிருந்தன. அவை சுவரில் காணப்பட்ட இரண்டாம் மாற்றுத் திரையில் காட்சியாயின. இப்போது சின்னமாயனால் அந்த ஓவியங்களில் குறும்பனைத் தீவைக் காண முடிந்தது. மண்ணில் புழுக்களும் பூச்சிகளும் திரியும் அடையாளங்கள் தெரிந்தன. ஹைப்பர்போலிக் தண்டவாளத் தடங்களின் பதிவுகள் தென்பட்டன. ஆங்காங்கே சில மனிதர்களின் வடிவங்களும் சிறுசிறு கோடுகளாக மலர்ந்தன.

''அங்க பாரேன்..!''

நெய்தல் காட்டிய அந்த ஓவியத்தில் சின்னமாயனின் தோற்றத்தை யொத்த ஒரு மனித வடிவம் தென்பட்டது. அதைக் கண்டதும் சின்னமாயனுக்குப் புல்லரித்தது. நெய்தல் முதன்முதலில் இந்த மலர்களைப் பற்றிச் சொன்னபோது அவன் நம்பவில்லை. திரையில் காண்பது கனவா நனவா என்று தெரியவில்லை. 'நாவல்மரக் காட்டுக்குள் நல்லவேளை, நான் மன்மதத் தவறேதும் செய்யவில்லை' என்று பெருமூச்சு விட்டான். சோனு விவரித்தது போன்ற ஒரு காட்டெருமை எந்திரத்தின் வடிவத்தை ஒரு படத்தில் பார்க்க முடிந்தது. ஆங்காங்கே சில மிருகங்களும் பறவைகளும் பென்சில் கோடுகளாகப் பதிவாகியிருந்தன.

''இப்ப நீங்க பாக்கப் போறது உதிர்ந்த மலர்கள்ல இருந்து நாம பிரிச்சு எடுத்த பிம்பங்கள்.''

புதிய கோட்டோவியங்களும் அவைதம் மெருகேறியப் பிரதிகளும் இரண்டாம் திரையில் ஓடத்தொடங்கின. சின்னமாயன் அவற்றை உற்றுக் கவனித்தான்.

''இது...'

சின்னமாயன் உணர்ச்சிவசப்பட்டான். மெருகேறிக்கொண்டிருந்த ஓர் ஓவியத்தில் நிழல்போல ஒரு குள்ள நரியின் தோற்றம் இருந்தது. அதன் அருகில் ஒருவன் அமர்ந்திருக்கிறான். அவன் முக லட்சணங்கள் தெளிவாக இல்லை. தன் விசாரணையின்போது சோனு சொன்ன குள்ளநரியும் இளைஞனும் அவனுக்கு நினைவு வந்தது.

' 'என்ன மாயன்?''

நெய்தல் அவன் தோளைத் தட்டி அமைதிப்படுத்தினாள். குள்ள நரியும் இளைஞனும் இருக்கும் ஓவியங்கள் ஒன்றன் பின் ஒன்றாக வெளியாகிக்கொண்டிருந்தன.

''நெய்தல், அந்தப் படத்துல இருக்கிறது நரிதான?''

நெய்தல் மாற்றுத் திரையைப் பார்த்துவிட்டு,

''அப்படித்தான் நினைக்கிறேன்...''

யாரும் எதிர்பாராதவிதமாக சின்னமாயன், நெய்தலைக் கட்டித்தழுவி முத்தமிட்டான். அவள் அதிர்ச்சியில் உறைந்தாள். காளிதாஸும் பிற ஆய்வாளர்களும் ஓரக்கண்ணால் சிரித்துக்கொண்டனர்.

''இந்த நரியும் கூட ஒரு ஆளும் இருக்கிற படங்கள இன்னும் கொஞ்சம் தெளிவா ப்ராஸஸ் பண்ண முடியுமா?''

காளிதாஸிடம் சின்னமாயன் கோரினான்.

'இங்க இவ்வளவுதான் முடியும். நீங்க உங்க லேப்ல இருக்கிற ஸ்மூதர்ஸ் வச்சு எதாவது பண்ண முடியுமா பாருங்க.''

டெல்லியில் வந்தவேலை முடிந்து அன்றிரவு நெய்தலும் சின்னமாயனும் புல்லட் ரயிலில் திரும்பிக்கொண்டிருந்தனர்.

நெய்தல் ஆப்பிள் பழத்தைப் பாதி கடித்துவிட்டு தண்ணீர் குடித்தாள். அவள் வீசி எறியவிருந்த மிச்ச ஆப்பிளை சின்னமாயன் வாங்கிக்கொண்டான். அவன் சோர்வாகக் காணப்பட்டான்.

''என்னடா? என்ன யோசிக்கிற?''

''யூனிட் 613 அம்ரிஷ் பூஜாரியோட அவதார் ஆவணங்கள் நேத்து வந்துச்சு. அதுல...''

''அதுல என்ன..?''

''அவனப் பத்திய எல்லா விவரங்களும் இருக்கு!''

''குட்!''

''ஆனா... அவனுக்கும்...''

''அவனுக்கும்...?''

''அம்ரிஷ் பூஜாரியோட அப்பா சாஷ்வத், யூனிட் 613ல இருந்திருக்காரு. நம்ம வீர் ஜடாயு கால ரயிலோட ப்ளூ பிரின்ட் திருடப்பட்ட விவகாரத்துல அவர் மேல வழக்கு இருக்கு.''

சின்னமாயனால் அதற்கு மேல் பேச முடியவில்லை. நெய்தல் மிச்சம் வைத்த ஆப்பிளை அவன் கொரிக்கத் தொடங்கினான். நெய்தல் தன் படுக்கையில் சாய்ந்து போர்வையைப் போர்த்திக்கொண்டாள். அவள் காதுவரை கம்பளி மூடியிருந்தது. சின்னமாயன் அவள் காது மறையாத வண்ணம் கம்பளியைச் சற்றே விலக்கினான்.

''என்னடா?''

''அம்ரிஷ் பூஜாரியோட அப்பா சாஷ்வத்த நம்ம நித்திலன் ஐயா மூணு முற சந்திச்சிருக்காரு!''

சின்னமாயன் சொன்னதைக் கேட்டு நெய்தல் திடுக்கிட்டு எழுந்து உட்கார்ந்தாள். புல்லட் ரயில் வழக்கத்தைவிட வேகமாய்ப் பாய்ந்ததாக அவளுக்குத் தோன்றியது.

''அதுக்கான ஆதாரங்கள் இருக்கா?''

''இருக்கு. ஆனா இந்தச் சந்திப்பப் பத்தி பொதுவெளில யாருக்குமே தெரியாது. மெக்சிக்கோ, ஜெர்மனி, பல்கேரியானு மூணு தடவயும் மூணு வெவ்வேற இடத்துல சந்திச்சிருக்காங்க.'

"ஒரு மாணவனா, இல்லனா ஒரு மரியாதை நிமித்தமான சந்திப்பா அது இருந்திருக்கலாமே."

"அப்படி சந்திக்கிறவங்க மூணு முறை வெவ்வேற நாட்ல சந்திக்க வேண்டிய அவசியம் என்ன? அது மட்டும் இல்ல... மெக்சிக்கோல ஒரு வெடிகுண்டு விபத்துல நித்திலன் ஐயா உயிர் பொழச்சு வந்திருக்காரு."

அதற்குப் பின் அவர்கள் பேசவில்லை. நெய்தல் கடித்த ஆப்பிளைச் சின்னமாயன் பகிர்ந்துகொண்டதுபோல சின்னமாயன் சிந்திய மௌனத்தை நெய்தலும் பகிர்ந்துகொண்டாள். அவள் உட்காந்தவாறே கம்பளியைப் போர்த்திக்கொண்டாள். சின்னமாயனின் பதற்றம் அவளுக்கும் பரவியது. அவளது டாக்யூ கருவி வழி அவள் மனதின் சலசலப்பு வெளியே கசிந்தது. சின்னமாயன் அவள் தலையைக் கோதினான்.

நெய்தல், சின்னமாயனின் கரத்தை இறுகப் பற்றினாள்.

"எதையும் யோசிக்காம தூங்கு" என்று சொல்லிவிட்டு அவன் தோளில் சாய்ந்துகொண்டாள்.

சின்னமாயனும் மெல்ல கண் அயர்ந்தான். அவன் கனவில் குள்ளநரிக்கு அருகில் நித்திலன் அமர்ந்திருந்தார்.

கபிலன் வைரமுத்து

மாக்கியவெல்லியும் எட்டு நாடுகளும்

"அங்கிட்டு இங்கிட்டு அனத்தாம அந்தக் கழுதைய வாயப் பொத்திக் கூட்டியாடா!"

மலையமாடன், ஒரு பன்றியைக் கழுதை என்று சொன்னது அந்தப் பன்றிக்குப் பெருமையா சிறுமையா என்று தெரியவில்லை. அது 'கெனகென' என கனைத்துக்கொண்டே வந்தது. மலையமாடன் குழுவைச் சேர்ந்த இருளாண்டியும் கொள்ளியும் வேட்டியில் முடிந்துவைத்திருந்த நிலக்கடலைகளை ஆறு பன்றிகளுக்கும் வீசி வீசி அவற்றை மதுரைக்கு அருகில் கம்பெனிக்குச் சொந்தமான கேப்ரியல் பண்ணையில் இருந்து கருவேலங்காட்டைத் தாண்டி அரை மைல் தொலைவுக்கு அழைத்துவந்து விட்டனர். பின்னால் காவல்காரர்கள் யாரும் தொடராதவாறும், தங்கள் தடயம் எதுவும் பதியாதவாறும் மண்ணை அள்ளி இடம் வலம் மாற்றிக்கொண்டும் கத்தாழை விதைகளைத் தூவிக்கொண்டும் மலையமாடன் அவர்களைப் பின் தொடர்ந்தான். புளியங்கரையை அடைந்ததும் பன்றிகள் அங்கிருந்த சேற்றில் உழன்று புரண்டன. போதிய வியர்வை சுரப்பிகள் இல்லாததால் தங்களைக் குளிர்விக்க சேற்றைவாரிப் பூசிக்கொண்ட அந்தப் பன்றிகளுக்குத் தெரியாது அவற்றைச் சுடவைக்க ஒரு கூட்டம் காத்திருக்கிறது என்று!

வட்டப்பாறையின் அடிவாரத்துக்கு வந்ததும் கையில் இருந்த கடைசி நிலக்கடலைகளை பன்றிகளுக்குத் தூவி முடித்தனர் இருளாண்டியும் கொள்ளியும். புளிச்சநாறு கொண்டு ஆறு பன்றிகளையும் வாயைக் கட்டினர். தங்கள் வேட்டியில் சொருகியிருந்த சிறிய ரக குத்துதரத்தை உருவி 'சோணக்கருப்பா' என வேண்டிக்கொண்டு பன்றிகளின் காதுகளை முதலில் அறுத்து வாழைஇலையில் தனியாக வைத்துவிட்டு, பின்னர் கழுத்தை அறுத்தனர். இருளாண்டி பன்றியின் இரு காதுகளையும் எடுத்துக்கொண்டு ஓடிச்சென்று மலைச்சாமிக்குப் படைத்துவிட்டு, நெருப்புப் பிடித்து வந்தான். மலையமாடன் தன் குறுவாள் கொண்டு பன்றிகளின் ரோமத்தை மழித்தான். கொள்ளி, பொட்டலத்தில் இருந்த மஞ்சளை பன்றிகளின் உடல்களில் தடவினான். பாறையில் சிதறியிருந்த பன்றிகளின் ரோமங்களை ஒரு பிரம்புக் கூடையில் சேகரித்துக்கொண்டான். வட்டப்பாறையின் உச்சியில் நெருப்பு குண்டம் உண்டாக்கி ஆறு பன்றிகளையும் முன்னும் பின்னும் சுத்தி முத்தி வெடவெடவென வாட்டினார்கள்.

வட்டப்பாறையில் வானுயர புகை மூள்வதை ஊருக்குள் இருந்து பார்த்த மாயவனம் ஓடிச்சென்று ஊர் மந்தையில் கிடந்த மொடா மேளத்தைத் தட்டினாள். வல்லாங்குளத்து மக்களுக்கு அந்த மேளச் சத்தம் உணவு கிடைத்துவிட்டது என்பதற்கான முதல் தகவல். அது களவாடப்பட்ட உணவு என்பதால் மாயவனம் ஊமைத் தாளத்தில் மேளத்தைத் தட்டினாள். அந்தச் சத்தம் ஊருக்கு வெளியே இருப்பவர்களுக்கு ஊதைக்காற்றோடு காற்றாக கரைந்துவிடும். யாருக்கும் சந்தேகம் வராது. பெண்கள் தங்கள் வீடுகளில் உப்பு, மிளகு, மஞ்சள், மிளகாய், வெங்காயம், புளி என மசாலா அரைக்கத் தொடங்கினர்.

வட்டப்பாறையில் நெருப்பில் வெந்த பன்றிகளைப் பாளம் பாளமாக வெட்டி கறித்துண்டுகளை வாழை இலைகளில் மடித்து முடிந்தனர். வீடு ஒன்றுக்கு ஒரு வாழை இலை முடிப்பு என்ற வீதம் ஊரின் இருநூறு வீடுகளுக்கும் வினியோகம் செய்யப்பட்டது. இரண்டாம் சாமத்துக்குள் உண்டு முடித்து ஊர் முழுக்க மஞ்சள் தெளித்துவிட வேண்டும் என்ற மலையமாடனின் ஆணையும் வாழையோடு வாழையாக வந்தது. மாயவனத்தின் வீட்டுக்கு வாழை முடிப்போடு வந்தான் கொள்ளி.

''டேய் கொள்ளி, இந்தக் களவு எங்க அப்பனுக்குத் தெரியுமா?'' - மாயவனம் விசாரித்தாள்.

''தெரியாம எப்படி ஆத்தா..? மதுரைல இருந்து நம்ம சந்தைக்கு வந்த நெல்லு மூட்டைய நிறுத்திப்புட்டாய்ங்க. அரண்மனைய காவ காத்தது போதும்டானு அனுப்பி விட்டாய்ங்க. சண்டைக்குப் போறச் சோலியே வேணாமுனு கத்தி கம்ப சர்க்காருக்கு ஒப்படைக்கச் சொல்லிட்டாய்ங்க. அது போதாம ஏரு கலப்பையவும் வரியப் போட்டு வாரிக்கிட்டாய்ங்க. ராசாவையெல்லாம் பல்லப் புடுங்கி சமீன்னு சப்பையாக்கிப்புட்டாய்ங்க. திண்டுக்கல் சப கூடி காவ மானியத்துக்கு வேட்டு வச்சுப்புட்டாய்ங்க. நம்ம புள்ளகுட்டிக சோத்துக்கு என்னாத்தா செய்யும்? அம்மாவாசையவா அடிச்சுத் திங்க முடியும்? ஐயா சொல்லித்தான் இன்னிக்கு பன்னி அடிச்சோம். பன்னிய மட்டுந்தான அடிச்சோம்னு பதறாம இரு ஆத்தா.''

மாயவனம் அந்த வாழை முடிச்சை வாங்கிக்கொண்டாள். வீட்டு வாசலில் ஒரு வெள்ளைக் குதிரை நின்றுகொண்டிருந்ததைக் கொள்ளி தன் கண்களைக் கசக்கிப் பார்த்தான்.

''இது என்னாத்தா வெள்ளக் குதிர? ஐயாத போலத் தெரிலயே!''

''இது நாலு நாள் தவணையா ராவுத்தரு தந்தாரு. ஐரோப்பால இருந்து ஒரு தொர வந்திருக்குல?''

''ஆமாம். அந்த வெள்ளக்காரன்ஆக்னஸ் தலையப் புடுங்கி வீசி எறிஞ்ச ராசா. அவரா?''

''அவருதான். எதோ ஊரச் சுத்திப் பாக்கணும்னு சொன்னாரு. நாந்தேன் காசிம் ராவுத்தர கைகாட்டி விட்டேன். நாலஞ்சு ராத்திரியா இந்தக் குதிரைல சுத்திப்புட்டு இன்னிக்குத்தான் திரும்பியந்தாரு.''

''இவர்தானா அவரு?''

''எவரு..?''

''ஆத்தா, வாலாந்தூர் - கொக்குளம் - புத்தூருனு வரிசையா கம்பெனிக்காரவ சிப்பாய்ங்க கழுத்தறுபட்டுச் செத்துப் போனாய்ங்கன்னு இருளாண்டி சொன்னான். உள்ள இருக்கிற ஆளு வெளிய போய் ஆடு புலி ஆட்டம் ஆடிட்டு வந்தாரோ என்னவோ? பாத்து இருந்துக்க ஆத்தா!''

கொள்ளி அடுத்தடுத்த வாழை முடிப்புகளை வினியோகிக்கப் புறப்பட்டான்.

மாயவனத்தின் வீட்டுவாசலில் உலவிக்கொண்டிருந்த குள்ளநரி ஸ்பார்ட்டா அவள் கையில் வைத்திருந்த கறியை மோப்பம் பிடித்து அவள் மீது பாய்ந்தது. அவள் அதன் தலையில் ஓங்கிக் குட்டி கீழே தள்ளினாள். அடுப்பறைக்குச் சென்று கறியில் மசாலா தடவினாள். வீட்டுக்குப் பின்புறம் மாட்டுத்தொழுவத்தில் அமர்ந்திருந்த மாக்கியவெல்லி சோர்ந்து காணப்பட்டான். அவன் கிழக்கிந்தியக் கம்பெனி வீரர்களின் சீருடையில் இருந்தான். மாயவனம் சுடச்சுட பனைஓலைக் குடுவையில் கொண்டுவந்து வைத்த உணவு அவனை உற்சாகப்படுத்தவில்லை. மாக்கியவெல்லி தன் உணவில் கலந்திருந்த சில கறித்துண்டுகளைத் தன்னைச் சுற்றி சுற்றி வந்த ஸ்பார்ட்டாவுக்கு வீசினான்.

"இந்த உடுப்போடத்தான் ஊரெல்லாம் சுத்தி வந்தீகளா?"

கன்றுக்குட்டியைத் தடவிக்கொண்டே மாயவனம் கேட்டாள். மாக்கியவெல்லி எதுவும் பதில் சொல்லவில்லை.

"சிப்பாய்களோட சண்ட புடிச்சீகளா?"

அவன் பேசவில்லை. தனக்கு வழங்கப்பட்ட உணவை எடுத்து அவளுக்கு நீட்டினான்.

"நான் திங்கிறத்துக்கு எனக்கிருக்கு. இது நீங்க திங்க. வாலாந்தூர்ல ஒங்கள வெலங்கு மாட்ட வந்தாய்ங்களா?'

அவள் கன்றுக்குட்டியை விடவில்லை.

மாக்கியவெல்லி எந்த பதிலும் சொல்லாமல் தொழுவத்தின் மண் சுவரில் சாய்ந்து கறியை அள்ளித் தின்றான். மூன்று நாட்களாக தான் தண்ணீரும் பானகமும் மட்டுமே குடித்து வந்ததால் மாயவனம் தந்த பன்றிக்கறி அவனுக்குத் தேவாமிர்தமாக இருந்தது. கறியில் அவள் கூடுதலாக கடலைப்பருப்புகளையும் அரைத்துத் தூவியிருந்தாள். அந்தக் கவனிப்பை அவன் கவனிக்கவில்லை என்று கவலையுற்றாள்.

பத்து நாட்களுக்கு முன் மாயவனம் அழைத்துச் சென்ற கோலன் குகையின் இருள் துகள் வழி மாக்கியவெல்லி தன் அதர்வாணா கருவியில் நிகழ்கால மீட்டா கூடத்துக்குப் பேசினான். தான் இருக்கும் இடம் பற்றிய குறிப்புகளை அவர்களுக்குத் தந்தான்.

''1802ஆம் ஆண்டுல நீங்க இருக்கீங்க மாக்கியவெல்லி. ஒரு நரியைப் பிடிக்க நீங்க ரயில தவறவிட்டத எப்படி மன்னிக்க முடியும்?''

''ஆலன், நாம திட்டமிட்ட இடத்துக்குப் போகலயே தவிர நான் இருக்கிற இடமும் காலமும் நம்ம ஆய்வுக்கு உதவும்னு நம்பறேன்.''

''எந்த விதத்துல மாக்கியவெல்லி? நெபுலாவ புரிஞ்சுக்கிறத்துக்கு நமக்குக் கிடச்சிருக்கிற பல மாதிரிகளில் ஒரு சின்ன புள்ளிதான் இந்த எட்டு நாடுகள் அமைப்பு. இதுவும் ஒரு அனுமானம்தான். இந்த அமைப்பு அதிகாரபூர்வமா உருவான காலகட்டத்தத் தவற விட்டுட்டு வேற ஒரு காலத்துல நீங்க நேரத்தை விரயம் செய்வதுல அர்த்தம் இல்ல.''

''ஆலன், நான் இருக்கிற இந்த ஆண்டுல பாளையங்கள் சமீன் முறைக்கு மாற்றப்பட்டிருக்கே தவிர எட்டு நாடுகள் அமைப்பு இன்னும் கலைக்கப்படல. இந்த மக்கள் எந்த ஆட்சியாளர்களுக்கும் அடிபணியாத ஒரு தன்னரசு வல்லமையோட இருக்காங்க. இந்த நிலப்பரப்புல ஒருமுறையேனும் பயணிக்க நாம தயங்க வேண்டாம்னு தோணுது.''

''மாக்கியவெல்லி, நீங்க வரலாற்றாசிரியரா அங்க போகல. நெபுலா இணைய வேலிய ஊடுருவ ஓர் உளவாளியா அங்க போயிருக்கீங்க...''

''ஆலன், எட்டு நாடுகளோட எல்லைகள் - பூகோளம் - ஆட்சிமுறை இதையெல்லாம் கொஞ்சம் புரிஞ்சுக்க முடிஞ்சா அத நெபுலா ஆர்க்கிடெக்சரோட நாம பொருத்திப் பாக்க முடியும். முயற்சி செய்யலாமே. எந்த வெளிச்சமும் தெரியாத போது இருட்ட நம்பறது தப்பில்லையே!''

''உங்க காலத்துல இருந்து முப்பதாவது நாள், திப்புசுல்தான் மரணம் குறித்த மறுபரிசீலனை அறிக்கையைத் தயாரிக்க ஒரு குழு கால ரயில்ல மைசூர் பயணிக்கிறாங்க. நீங்க விரும்பினால் மைசூர் வழியா திரும்பி வரலாம். மீட்டா அதற்கான கட்டணத்தை ஏற்கும்.''

திரும்பிப் போகிற எண்ணம் துளியும் இல்லை அவனுக்கு. மாயவனம் ஏற்பாடு செய்த குதிரையில் எட்டு நாடுகளைச் சுற்றிவரத் தொடங்கினான் மாக்கியவெல்லி.

திருப்பரங்குன்ற மலை கிழக்கு எல்லையாகவும், ரத்தினகிரிமலை மேற்கு எல்லையாகவும், குண்டாறு தெற்கு எல்லையாகவும், நாகமலை வடக்கு எல்லையாகவும் கொண்டு அமைந்துள்ள பகுதியை அங்குலம் அங்குலமாகக் கடந்தான்.

வாலாந்தூர் வழியே வந்தபோது அங்கே வீதியில் வள்ளி நாடகம் நடைபெற்றுக்கொண்டிருந்தது. நாடகம் பார்க்க வந்த சாமானிய மக்களிடமும் கம்பெனிப்படை ஆயுதச்சோதனை நடத்திக்கொண்டிருந்தனர். உள்ளூர் சமீந்தார்களின் காவலர்களைத் தவிர ஆயுதம் வைத்திருந்தவர் யாராக இருந்தாலும் அவர்கள் எந்த விசாரணையும் இன்றி கைது செய்யப்பட்டு சங்கிலியால் கட்டப்பட்டு குதிரை வீரர்களால் கால்நடையாகவே மதுரைச் சிறைக்கு இழுத்துச் செல்லப்பட்டனர். கருமாத்தூர் அருகே கோயில் திருவிழா நடந்துகொண்டிருந்தது. விழாவுக்கு உபயம் செய்தவர்களுக்கு பூசாரிகள் காளாஞ்சி வழங்கிக்கொண்டிருந்தனர்.

வழியில் ஆங்காங்கே கூடாரம் போட்டு கம்பெனியின் சிப்பாய்கள் காவல் மையங்களை அமைத்திருந்தனர். உறங்காப்புலியையும் அவர் கூட்டத்தையும் உயிரோடவோ பிணமாகவோ பிடிக்க அவர்களுக்கு உத்தரவு. மாக்கியவெல்லி அந்த மையங்களைக் கடக்கும்போது ஒருசில வீரர்கள் ‘கர்னல கழுத்தறுத்தவன் அவன்தான்’ என்று அடையாளம் கண்டு அவனைக் கைது செய்ய முயற்சித்தனர். மாக்கியவெல்லி அவர்களிடம் இருந்து தப்பித்து ஓடினான். தொடர்ந்து வந்த சில காவலர்களை, மாயவனம் அவனுக்குத் தந்த குறுவாளால் குத்திக் கொலை செய்தான். இறந்துபோன ஒரு கம்பெனி வீரனின் சீருடையைக் கழற்றி தான் மாட்டிக்கொண்டான்.

வெள்ளைக் குதிரையில் கம்பெனி சீருடையோடு ஊருக்குள் சென்றபோது அவனுக்குத் தனி மரியாதை கிடைத்தது. புத்தூர் தென்னந்தோப்பில் சமீந்தாரின் கூலியாட்கள் மாக்கியவெல்லிக்கு இளநீர் வெட்டிக்கொடுத்தனர். பாப்பாப்பட்டி இனிப்புக் கடையில் அவனுக்கு இலவசமாக கருப்பட்டிப் பலகாரங்கள் வழங்கப்பட்டன. கடை வாசலில் அமர்ந்தவர்களிடம் எட்டு நாடுகள் அமைப்பு குறித்து தனக்கு இருந்த சந்தேகங்களைக் கேட்டுக்கொண்டான்.

தமிழ்நாட்டின் பெரும்பாலான பகுதிகளைத் தங்கள் ஆட்சிக்குள் கொண்டுவர முடிந்த நாயக்கர்களால் கள்ளர் நாட்டை கட்டுக்குள்

கொண்டுவர இயலவில்லை. வேறு வழியின்றி பின்னத்தேவர் தலைமையில் தன்னரசு நாடாக இதை அறிவித்துவிட்டனர். இப்போது புதிதாக தலையைக் கொடுக்க வந்திருக்கிறான் வெள்ளக்கார வணிகன் என்று பெரியவர் சிரித்துக்கொண்டே பேசினார். தேவர் பட்டம் கட்டப்பட்ட ஒருவர் தலைமையில் கம்பளி விரித்து நீதிபரிபாலனம் செய்யும் முறையை அவர்கள் விவரித்தனர்.

எட்டு நாடுகளின் உப கிராமங்களான விக்கிரமங்கலம், நாட்டார் மங்கலம், அய்யனார்குளம், கொடிக்குளம், முதலைக்குளம், பன்னியான், வடிவேல்கரை, விளாச்சேரி, தனக்கன்குளம், சாக்கிலி பட்டி, தோப்பூர், மேல்நாடுசெட்டிகுளம், கப்பலூர், சாத்தங்குடி, பன்னிக்குண்டு, அம்மாப்பட்டி, காளப்பன்பட்டி, பூசலப்பரும், மதிப்பனூர், பெருங்காமநல்லூர், மானூத்து, அல்லிக்குண்டம், வகுரணி, மறவன்குளம் ஆகிய ஊர்கள் பிறந்த கதைகள் மாக்கியவெல்லிக்குச் சொல்லப்பட்டது.

பல நாட்கள் அலைந்து திரிந்தவன் ஒருநாள் இரவு புலிப்பொடவு என்று சொல்லப்பட்ட ஒரு குகையை வந்தடைந்தான். தான் இதுவரை பெற்ற தகவல்களைக் கொண்டு பாறையில் ஒரு வரைபடம் எழுதினான். அதை நெபுலா கட்டமைப்போடு பொருத்திப் பார்க்க முயற்சித்தான். எட்டு நாடுகளின் அடிப்படையில் எட்டு நெபுலாக்கள் உருவாக்கப்பட்டது எனில் 24 உப கிராமங்கள் என்னவாயிற்று? ஒருவேளை எட்டு நெபுலாக்களைப் பாதுகாக்கும் ரகசிய அமைப்பாக 24 அலுவலகங்கள் அமைக்கப்பட்டிருக்கிறதா? அல்லது இந்த ஆய்வு மொத்தமே வீண்தானா? நெபுலாவின் உருவாக்கம் முற்றிலும் மாறுபட்ட ஒன்றா? குகையின் இருட்டை விட கேள்விகளின் இருட்டுதான் அவனை பயமுறுத்தியது.

புலிப்பொடவில் ஒரு பாறைக்குழியில் தண்ணீர் நிரப்பப் பட்டிருந்தது. நேற்று பெய்த மழையின் சாரல் ஒழுகி அது நிறைந்திருந்தது. மாக்கியவெல்லி அந்தக் குழியில் இருந்து பருகினான். குகையின் உட்புறமாகச் சாய்ந்தான். ஒரு ஓநாய் அவன் அருகில் வந்து ஓயாமல் கத்திக்கொண்டு இருந்தது. தன் குறுவாளால் அதைத் துரத்திக்கொண்டே இருந்தான்.

"சிப்பாய்க்காரரே, அங்க ஒறங்காதீக. அது புலி அடையற எடம்!" - உள்ளூர்க்காரன் எச்சரித்தபோதும் மாக்கியவெல்லி அதை கண்டுகொள்ளவில்லை.

ஊரெல்லாம் சுற்றி வந்த களைப்பில் குகையில் தூங்கிவிட்டான். காலையில் எழுந்து பார்த்தபோது அந்தக் காட்சி அவனைத் திடுக்கிடச் செய்தது. யானையைப் போல் பெருத்த ஒரு புலி பாறைக்குழியில் தண்ணீர் குடித்துக்கொண்டிருந்தது. அதன் அருகே ஓநாயின் எலும்புத்துண்டுகள் காணப்பட்டன. மாக்கியவெல்லி தன் குறுவாளை உருவினான். புலி மாக்கியவெல்லியின் குறுவாளைப் பார்த்துச் சிரித்துவிட்டு குகைக்குள் சென்று படுத்துக்கொண்டது. அவன் குகையை விட்டுக் குதித்து குதிரையில் ஏறிப் புறப்பட்டான்.

மாயவனத்தின் மண்குடிசைக்குத் திரும்பினான்.

பன்றிக்கறி முழுவதையும் மாக்கியவெல்லி தின்று முடிக்கும்வரை மாயவனம் கன்றுக்குட்டியைத் தடவிக்கிடந்தாள். அவள் தடவியதில் அது தேய்ந்து ஆட்டுக்குட்டியாக மாறியிருந்தது.

"மாயவனம்..."

அந்த அழைப்புக்காய் அவள் காத்திருந்தாள். அவன் அருகில் வந்து நின்றாள்.

"நான் வந்த வேல எதுவும் சரியா நடக்கல. மறுபடியும் ஊருக்கே போகலாம்னு இருக்கேன். மைசூர் வழியா போகணும். உங்க ஆட்கள் யாராவது எனக்கு உதவ முடியுமா?"

கறியில் போட்ட கடலைப் பருப்பை கடைசி வரை அவன் கண்டுகொள்ளவில்லையே என்று அவள் உச்சுக் கொட்டினாள்.

"ஒங்க தலைக்கு நூறு மூட்ட நெல்லுனு கம்பெனிக்காரவ எட்டுச்சீமைக்கும் தண்டோரா அடிச்சிருக்காய்ங்க. அப்பா நாளைக்கு வந்துரும். ஒங்க பஞ்சாயத்த அவரோட பேசிக்கிருக."

ஊர் முழுக்க பன்றிக்கறியைத் தின்று முடித்து ஏப்பம் விட்டிருந்தது. குழந்தைகள் வீசிய எலும்புத்துண்டுகள் புதர்களிலும் பொந்துகளிலும் புதைக்கப்பட்டன. எல்லா தெருக்களிலும் மஞ்சள்

தெளிக்கப்பட்டது. பன்றிகளைச் சுட்டுச் சமைத்த அறிகுறியே இல்லாமல் வல்லாங்குளம் கிணற்றில் இருந்து நீர் இரைத்துக் கொண்டுபோய் வட்டப்பாறையைக் குளிப்பாட்டி, பொட்டு வைத்திருந்தான் மலையமாடன்.

கோழிக்குஞ்சுகளைக் கவ்வப் போன ஸ்பார்ட்டாவை முரத்தால் விரட்டிக்கொண்டும் தரையில் சாணம் கரைத்துப் பூசிக்கொண்டும் இருந்தாள் மாயவனம். மாக்கியவெல்லி திண்ணையில் அமர்ந்து மூங்கில்ஜன்னல் வழியே மாயவனத்தைப் பார்த்துக்கொண்டிருந்தான். கழுதை தன் முதுகில் வெடிமூட்டைகளைச் சுமப்பதுபோல் மாக்கியவெல்லியின் பார்வையை சுமந்துகொண்டே அவள் வேலையைத் தொடர்ந்தாள்.

மைசூர் வழியே மீண்டும் நிகழ்காலத்துக்குத் திரும்ப மாக்கிய வெல்லி மனத்தளவில் ஆயத்தமானான். அவன் தேடி வந்த உளவின் முதல் திறவுகோல் மாயவனத்திடம் இருப்பதை அவன் உணர்வதற்கு ஆறு சாமங்களே இருந்தன.

சின்னமாயனின் கேள்விகள்

மருத்துவமனையின் காத்திருப்பு அறையில் நித்திலன் தனிமையில் அமர்ந்திருந்தார். பாதுகாப்புப் படையைச் சேர்ந்த துப்பாக்கி வீரர்கள் அவரது ஆணைக்கிணங்க அறைக்கு வெளியே நின்றிருந்தனர். காத்திருப்பு அறையின் சுவரில் மாட்டப்பட்டிருந்த ஓவியம் மட்டும் அவருக்குத் துணையாக இருந்தது. மழையில் ஆணும் பெண்ணும் கைகோர்த்து நடந்துசெல்லும் அந்த ஓவியத்தின் கால்தடங்கள் அறையெங்கும் பரவியிருந்தன. நித்திலனின் கண்ணீர்த் திரையில் அந்த நிறங்கள் மின்மினிப் பூச்சிகளாய் ஒளிர்ந்தன.

நீண்ட நாட்களாக நுரையீரல் தொற்றினால் அவதியுற்று வந்த நித்திலனின் மனைவி செங்காந்தள் சிகிச்சை பலனளிக்காததால் கடுமையான பாதிப்புக்குள்ளாகியிருந்தார். தற்போது அவருக்கு செயற்கை சுவாசக் கருவி பொருத்தப்பட்டிருந்தது. நுரையீரல் மாற்று அறுவைசிகிச்சை செய்தால் அவரைக் காப்பாற்ற வாய்ப்பிருப்பதாக மருத்துவர் குழு பரிந்துரைத்தது. அப்படியொரு சிகிச்சையைத் தாங்கிக்கொள்ளும் அளவுக்கு செங்காந்தளின் உடல் கூறு ஒத்துழைக்குமா என்று சோதித்ததில் எதிர்மறை முடிவுகளே கிடைத்தன. செங்காந்தளின் உடலை

அறுவைசிகிச்சைக்குத் தயார் செய்வதே மருத்துவர்களின் முதல்கட்ட நடவடிக்கையாக இருந்தது.

இந்தப் பின்னடைவுகளைக் கடந்து செங்காந்தள் மீண்டு வருவாள் என்று நித்திலன் நினைத்தார். மருத்துவர்களின் முயற்சியைவிட செங்காந்தளின் காதல் மீது அவருக்கு நம்பிக்கை இருந்தது.

வெளியே கருநீலச் சீருடையில் சின்னமாயன் நின்று கொண்டிருப்பதை அறையின் கண்ணாடிக் கதவு வழியே நித்திலன் பார்த்துவிட்டார். அவனை மட்டும் உள்ளே வரச் சொல்லி சைகை செய்தார். சின்னமாயன் தன் பூட்ஸ் கால்கள் சத்தமிடாமல் நடந்து வந்து நித்திலனுக்கு சல்யூட் வைத்தான். நித்திலன் அவனை அமரச்சொன்னார். அவன் அமர்ந்தபோது பின்னால் சுவரில் இருந்த ஓவியம் மறைந்தது.

"அம்மா எப்படி ஐயா இருக்காங்க?"

"வெண்டிலேட்டர்ல இருக்கா. அடுத்தகட்ட சிகிச்சைப் பத்தி பேசிகிட்டு இருக்கோம்."

"அம்மாக்கு எதுவும் ஆகாது ஐயா. அவங்க சீக்கிரமே குணமாகி வருவாங்க." - சின்னமாயனின் அருள்வாக்கைக் கேட்டு நித்திலன் புன்முறுவல் பூத்தார்.

"சின்னமாயன், இணைய வேலிக்கான போராட்டக் காலத்துல நான் சிறைல இருந்தப்ப செங்காந்தள் என்ன ஒருமுறை சந்திக்க வந்தா. அவ வரவரைக்கும் என் கண்ணுக்கு இழிவா தெரிஞ்ச சிறைக்கம்பிகள் அவ வந்துட்டுப் போனதும் ஒரு வசந்தகால ஜன்னலா மாறுச்சு. இந்த உலகம் அறிவின் வன்முறையால், அர்த்தங்களின் சிறுமையால், சித்தாந்த சில்மிஷங்களால், நாகரிகத்தின் நயவஞ்சகத்தால் நிரம்பி வழியுது. அதுல இருந்து விலகிப் பிழைக்க ஈரமான ஒரு நதிக்கரை தேவைப்படுது. செங்காந்தள் என் நதிக்கரை."

சின்னமாயன் மௌனமாக இருந்தான். அவன் கொண்டு வந்த கேள்விகளை அறைக்கு வெளியே விட்டுவிட்டு வந்தாலும் அவை ஒவ்வொன்றாய் கண்ணாடிக்கதவு வழியே எட்டிப் பார்ப்பதுபோல் அவனுக்குத் தோன்றியது.

''சொல்லு மாயன், நீ எனக்கு ஆறுதல் சொல்ல இங்க வரலனு எனக்குத் தெரியும். ஆறுதல் சொல்ல வருபவர்கள் இடுப்புல துப்பாக்கியோட வர மாட்டாங்க. வேற யாராவது வந்திருக்காங்களா? நெய்தல் வெளிய இருக்காளா?''

''இல்ல ஐயா. நான் மட்டும்தான் வந்திருக்கேன்.''

சின்னமாயன் இடுப்பில் மாட்டியிருந்த துப்பாக்கியைக் கழற்றி இருவருக்கும் இடையே இருந்த மேசையில் வைத்தான்.

''உன் கைல இப்படி ஒரு நவீன துப்பாக்கிய பாக்கும்போது எனக்குக் காலத்தின் மீது மிகுந்த மரியாத வருது மாயன்!''

''ஏன் ஐயா?''

''உன் முன்னோர்கள் பெரும்பாலானவர்கள் முன்களப் படை வீரர்கள். அவங்க கைல இருந்த ஆயுதங்களுக்கு அன்றைய ஆட்சியாளர்கள் தட விதிச்சாங்க. ஆயுதங்களைப் பறிக்க முடியும். போர்க்குணத்தை..? பறவையின் சிறகு முறிந்தாலும் அது பறவைதான். வானத்தில் நிகழ்த்தும் பறத்தலை அது மண்ணில் நிகழ்த்தும். அது மற்ற உயிர்களுக்கு இடையூறாகவும் அமையலாம். அப்படித்தான் போருக்குப் போனவர்கள் பின் களவுக்குப் போனாங்க. உன் முன்னோர்களிடம் இருந்து பிடுங்கிய ஆயுதத்தைக் காலம் மீண்டும் உன் கைல ஒப்படைச்சிருக்கு. அதிகாரத்தின் நீதிய விட காலத்தின் நீதி வலிமையானது.''

சின்னமாயன் தலைகுனிந்து யோசித்தான். பின் சட்டென நிமிர்ந்தான்.

''ஆயுதம் ஏந்துவதத் தவிர எங்களுக்கு வேற எந்தத் தகுதியும் இல்லனு சொல்றீங்களா?''

சின்னமாயனின் அந்த அமில வீச்சை நித்திலன் எதிர்பார்க்கவில்லை.

''மாயன், நான் அப்படிச் சொல்ல வரல. நீ தப்பா புரிஞ்சுக்கிட்ட.''

''ஐயா, உங்க தத்துவங்களைக் கேட்க நான் இங்க வரல. எனக்கு சில உண்மைகள் தெரியணும்.''

பேசுவது சின்னமாயனா அல்லது அவன் துப்பாக்கியா என்று நித்திலன் ஒருநொடி திடுக்கிட்டார்.

''நான் நிகழ்த்துவதும் ஒருவகை போர்தான் ஐயா. ஆனா, யார எதிர்த்துனு எனக்குப் புரியல.''

''ஏன் புரியல மாயன்? கடந்த ஒரு மாதமா நெபுலாவ ஊடுருவ பல முயற்சிகள் நடந்துக்கிட்டு இருக்கு. என் ஷூட்டர் டீம் எல்லாத்தையும் நியூட்ரலைஸ் பண்ணிக்கிட்டு இருக்காங்க. உங்க விசாரணை எந்த அளவுல இருக்கு?''

நித்திலன் இருக்கை நுனிக்கு வந்தார்.

சின்னமாயன் அவன் கைக்கடிகாரத்தைக் கழற்றினான். அதில் மின்கோப்புகளைத் திறந்தான். கோப்புகளில் இருந்த சில படங்கள் காற்றில் பூங்கொத்து போல் மலர்ந்தன. அவை குய்யா மலர்களில் இருந்து வடித்த படங்கள். அதில் நரியோடு ஒரு மனிதன் அமர்ந்திருக்கும் படம் மையப்படமாகக் காட்சியளித்தது. அந்த மனிதனின் முகம் தெளிவுறத் தெரியவில்லை.

''இது குறும்பனைத் தீவுல கிடச்ச படங்கள். இந்த நரிக்கு பக்கத்தில் உட்கார்ந்திருக்கிற ஆள்தான் நாம தேடிகிட்டு இருக்கிற நபர். அவனோட உருவத்த நம்ம குற்றப்பிரிவு ஆவணங்களில் பொருத்திப் பார்த்தோம். சிரியஸ் நிறுவனத்தோட முன்னாள் தலைவர் மோகன் ஜனார்த்தனனோட முகத்தோட அது பொருந்துது. அவர் இருபத்து அஞ்சு வருஷத்துக்கு முன்னாலயே இறந்துட்டாரு. அப்படித்தான் அறிக்கைல இருக்கு. ஆனா, அவர் எப்படி மறுபடியும்?''

நித்திலனுக்குப் புரிந்துவிட்டது. அவரது நினைவுகள் பின்னோக்கிச் சென்றன. விருமாயக்காள் சொன்ன பேயாண்டி ராசா கதை அவர் மனத்திரையில் ஒளிப்பிறழ்வோடு ஒளிபரப்பாகியது.

''நீங்க இந்த குறிப்பிட்ட நபர தேடக் காரணம்?'' நித்திலன் தெரிந்துகொள்ள விரும்பினார்.

''இதுவரையிலான விசாரணையில் கயல் 18 குழாய ஊடுருவியதும், குறும்பனை கால ரயில்ல பயணம் செய்தவர்களில் நெபுலாவோட தொடர்புடைய நபராகவும் இவர சந்தேகிக்கிறோம். ஆனா, நெபுலாவ ஊடுருவ எதற்காக காலத்தால் பின்னோக்கிப் போகணும்னு எங்களுக்குப் புரியல. அந்தப் புள்ளிகள எங்களால இணைக்க முடியல.''

நித்திலனுக்கு லேசாய் கைகள் நடுங்கின. தான் இந்த விசாரணைக்கு ஒத்துழைப்பதன் முக்கியத்துவத்தை அவர் முழுவதும் உணர்ந்தார். தன் நடுங்கும் விரல்களால் தாடியைத் தடவிக்கொண்டே பேசினார்.

''சின்னமாயன், பெருமாநல்லூர் விருமாயக்காள் சொன்ன கடோத்கஜன் கதை உனக்கு நினைவிருக்கா?''

''இருக்கு ஐயா. பேயாண்டி ராசாவோட காட்டுக்குள்ள கடோத்கஜன் ஆட்ட முழுங்கின கத. அவன் செஞ்ச தப்புக்காக அவன் அப்பன் பீமன் பழி சுமந்த கத. நல்லா நினைவிருக்கு ஐயா.''

''நீங்க தேடிக்கிட்டு இருக்கிறது மோகன் இல்ல. அவரோட மகன் மாக்கியவெல்லி!''

''மாக்கியவெல்லியா?''

''ம்ம்... மோகனுக்கும் மாக்கியவெல்லிக்கும் ஒரே முகம்.''

''மாக்கியவெல்லிய உங்களுக்குத் தெரியுமா?''

''ஒரு சில முறை அவனப் பாத்திருக்கேன். அவன் மனநலம் பாதிக்கப்பட்ட ஒரு குழந்தை.''

''வேற எதாவது..?''

''இந்திய மக்களின் கருவிழித் தகவல்கள் களவு போனப்ப அத செஞ்சது மோகன் ஜனார்த்தனன்னு எல்லாரும் உறுதியா நம்பினோம். ஆனா, மெய்நிகர் தடயவியல் அறிக்கைய தயாரிச்ச நபர்களில் ஒருவர் மட்டும் கருவிழிக் களவில் கணினி நிரல்கள் கையாளப்பட்ட விதம் முற்றிலும் வேறுபட்டதா இருந்ததா பதிவு செஞ்சிருந்தாரு. அதுக்கப்பறம் நடந்த ஒரு ரகசிய விசாரணைல மோகனின் மகன் மாக்கியவெல்லி அதில் ஈடுபட்டிருக்கலாம்னு ஒரு கருத்து இருந்துச்சு. அந்த விசாரணையைத் தொடராம இருக்க மோகன் சிறைல இருந்தே பல முயற்சிகள மேற்கொண்டதா எனக்குச் சொல்லப்பட்டது. மோகன் சிறைலயே இறந்துபோனாரு. அந்த வழக்கும் செத்துப் போச்சு!''

''மாக்கியவெல்லி மீட்டாவோட ஹீரோ ஏஜென்ட்டா இருக்க வாய்ப்பிருக்குனு சொல்றீங்களா?''

''இருக்கலாம்...''

சின்னமாயன் மேசையில் இருந்த தன் துப்பாக்கியை எடுத்துக்கொண்டான்.

''ஐயா, அப்படி ஒரு ஹீரோ ஏஜென்ட் எதுக்காக கால ரயில்ல பயணிக்கணும்..?''

நித்திலன் மௌனமானார். அவர் கண்கள் மீண்டும் சுவரில் இருந்த ஓவியத்துக்கு நகர்ந்தன.

''ஐயா, யூனிட் 613கும் உங்களுக்கும் என்ன சம்மந்தம்..?''

நித்திலன் மேசையில் இருந்த தண்ணீர் கோப்பையை எடுத்து கையில் வைத்துக்கொண்டார்.

''சாஸ்வத்னு ஒருத்தர மூனு தடவ வெவ்வேற நாடுகள்ல நீங்க சந்திக்க வேண்டியதன் அவசியம் என்ன..?''

நித்திலன் கோப்பையில் இருந்து சில துளிகள் பருகினார்.

''மூல் புரோகிராம் எதுக்காக..?''

சின்னமாயனின் தாக்குதல்களை அதற்கு மேல் சமாளிக்க முடியாமல் நித்திலன் இருக்கையை விட்டு எழுந்தார். அறைக் கதவுகளைத் திறந்துகொண்டு செங்காந்தள் சிகிச்சை பெறும் பிரிவுக்குச் சென்றார். செயற்கை சுவாசக்கருவி பொருத்தப்பட்டிருந்த செங்காந்தளின் முகத்தை சிறிது நேரம் பார்த்துக்கொண்டிருந்தார். செங்காந்தளின் கரம் தொட்டு வருடினார். அவர் அனுமதி கேட்கிறார் என்பதை உணர்ந்த செங்காந்தள் தன் கண்ணசைவால் அவரைப் புறப்படச் சொன்னார். நித்திலன் வெளியேறினார்.

வாசலில் சின்னமாயன் நின்றுகொண்டிருந்தான். நித்திலனைப் பாதுகாக்க சூழ்ந்திருந்த துப்பாக்கி ஏந்திய படைவீரர்கள் சின்னமாயனைத் திரும்பிப்போகச் சொல்லிக்கொண்டிருந்தனர்.

விறுவிறுவென தன் சீருந்தில் ஏறச் சென்ற நித்திலன், ஒருநொடி நின்று சின்னமாயனைப் பார்த்தார். அவன் மற்ற வீரர்களால் பின்னுக்குத் தள்ளப்பட்டு ஒடுங்கிக்கிடந்தான்.

''சின்னமாயன், வா... வண்டில ஏறு!''

பெருமாநல்லூரில் நித்திலன் அழைத்தபோது எந்தக் கேள்வியும் கேட்காமல் கால ரயிலில் ஏறி வந்த சடையத்தேவன் சின்னமாயன், இன்று ஆயிரம் கேள்விகளோடு அவருடைய சீருந்தில் ஏறினான்.

தூங்காத்தேவர் கண்மாய்

''காணாமப் போன பன்னிகள அடையாளஞ்ச் சொல்லு தர்மா...''

கேப்ரியல் பண்ணை நிர்வாகம் கிழக்கு இந்தியக் கம்பெனியின் மதுரைப் பிரிவு வருவாய்த்துறைக்குக் கொடுத்தப் புகாரின் பேரில், பண்ணையின் காவல்காரன் தர்மனை வருவாய்த்துறை கணக்கர் சீனிவாச அய்யர் விசாரித்துக்கொண்டிருந்தார். விசாரணை முடிந்ததும் அவர் தரவிருந்த அறிக்கையைப் பெற கம்பெனிச் சிப்பாய்கள் அடுத்த அறையில் காத்திருந்தனர்.

''பன்னிகள எப்படிங்க அவன் அடையாளஞ்ச் சொல்லுவான்? ஒன்னு அங்கவஸ்த்திரம் சுத்தியிருந்துச்சு, இன்னொன்னு கண்டாங்கி கட்டியிருந்துச்சுனா?''

சீனிவாச அய்யரின் அடப்பக்காரன் கொடுக்கு சிரித்தான். அவனை, ''டேய்'' என அதட்டி மேசைக்குப் பின்னால் நிற்கச் சொன்னார் சீனிவாசன்.

கணக்கர் கேட்ட கேள்விக்கு காவல்காரன் தர்மன் ஒருசில நொடிகள் யோசித்துவிட்டுச் சொன்னான்.

''மொத ஒன்னு பெருத்து இருக்கும் ஐயா. பேரு முரடன். போன மழைக்கு வந்த சீக்குல அதுக்கு

முன்னங்கால் இழுத்துக்கிருச்சு. இரண்டாவது முள்ளன். காளியம்மன் மேட்டுல ஓடியாரும்போது நரி கடிச்சுப்புடுச்சு. வவுத்துல காயம் இன்னும் ஆறலீங்க. வடு இருக்கு. மூணாவது சோணங்கி. குட்டி. அதுக்கு வெவரம் தெரியாதுங்க...''

''வளந்த பன்னி மட்டும் என்ன வேதமா படிச்சிருக்கு? மேல சொல்லு தருமா...'' - சீனிவாச அய்யர், சுக்குமிட்டாயைச் சுவைத்துக்கொண்டே கேட்டார்.

''சோணங்கி எங்கிட்டாச்சும் திரிஞ்சு காணாமாச்சுனா கிருக்மிருக்னு சத்தம் கேக்காபோல அது கழுத்துல ஊசிமணி மாட்டிவிட்டிருந்தேன். நாலாவது மூக்கன். மத்த மூனுகளவிட மொழுக்குனு இருப்பான். அஞ்சும் ஆறும் கிலுப்ப, கேனச்சி. இரண்டும் ஒரு தாய் பொறப்பு. ஈட்டிய எறக்கினாலும் அனத்தாம இருந்துக்குற ஊமச் சிறுக்கிக..!''

''பன்னில பிறவி ஊமையா?''

சீனிவாசன் தன் மூக்குக்கண்ணாடியைச் சரி செய்தார்.

''அதுகளுக்கு வாய் இருந்து நீங்க என்ன மந்திரம் ஓதவா சொல்லித் தரப் போறீக?''

தருமன் அப்படித் திருப்பி அடிப்பான் என்று சீனிவாச அய்யர் எதிர்பார்க்கவில்லை. அவரும், வெத்தலப்பெட்டியைக் கக்கத்தில் வைத்திருந்த அடப்பக்காரனும் அந்த விவரங்களைக் கேட்டு மிரண்டு போயினர்.

''களவாணிங்க யாரையாவது கண்ணால பாத்தியா?''

''இல்லிங்கயா. நாலு நாளா காய்ச்ச. குடிசய விட்டு வெளிய முழிக்க முடியலைங்க.''

''யாரையாவது சந்தேகப்படறியா?''

''கம்பெனிப் பன்னிகளக் கை வைக்கிற தெனாவட்டு மதுர தலச் சீமையில யாருக்கும் இல்லீங்க. கள்ளநாட்டுல பஞ்சம் வந்து கிடக்குனு சொன்னாய்ங்க. அவெய்ங்க யானையவே பஞ்சாரத்துக்குள்ள அடச்சுப்புடுவாய்ங்க. எதையும் செய்வாய்ங்கய்யா!''

தர்மன் சொன்ன அடையாளங்களைக் கொண்டு ஆறு பன்னிகளையும் வரைந்து, அவன் தந்த குறிப்புகளையும் விளக்கங்களையும் ஆங்கிலத்தில் எழுதி அதன் மீது முதல் தகவல் அறிக்கை முத்திரைக் குத்தினார் சீனிவாசன். பக்கத்து அறையில் காத்திருந்த சிப்பாய்கள் அதை வாங்கிக்கொண்டு கம்பெனியின் மதுரை முகாம் அலுவலகத்தில் ஒப்படைத்தனர். களவாணிகளைப் பிடிக்க ஜார்ஜ் கிரிஸ்டோபர் என்ற குதிரைவீரனின் தலைமையில் ஐந்து நபர் குழு நியமிக்கப்பட்டது.

ஒச்சம்பட்டி வடுகமலைத் தொடருக்கு மேற்கே ஒரு விசாலமான சமணப்படுகையின் குழியில் உறங்காப்புலி மற்றும் கூட்டாளிகளின் கூடாரங்கள் அமைக்கப்பட்டிருந்தன. குகையின் பாறைகளில் தன் குறுவாளால் ஓவியம் தீட்டிக்கொண்டிருந்தார் உறங்காப்புலி. சிறுத்தை ஒன்று கம்மாயில் தண்ணீர் குடிப்பது போன்ற சித்திரத்தை வரைந்திருந்தார். குடிபடையைச் சேர்ந்த வீரர்கள் திண்டுக்கல் கம்பம் சாலையில் வெளியூர் வியாபாரிகளிடம் இருந்து களவாண்டு வந்த நெல் மூட்டைகளை ஒன்றன் மேல் ஒன்றாக அடுக்கிக் கொண்டிருந்தனர். மலையமாடன் புதிய தகவலோடு ஓடி வந்து உறங்காப்புலியின் காது கடித்தான்.

''வேலூர் கோட்டையா?''

''ஆமாங்க...''

''சேதி சொன்னது..?''

''நூருன்னிசாபேகம் மாளிகனு சொன்னாய்ங்க.''

''திப்புசுல்தான் மகளா அந்தத் தாயி?''

''அவங்கதான்...''

''கூலி யாரு மாடா?''

''அவங்க கோட்டைல வள்ளினு ஒரு சிப்பந்திப் பொண்ணு. அவ மூலமா வந்த சேதிங்க.''

''எத்தன ஆளு அனுப்பி வைக்க?''

''கொரில்லா போர் தெரிஞ்சவய்ங்க பத்துப் பேர வேலூர் வெள்ளக்காரன் படைல சிப்பாயா சேரச் சொல்றாக. சிவகங்க, நெல்லச் சீமனு எல்லா ஊர்லயும் ஆள் எடுக்கறாக. ஒன்னு

ரெண்டு வருசம் உள்ளாரயே இருந்து சமயம் பாத்து கலகம் மூட்டி கம்பெனிக்காரவுகள காவு வாங்க கட்டம் கட்றாக.''

''காவு தப்புச்சுனா அவய்ங்க பீரங்கியால நம்மள உழுது புடுவாய்ங்களே மாடா!''

உறங்காப்புலி சிறுத்தையின் உருவத்தை அழுத்தமாகத் தீட்டி முடித்தார்.

''ம்ம்... பர்மாவுக்குப் போன பிச்சாண்டி கொத்து பத்து பேர தூதனுப்பி வரச்சொல்லு. என்னானு பாப்போம்.''

அப்போது கருப்புத்துணியால் கண்கள் கட்டப்பட்ட மாக்கியவெல்லியைக் கைபிடித்து கூடாரத்துக்கு அழைத்து வந்தான் கொள்ளி. பின்னால் தூக்குச் சட்டியோடு வந்தாள் மாயவனம். இருக்கும் கண்கட்டு போதாதென்று இதுவேறு எதற்கு புதிதாக என்ற எண்ணத்தோடு மாக்கியவெல்லி நின்றிருந்தான். மலையமாடன் அவன் கட்டை அவிழ்த்தான். மாக்கியவெல்லிக்கு எதிரில் அள்ளி முடிந்த கொண்டையோடு உறங்காப்புலி நின்றிருந்தார். அவர் தோள்பட்டை காயம் ஆறியிருந்தது. வெத்தலையை மடித்து வாயில் திணித்துக்கொண்டே மாக்கியவெல்லியை வரவேற்றார்.

''வா சாமி, எதோ எருமையூர் போகக் கேட்டியாமுல?''

மாக்கியவெல்லி விழித்தான். மைசூரைத்தான் அவர் அப்படி அழைக்கிறார் என்பதை மாயவனத்தின் விழியசைவில் புரிந்துகொண்டு 'ஆம்' என தலையசைத்தான்.

''நீ யாரு பெத்த புள்ள? எதுக்கு இந்த சோணக் காட்டுக்குள்ள வந்து சிக்கிக் கிடக்க? என்ன கதனு தெரியாம ஒன் தலைக்கு வெல வச்சிருக்காய்ங்க. பாவமுயா நீ!''

''அப்பா, அவர நோகாம அனுப்பிவிட என்ன தோதுனு பாக்கச் சொல்லுங்க.''

மாயவனம் உச்சரித்த 'நோகாம' என்ற வார்த்தையைக் கேட்டு உறங்காப்புலி சிரித்தார். மலையமாடனை அழைத்துச் சில ஆணைகளைப் பிறப்பித்தார். மாயவனம் கொண்டுவந்த மீன்குழம்பை, கூடாரத்தில் அமர்ந்து உறங்காப்புலியும் மாக்கியவெல்லியும் உண்டு முடித்தனர். மீண்டும் மாக்கிய

வெல்லியின் கண்கள் கட்டப்பட்டன. குதிரையை இழுத்துக் கொண்டு மாயவனம் அவனை வழி நடத்தினாள்.

கருப்பன் கோயிலைத் தாண்டி, வட்டப்பாறையைக் கடந்து, கம்மாய்க்கரையின் புளியமரத்தில் குதிரையைக் கட்டினாள் மாயவனம். மாக்கியவெல்லியைக் கரையில் அமரச் சொல்லி அவன் கண்கட்டை அவிழ்த்தாள்.

''நீங்க எருமையூரு போனதும் திரும்பி வருவீகளா?''

இரண்டு நாட்களுக்கு முன் பெய்த மழையில் கம்மாய் முக்கால்வாசி நிரம்பியிருந்தது. அந்த மாலை வேளையில் கள்ளிச் செடிகளில் சிக்கிச் சுழன்றுச் சிலுசிலுவென காற்று வீசியது.

''எனக்குத் தெரியாது மாயவனம். நான் இங்க இருந்த கொஞ்ச நாட்கள் உன்னோட உபசரிப்புக்கும் கவனிப்புக்கும் ரொம்ப நன்றி!''

மாயவனம் அவள் மடியில் புதைத்திருந்த கரத்தின் மீது மாக்கியவெல்லி தன் கரம் வைத்தான். அதை வெறும் நன்றியின் தீண்டலாக மாயவனம் நினைக்கவில்லை. அவள் பேசவில்லை. தான் காதலுற்றதைத் தனக்குத் தானே சொல்லிக்கொள்ளாத மரபைச் சேர்ந்தவள் அவள்.

''என்ன ஆச்சு மாயவனம்?''

மாயவனம் தன் கரத்தை விலக்கிக்கொண்டாள்.

''ஒங்க மனசுல எதோ பாரம் இருக்கோ?''

''அப்படி எல்லாம் ஒன்னும் இல்ல...''

மாயவனம் கம்மாயை நோக்கித் தன் பார்வையைத் திருப்பினாள்.

''இது பேரு தூங்காத்தேவர் கம்மாய். அவர் கத தெரியுமா ஒங்களுக்கு?''

''அத தெரிஞ்சுகிட்டு நான் என்ன பண்ணப் போறேன்?''

''திடியனுக்கு வந்தவரு தூங்காத்தேவர அறியாம போனா எப்படி? திருமல நாயக்கர் அரண்மனைய காவ காத்தவருதான் தூங்காத்தேவரு. அரண்மனைல ஒரு களவு நடந்தப்ப யாருக்கும்

என்ன ஏதுனு வெளங்காதப்ப பேயம்பலம் பிச்சையம்பலம் பயக துணையோட அந்தக் களவ மீட்டவரு. அவர் செய்யாத ஒரு குத்தத்துக்காக ராசா அவர வெலங்கு மாட்டி பாதாளச் சிறைல அடச்சுப்புட்டாரு. ராசா ஆளுங்க அவர வெட்டி இந்தக் கம்மாய்ல வீசினதா கத இருக்கு. அவரோட சந்ததிக திம்மத்தேவர், அவருக்குப் பெறவு வந்த காமாட்சித்தேவருனு அதே வம்சாவளியில வந்தவருதான் எங்க அப்பன் உறங்காப்புலி. இந்தக் கம்மாய எங்க தாத்தன் பேரச் சொல்லி கும்பிட்டுக் கிடக்கோம்.''

மாயவனத்தின் கதை தூங்காத்தேவர் கம்மாயைத் தூர்வாரிக் கொண்டிருந்தது.

அவள் மாக்கியவெல்லியின் கண்களைப் பார்த்தாள்.

''நம்ம மனசுல எதாவது ஆச இருந்தா, தூங்காத்தேவர வேண்டிக் கிட்டு இந்தக் கம்மாய்ல முங்கி வந்தா நிறவேறும்னு எங்க அப்பன் சொல்லும். ஐயா, இந்த மாயவனத்துக்காக ஒரு முற நீங்க இந்த கம்மாய்ல முழுகிட்டு வாங்க...''

''நானா..? நான் ஏன்..?''

''உங்க முழியப் பாத்தா அது தெச தெரியாம அலையறதா என் கருவேல மண்டையில கினுகினுங்குது.''

''நாம ரொம்ப நேரம் வெளிய இருக்க வேணாம்னு உங்க அப்பா சொல்லியிருக்காரு. புறப்படுவோம்.''

''தூங்காத்தேவரு பேத்தி பேச்சுக்கு அம்புட்டுத்தான் மருவாதயா?''

மாக்கியவெல்லிக்கு அந்தச் சிணுங்கல் பிடித்திருந்தது. அவன் ஆடைகளைக் கழற்றினான். அவற்றை ஒன்றாகச் சுருட்டி மாயவனத்தின் கைகளில் திணித்தான். அவள் குனிந்த தலை நிமிராமல் அதை வாங்கிக்கொண்டாள்.

''நான் தூங்காத்தேவர வேண்டிக்கிட்டுக் குதிக்கல. உன்ன நினச்சுக்கிட்டுத்தான் குதிக்கிறேன்!''

சிறுத்தையைப்போல் அவன் முன்னோக்கி கம்மாயில் பாய்ந்தபோது தண்ணீர்ப் பிழம்புகள் மேலெழுந்து மாயவனத்தின் கண்களில் தெறித்தன. அதை மாக்கியவெல்லியின் இரண்டாம் தீண்டலாக எண்ணி அவள் மகிழ்ந்தாள்.

மாக்கியவெல்லி நினைத்ததைவிட கம்மாய் ஆழமாக இருந்தது. கம்மாயின் நரம்புகளைப்போல் ஆங்காங்கே தண்ணீர்ப்பாம்புகள் சுற்றிக் கிடந்தன. வேண்டுதலுக்காக பலர் வீசிய தேங்காய் முடிச்சுகள் சிதைந்த நிலையில் தாவரங்களுக்கு இடையே சிக்கிக் கிடந்தன. கௌத்தி மீன்கூட்டம் மாக்கியவெல்லிக்கு வழி விடாமல் வட்டமிட்டுக்கொண்டிருந்தன. உடைந்த வேல்கம்புகளும் கத்திகளும் தரையில் தட்டுப்பட்டன. அவன் மேலும் சிறிது தூரம் நீந்தி கம்மாயின் கிழக்குப் பக்கமாய் சென்றான்.

அங்கே அடியாழத்தில் மலைப்பாம்பு போன்ற ஏதோ ஒன்று அசையாமல் கிடந்ததைப் பார்த்தான். நெருங்கிச் சென்றபோது அது ஒருவகை குழாய் என்பதைப் புரிந்துகொண்டான். அந்த குழாயின் மேற்பரப்பை விரல்களால் தடவினான். விறுக்கென விரல்களில் மின்சாரம் பாய்ந்ததுபோல் இருந்தது. இன்னும் ஆழம் சென்று பார்த்தான். குழாயின் மீது முள்வேலி சுற்றப்பட்டிருந்தது. அது நீண்டிருந்த பாதையில் அவன் நீந்தினான். அதன் கட்டமைப்பு அவனுக்கு அதிர்ச்சியைத் தந்தது. அது வங்காள விரிகுடாவில் நெபுலா இணைய வேலியின் உயிர்க்குழாயான கயல் 18 குழாயின் வடிவில் இருந்தது. அது கம்மாய் நீர்பரப்பைத் தாண்டி நிலப்பரப்பிலும் ஊடுருவிச் செல்கிறது என்பதை உணர்ந்தான். அவனுக்கு மூச்சு முட்டியது. தலை சுற்றியது. கரையைத் தேடி மீண்டும் வந்த வழியில் திரும்பினான்.

கம்மாயின் கரையை நெருங்கியபோது அங்கே மாயவனம் இல்லை. கரையில் ஏறியவன் தரையில் கிடந்த தன் ஆடைகளை கண்டெடுத்து உடுத்திக்கொண்டு சுற்றி முற்றிப் பார்த்தான். மாயவனத்தின் முகம் தென்படவில்லை. வட்டப்பாறையில் கிடுகிடுவென ஏறினான். வெகுதூரத்தில் கம்பெனி வீரர்களின் குதிரைப்படை மாயவனத்தை இரும்புச்சங்கிலியால் கட்டி இழுத்துச் செல்லும் புழுதிக்காட்சியைக் காண முடிந்தது. ஓடிச்சென்று புளியமரத்தில் கட்டியிருந்த தன் குதிரையை அவிழ்க்கப் பார்த்தான். அது ஈட்டி பாய்ந்து சாய்ந்து கிடந்தது!

மூல்

சமூக வலைத்தளங்களில் மெல்லூடிகளைச் செலுத்தி பொதுமக்களின் போலித் தோற்றங்களில் சிவப்புக்கொடி பொருத்தி அவற்றை நீக்கிக்கொண்டிருந்தாள் நெய்தல். அவளுடைய பொய்பொருள் தடுப்புப்பிரிவு அலுலகத்துக்கு நித்திலன் சதுக்கத்தில் இருந்து அழைப்பு வந்தது. ஓர் அவசரச் சந்திப்புக்கு உடனே புறப்பட்டு வருமாறு செயலாளர் பேசினார்.

நித்திலன் சதுக்கத்துக்குள் நெய்தல் நுழைந்தபோது அலுவலகத்தின் பொது இணைய நிர்வாகி அமலா அவளை வரவேற்றார். மூல் சுரங்கத்தளத்துக்கு அழைத்துச் சென்றார். அங்கே நித்திலனும் சின்னமாயனும் சிலைகளைப்போல் அமர்ந்திருந்தனர். நெய்தல் நித்திலனைப் பார்த்ததும் வளையாமல் வணங்கினாள். அவளை சின்னமாயனுக்கு அருகில் அமரச் சொன்னார் நித்திலன்.

''ஐயா, நான் கேட்ட எந்த கேள்விக்குமே நீங்க பதில் சொல்லல. என்ன எதுக்காக இங்க வரச் சொன்னீங்க? இப்ப நெய்தல் எதுக்கு வந்திருக்கா?'' - சின்னமாயன்.

இவன் என்ன அவரைக் கேள்வி கேட்பது? இங்கே என்ன நடக்கிறது? நெய்தலுக்குப் புரியவில்லை!

''மாக்கியவெல்லி பத்தி எதாவது தெரிஞ்சுதா?'' - நித்திலன்.

''சைபர் கிரைம் ஸ்பேஸ்ல எங்கயுமே அவனோட தடயங்கள் இல்ல. ஆனா இருபது வெவ்வேற கொலைச் சம்பவங்கள்ல அவன் மேல வழக்கு இருக்கு. எதுக்குமே போதுமான ஆதாரம் இல்ல'' - நெய்தல்.

''கொலையா?'' - நித்திலன்

சிரியஸ் அலுவலகத்தின் சக்கரநாற்காலியில் மாக்கியவெல்லி சுழன்றக் காட்சி நித்திலனுக்கு நினைவில் தெறித்தது.

''அவன் சைபர் கிரிமினலா இல்லையானு நமக்குத் தெரியாது. நாம தேடிக்கிட்டு இருக்கிற ஹீரோ ஏஜென்ட் அவன்தான்னு கான்கிரீட்டா சொல்ல முடியல. ஆனா, பள்ளில படிக்கும்போதே அவன் மேல கொலை முயற்சி புகார் இருக்கு. கடந்த ஒரு மாசமா அவன எங்கயுமே ட்ரேஸ் பண்ண முடியல. அதுக்கு முன்னாடி மெரீனால ஒரு வாடக வீட்ல இருந்திருக்கான். போட் கிளப்ல இருக்கிற அவங்க அப்பாவோட வீட்டுக்கு அவன் போறதில்ல. யாரோடயும் அவன் எந்த உறவுலயும் இல்ல. தொலைதூரக் கல்வி முறைல இன்டெர்நெட் செக்யூரிட்டி பத்திப் படிச்சு அதப் பாதிலயே டிஸ்கண்டின்யூ பண்ணதா ரெக்கார்ட்ஸ் இருக்கு'' - நெய்தல்.

சின்னமாயன் மருத்துவமனையில் தான் கேட்ட கேள்விகளை நோக்கி இந்த உரையாடல் எப்போது திரும்பும் என பொறுமையாகக் காத்திருந்தான். அவனை நீண்ட நேரம் காத்திருக்கவிடவில்லை நெய்தல்.

''ஐயா, மாக்கியவெல்லி எதுக்கு கால ரயில்ல பின்னோக்கிப் போகணும்? நெபுலாவோட பாதுகாப்புக்கும் அவனுடைய பயணத்துக்கும் என்ன சம்மந்தம்?'' - நெய்தல்

நித்திலன் மௌனமானார்.

''நீங்க எதையோ நினச்சு பதற்றப்படறதா எனக்குத் தோணுது.'' - நெய்தல்.

''உண்மதான் நெய்தல். எனக்கு மாக்கியவெல்லிய பத்தி கவல இல்ல. நீங்க கொடுத்த படத்துல அவன் பக்கத்துல இருந்த நரிதான் என்ன தூங்கவிடாமச் செய்யுது'' - நித்திலன்.

‘‘அந்தக் குள்ளநரி என்ன செஞ்சுறப் போகுது?’’ - சின்னமாயன்.

‘‘மீட்டாவோட பல்லுயிர் பிரிவுல பயிற்றுவிக்கப்பட்ட ஒரு நரியா அது இருக்குமோனு பயப்படறேன். அப்படி பயிற்றுவிக்கப்படற மிருகங்கள் மனிதர்களுக்கு பேருதவியா இருக்கும். மனிதர்களுடைய இலட்சியங்களை அந்த மிருகங்கள் சிந்திக்கும். மாக்கியவெல்லி வழி தவறினாலும் நரி அவனைச் சரியான பாதைய நோக்கி வழி நடத்தும். அப்படி நடந்தா?’’ - நித்திலன்.

‘‘நடந்தா?’’ - நெய்தல்.

நித்திலன் தன் கைக்குட்டையை எடுத்து நெற்றியில் வழிந்த வியர்வைத் துளிகளைத் துடைத்தார்.

‘‘ஐயா, நீங்க ஏதோ சமூக விரோத காரியத்துல ஈடுபட்டிருக்கிறதா என் மனசுக்குப் படுது.’’ - சின்னமாயன் நிமிர்ந்து உட்கார்ந்தான்.

நெய்தல் அவன் கரத்தைப் பிடித்து கட்டுப்படுத்தினாள்.

‘‘சமூக விரோதமா? சமூகம்னா என்னென்னு தெரியுமா மாயன்?’’ - நித்திலன்

மாயன் அமைதி காத்தான்.

‘‘பரந்து விரிந்த பிரபஞ்சத்துல பரந்து விரியத் தெரியாத சுழல்கள்தான் சமூகங்கள்.’’ - நித்திலன்

செங்காந்தள் குறித்த மருத்துவமனையின் அறிக்கைகளால் அவர் சோர்ந்து போயிருந்தார்.

நெய்தல் அருகில் இருந்த எந்திரத்தைத் தட்டினாள். அது ஒரு பூங்கோப்பைத் தண்ணீரை நித்திலனின் இருக்கை நோக்கி நீட்டியது. அவர் அதை வாங்கிக்கொண்டார்.

‘‘செங்காந்தளுக்கு நாளைக்கு நுரையீரல் மாற்றுச் சிகிச்சை நடக்குது. அவ திரும்பி வருவா. என் ஆயுளையும் காலம் அவளுக்குக் கொடுக்கும். ஒருவேளை, அவளுக்கு எதாவது ஆச்சுனா, அந்த நொடில இருந்து என்னுடைய மரணம் தொடங்கும். அப்படி எதுவும் ஆகறத்துக்குள்ள...’’

‘‘ஐயா, இது தேவை இல்லாத கற்பனை’’ - நெய்தல்

நித்திலன் எழுந்துகொண்டார்.

''மாயன், நீ கேட்ட கேள்விகளுக்கு நான் பதில் சொல்றேன். ஆனா, எல்லா கேள்விகளுக்கும் பதில் இருக்கும்னு நினைக்கிறது மூடநம்பிக்கை. இரண்டு பேரும் என் கூட வாங்க.''

இதுவரை யாரையும் அழைத்துச் செல்லாத மூல்தளத்தின் டி.டி.பி. அறைக்கு சின்னமாயனையும் நெய்தலையும் அழைத்துச் சென்றார் நித்திலன்.

அந்த அறை ஒரு நவநாகரிகக் குகைபோல தோற்றமளித்தது. அது கரும்பாறைகளால் கட்டமைக்கப்பட்டிருந்தது. ஒழுங்கற்ற காக்கை எச்சங்களைப்போல் சின்னச் சின்னக் கணினித் திரைகள் ஆங்காங்கே பூத்துக் கிடந்தன. ஒவ்வொரு கணினியின் அருகிலும் கூம்பு வடிவிலான கண்ணாடிப்பெட்டியில் அடைக்கப்பட்ட ஒரு பச்சைநிறக் கல் காணப்பட்டது.

அறையின் இன்னொரு மூலையில் ஆறுக்கு ஆறு வலை கூண்டுக்குள் வெள்ளை புறாக்கள் காணப்பட்டன. நெபுலாவின் எட்டு குழாய்களும் சங்கமிக்கிற புள்ளி அந்த அறையின் மையத்தில் இருந்தது. அந்த புள்ளியைக் குறிக்கும் வண்ணம் அந்தத் தளத்தில் கொதிமஞ்சள் நிறத்தில் ஒரு கேட்டலியம் தூண் எழுப்பப்பட்டிருந்தது. சின்னமாயனும் நெய்தலும் அந்தத் தூணுக்கு அருகில் நின்றனர். சின்னமாயன் அவன் துப்பாக்கியைத் தொட்டுப்பார்த்துக்கொண்டான். நெய்தல் நழுவிக்கொண்டிருந்த அவள் கொண்டையை இறுக முடிந்தாள். நித்திலன் புறாக்களுக்கு தானியங்கள் வீசினார்.

''ஐயா, நெபுலாவோட எல்லா தரவுகளும் இங்கதான் பாதுகாக்கப்படுதா? கோடிக்கணக்கான மக்களுடைய நியூரோ எண்கள் இந்தக் கணினிகளில்தான் சேமிக்கப்படுதா?'

''இல்ல மாயன். இந்த டி.டி.பி. அறை ஒரு மையம் இல்ல. ஒரு பாதை.''

''புரியல ஐயா...''

''2030களில், காலத்தால் பின்னோக்கிப் போக முடிஞ்ச வீர் ஜடாயு கால ரயில் உருவாச்சு. பத்து ஆண்டுகள் அரசின் கட்டுப்பாட்ல

இருந்த ரயில் 2040களில் தனியார்மயமாச்சு. பெருந்தொழில் நிறுவனங்களுடைய முதலீட்டு பொம்மையா வீர்ஜடாயு மாறுச்சு. நிறுவனங்களின் தேவைக்கேற்ப கனிமங்களையும், தங்க வெள்ளி நாணயங்களையும், அரசியலின் தேவைக்கேற்ப கலவரங்களையும், கடவுளையும் ஒரு காலத்தில் இருந்து இன்னொரு காலத்துக்குக் கொண்டு வருவதும் போவதுமா மேட்டுக்குடி அதிகாரத்துக்கு மட்டுமே கால ரயில் பயன்பட்டுச்சு. பொதுமக்களின் பாதுகாப்புக்கோ மேம்பாட்டுக்கோ அந்தத் தொழில்நுட்பத்த எந்த விதத்துலயும் பயன்படுத்த முடியல. நிறைய கட்டுப்பாடுகள் விதிக்கப்பட்டுச்சு. நெருங்க முடியல. அதுக்கு நிகரா நான் உருவாக்கிய கணினிமொழிதான் மூல்.''

அடுத்த நெல்லுக்காகக் காத்திருக்கும் பறவைகளைப் போல் சின்னமாயனும் நெய்தலும் நித்திலனின் கண்களையே கூர்ந்து கவனித்தனர்.

''டி.டி.பி.ன்றது டைம் டு டைம் என்க்ரிப்ஷன் புரோட்டோகால். நெபுலாவோட கயல் குழாய்களில் புகும் தனி நபர் தரவுகள் காலத்தால் பின்னோக்கி செலுத்துப்பட்டு கயல் சகோதரக் குழாய்களின் வழி வேறு ஒரு காலத்தில் பாதுகாக்கப்படுது. உதாரணத்திற்கு கயல்18 குழாயோட சகோதரக் குழாய் கயல்81. அது வேறு ஒரு காலத்தில் பதிக்கப்பட்டிருக்கு. டேட்டா டிரான்ஸ்பர் ஆகும்போது இங்க கண்ணாடிப் பெட்டில இருக்கிற கியாங் கற்கள் டி.டி.பி. அலைவரிசையோட நெரிசல கட்டுப்படுத்த உதவுது. தேவைப்படும்போது லிங்கா முறைப்படி புறாக்களின் சிறகடிப்பும் பயன்படுத்தப்படுது. நெபுலா ஒரு இரட்டைக் காலவெளி தொழில்நுட்பம். இரட்டைப் பாதுகாப்பு கட்டமைப்பு. இதற்கான மின்கோப்பு மடைமாற்ற நியதிகள உருவாக்க எனக்கு இருபத்து அஞ்சு வருஷ உழைப்பு தேவப்பட்டுச்சு. இதப் பாருங்க...''

நித்திலன் ஒரு கணினித் திரையைத் தட்டினார். அதில் மூல் மொழியில் எழுதப்பட்ட நிரல்கள் ஓடிக்கொண்டிருந்தன.

```
Import Δmool.secretpast as pastdate
import Δmool.cryptorsa as
 Rsa import Δmool.keybase as
Keybase Import Δmool.keyencryption as
Keyenc Publickey = Rsa.generate_public_key(2057,pastdate)
Privatekey = Rsa.generate_private_key(2057, pastdate)
Set syst=pastdate Set passphrase=Keybase.stretch_key(pastdate)
Set EncPrivateKey=Keyenc.PrivateKey(passphrase, PrivateKey)
Def Function data_encrypt(string input):
Encrypted_input = Rsa.encrypt(input, PublicKey) Return Encrypted_input
Decryption in the Past ### <Runs only in the Moolscape: dark past>
Import Δmool.cryptorsa as
Rsa Import Δmool.keybase as Keybase
Import Δmool.keyencryption as Keyenc
Get Sysdate as KeyVal Set passphrase =
Keybase.stretch_key(KeyVal) EncPrivatekey= ReadFromDevice.
Text ###
Decode function checking for time of execution:
<works in 2-3 Mool years within passphrase date>
Fails at other times PrivateKey=
Keydecrypt.DecodePrivateKey(passphrase, EncPrivateKey)
Def Function data_decrypt(String encrypted_input) :
Output = Rsa.decrypt(encrypted_input, PrivateKey) Return Output
```

அந்த நிரல்களை நெய்தல் வரிக்கு வரி படித்தாள். அவளால் அதை முழுமையாகப் புரிந்துகொள்ள முடியவில்லை.

''ஐயா, நீங்க சொல்றத நம்ப முடியல. ஆனா சொல்றது நீங்கன்றதால இத நம்பாம இருக்கவும் முடியல. டேட்டாவ எப்படி இன்னொரு டைம்கு?'' - சின்னமாயன்.

''மாயன், வானம் எல்லா நட்சத்திரங்களையும் ஒரே நேரத்தில் விரித்து வைத்திருப்பதுபோல் காலம் எல்லா நிகழ்வுகளையும் ஒரே வெளியில் கலச்சுப் போடுது. ஒரு குழந்தை தனக்கு வழங்கப்படுகிற இனிப்பைப் பிட்டுப் பிட்டு உண்பது மாதிரி நாம காலத்தைப் பிரித்தும் வகுத்தும் புரிந்துகொள்ள முயற்சிக்கிறோம். ஆனால் அது எந்தப் பிளவுமின்றி பரிபூரணமா மலர்ந்திருக்கு.'' - நித்திலன்.

''ஐயா நான் உங்கள நம்பறேன். ஆனா, இன்னொரு கால கட்டத்துல குழாய்கள் எப்படி பதிக்கப்பட்டுச்சு? அது எந்தக் காலம்? நீங்களும் போனீங்களா? வீர் ஜடாயு நிர்வாகம் நிச்சயமா அதுக்கு ஒத்துழைச்சிருக்க வாய்ப்பில்லையே.'' - நெய்தல்.

''நான் சொல்றேன் நெய்தல். யூனிட் 613யச் சேந்த சாஸ்வத், வீர் ஜடாயுவோட ப்ளூ ப்ரிண்ட்ட திருடியிருக்கான். அத வச்சு ஒரு கள்ள ரயில உருவாக்கி நித்திலன் ஐயா பயணிச்சிருக்காரு...'' - சின்னமாயன்.

''மெக்சிக்கோல அந்த ரயில் விபத்து?'' - நெய்தல்.

''அது விபத்து இல்ல. யூனிட் 613 மெக்சிக்கோல உருவாக்கின அந்தக் கால ரயில் வேல முடிஞ்சதும் வெடிகுண்டு வச்சு தகர்க்கப்பட்டிருக்கு. எனக்கு என்னமோ...'' - சின்னமாயன்.

''என்ன..?'' - நெய்தல்.

''வீர் ஜடாயுவோட ப்ளூ பிரின்ட் திருடப்பட்டுதல ஐயாவுக்கு பங்கு இருக்குனு நினைக்கிறேன். நெய்தல், நம்ம கண்ணு முன்னாடி நிக்கிறது தமிழ்நாடு இணையக் கழகத்தோட மேதகு தலைவர் இல்ல. ஒன்றிய அரசுக்குத் துரோகம் செஞ்சிருக்கிற ஒரு தேச விரோத குற்றவாளி!'' - சின்னமாயன்.

''வாய மூடு மாயன். நாம நின்னுகிட்டு இருக்கிறது கோடிக்கணக்கான மக்களுடைய நியூரோ எண்களுக்கு மேல. அத பாதுகாக்கிறதுதான் நம்ம முதல் கடம. ஐயா செஞ்சது தப்பா சரியானு விவாதிக்கிற நேரம் இல்ல இது.'' - நெய்தல்.

''அவனத் தடுக்காத நெய்தல். அவன் சொல்ற மாதிரி நான் குற்றவாளிதான். ஆனா, என் தேச விரோதச் செயல்களில் உள்ளார்ந்த ஓர் தேசாபிமானம் இருக்கு. ஒருவர், அவர் நம்புகிற தெய்வத்தை உனக்கு அறிமுகப்படுத்தும்போது நீ உன்னுடைய தெய்வத்தை அவருக்கு அறிமுகப்படுத்தணும். தெய்வம் இல்லைனு சொல்ல வேண்டிய இடம் அது இல்ல. தெய்வத்தைப்போலத்தான் அறிவியலும் தொழில்நுட்பமும். தன்னறிமுகமும் தற்பாதுகாப்பும் ஒருவகை எதிர்ப்புதான். கைரேகைய தரமுடியாதுன்னு சொன்ன பெருமாநல்லூர் மக்களின் போராட்டத்தோட நவநாகரிகத் தொடர்ச்சிதான் இன்னிக்கி நியூரோ எண்களப் பாதுகாக்க நாம எடுக்கிற முயற்சி.''

"ஐயா, நெபுலாவோட சகோதரக் குழாய்கள நீங்க பதிச்ச காலமும் இடமும் எது? இந்த டேட்டாவெல்லாம் எந்த ஆண்டுக்குப் போகுது?" - நெய்தல்

"இன்னிக்கு மதுரை மாவட்டத்துக்கு உட்பட்டு இருக்கிற எட்டு நாடுகள்தான் அந்த இடம். ஆனா, அது ஒரு குறிப்பிட்ட வருடம் இல்லை நெய்தல். ஒரு சில ஆண்டுகளை உள்ளடக்கிய நீண்ட வருடப்பரப்பு. அந்த டைம் ஸ்டேம்ப் எந்த மெமரிலயும் இல்ல. பாதுகாப்பு காரணங்களுக்காக நான் உட்பட அந்தக் குழாய் பதிப்புல ஈடுபட்ட எல்லாருடைய நினைவுல இருந்தும் நியூரோல இருந்தும் அந்தத் தகவல திட்டமிட்டு நீக்கிட்டோம்!" - நித்திலன்.

"யூனிட் 613வோட டேட்டா பேஸ்ல அந்தத் தகவல் இருக்காதா?" - சின்னமாயன்.

"இருக்காது. இருக்கக் கூடாது. அதுதான் ஒப்பந்தமே!" - நித்திலன்.

"ஐயா, மன்னிக்கணும். இது பொறுப்பற்ற பதிலா மட்டும் இல்ல. அறிவற்ற செயலா இருக்கு!" - சின்னமாயன்

"வார்த்தைய அளந்து பேசு மாயன்!" - நெய்தல்.

"தெரியாதுனு சொன்னா எப்படி? உங்க நினைவுல இருந்து நீங்க அத அழிக்கலாம். யூனிட் 613 அத நீக்கலாம். ஆனா, டேட்டா இங்க இருந்து என்க்ரிப்ட் ஆகி வேற ஒரு காலத்துக்குப் போகுது. அங்க இருந்து வரும்போது டிகிரிப்ட் ஆகி வருது. இதுல காலத்தகவல் இல்லாம எப்படி இருக்கும்?" - சின்னமாயன்.

"இருக்கு. ஆனா, அது நான் கூட படிக்க முடியாத சைபர் டெக்ஸ்ட்டா இருக்கு. இந்த டி.டி.பி. அப்படித்தான் எழுதப்பட்டிருக்கு." - நித்திலன்.

"யாராலயும் படிக்க முடியாத டெக்ஸ்ட் ஒரு சாவி இல்லாத பூட்டு. அதனால எந்தப் பயனும் இல்ல. இதுதான் உங்களோட ஆகச் சிறந்த கண்டுபிடிப்பா?" - சின்னமாயன்.

"சின்னமாயன், நான் சொல்றத கேளு" - நித்திலன்.

கபிலன் வைரமுத்து | 157

‘‘ஒருவேள குறும்பனைத் தீவுல இருந்து கால ரயில்ல பயணிச்ச மாக்கியவெல்லி, சரியான காலத்துக்குப் போய் சேந்திட்டா? அவன் நெபுலாவோட ஒட்டுமொத்த கட்டமைப்பையும் மீட்டாவோட கட்டுப்பாட்ல கொண்டுவந்துட்டா?’’ - சின்னமாயன்.

‘‘துணை ஆணையர் சடையத்தேவன் சின்னமாயன் அவர்களே, என்ன கொஞ்சம் பேச விடறீங்களா? குழாய்கள் பதிக்கப்பட்ட ஆண்டுகள் பற்றி தெரிஞ்சுக்க இந்த இருபது வருஷத்துல எந்த அவசியமும் ஏற்படல. ஆனா பராமரிப்பு பணிகளுக்காகவோ, இது போன்ற அவசர நிலையைக் கருதியோ நாம அந்த டைம் ஸ்டேம்ப்ப ரிட்ரீவ் பண்ணி தெரிஞ்சுக்க ‘ரிவெர்ஸ் டி.டி.பி.’னு ஒரு படிமுறைத் தீர்வ நான் எழுதியிருக்கேன். அதன்வழி நான் உங்களுக்கு எல்லா தகவல்களையும் தர விரும்பறேன். அத வச்சு நீங்க அடுத்தக் கட்ட நடவடிக்கைகளைத் திட்டமிடலாம். ரெண்டு பேரும் என் கூட வாங்க.’’

மூல் சுரங்கத்தளத்தில் இருந்து மேலும் கீழே மற்றுமொரு சுரங்கம் இருந்தது. நீர்மூழ்கிச் சீருந்தைப்போல் ஒரு நிலமூழ்கிச் சீருந்தில் ஏறி மூவரும் அந்த அடித்தளச் சுரங்கத்துக்கு வந்தனர். நித்திலன் ஒரு சிறிய தடுமாற்றத்தோடு இறங்கினார். சின்னமாயனும் நெய்தலும் பின் தொடர்ந்தனர்.

அந்த அறையில் ஐந்து நபர்கள் பணிபுரிந்துகொண்டிருந்தனர். நித்திலனுக்காக அமைக்கப்பட்ட பணிக்கூடாரத்துக்குள் அவர் நுழைந்தார். தன்னுடைய கணினியில் மூல்மொழியில் சில நிரல் வரிகளை எழுதினார். தன் கணினியை அருகில் இருந்த துணைக் கணினிகளோடு இணைத்தார். மேசையில் கண்ணாடிப்பெட்டிக்குள் இருந்த கியாங் கற்களைக் காதுபிடித்து திசை மாற்றினார். டைம் ஸ்டேம்ப் லோடிங் என்று திரையில் வந்தது. சின்னமாயனும் நெய்தலும் கணினி காட்டப் போகிற அந்தக் கடந்தகால ஆண்டுக்காக புலிகளைப்போல் காத்திருந்தனர். பதைபதைப்பான முப்பது நிமிடங்களுக்குப் பின்..

ERROR: M00L_**02
Pipe Corrupt
Time Not Found

என்று சிவப்பு எழுத்துகள் திரையில் மின்னியது. நித்திலன் அதிர்ந்துபோனார். தன் இருக்கையில் இருந்து தவறி விழப் போன அவரை மின்னல்பொழுதில் சின்னமாயன் இறுகத் தாங்கிக்கொண்டான். மெரீனாவின் நெபுலா மேகத்திரள் பாசி படிந்தாற்போல் கரும்பச்சை நிறத்துக்கு மாறியது!

மதுரை போர் முகாம்

போகாத ராசா போகாதய்யா
மருவாத இல்லாத போர் ஒமக்கு
ஆகாது ராசா ஆகாதய்யா
மகராசன் நீ ஆகாசச் சூரன்
பொன்னருவி சொல்லு
பேய்க்காமன் சொல்லு
குடிசைக்கு மோட்சம் வாராதய்யா

தென்னிந்தியப் புரட்சியை முற்றிலும் வேரறுத்து தமிழர் பாளையங்களில் சமீன் முறையை அமுல் படுத்தியபோதும் கம்பெனி அரசு தன் மதுரை போர் முகாம்களைக் கலைக்கவில்லை. தூக்கிலிடப்பட்ட மன்னர்களின் தளபதிகளும் தற்கொலைப்படையும் எந்நேரமும் தாக்குதல் தொடுக்கலாம் என்பதால் கம்பெனி வீரர்கள் தயார் நிலையில் இருந்தனர். தெற்கு மாட வீதியில் அமைக்கப்பட்டிருந்த போர் முகாமில் தான் மாயவனம் சிறைவைக்கப்பட்டிருந்தாள்.

காணாமல் போன பன்றிகளின் வழித்தடத்தை ஜார்ஜ் கிரிஸ்டோபரின் குதிரைப்படையால் அறியமுடியவில்லை. பன்றிகளைத் தேடிக் களைத்து

ஆனையூரில் 'கர்ண மோட்சம்' கூத்தைப் பார்க்கப்போனது கிரிஸ்டோபர் படை. நாடகத்தில் கர்ண வேடம் பூண்டவனின் ஆடை கிரிஸ்டோபரின் கவனத்தை ஈர்த்தது.

நாடகம் முடிந்து கூட்டம் கலைந்ததும், வெளியூர்க் கலைஞர்களிடம் அந்த ஆடை பற்றி விசாரித்தான். அது பன்றியின் ரோமத்தால் உருவாக்கப்பட்டிருந்தது என்பதைக் கண்டறிந்தான். சந்தேகப்பட்டது சரியாகிவிட்டது. கலைஞர்கள், அந்த ஆடையை உசிலம்பட்டிச் சந்தையில் அழகுநம்பி என்ற வியாபாரியிடம் வாங்கியதாகச் சொன்னார்கள். அழகுநம்பியைத் தேடிக் கண்டுபிடித்து விசாரித்ததில் திடியன் வல்லாங்குளத்தில் கொள்ளி என்பவன் பன்றி ரோமங்களைத் தனக்கு விற்றதாகச் சொன்னான். கிரிஸ்டோபர் படை கொள்ளியைக் கைது செய்ய வல்லாங்குளத்தை வட்டமிட்டது. குதிரைப்படை வட்டமிடுவதை அறிந்துகொண்ட உறங்காப்புலி ஆட்கள் கொள்ளியை கொக்குளத்துக்கு அனுப்பிவிட்டனர். கொள்ளி கிடைக்காத கோபத்தில் இருந்த கிரிஸ்டோபரின் கண்களில் தூங்காத்தேவர் கம்மாயில் தன்னந்தனியாக நின்றிருந்த மாயவனம் சிக்கினாள். புளியமரத்தில் கட்டப்பட்டிருந்த மாக்கியவெல்லியின் குதிரையை ஈட்டியால் தாக்கிவிட்டு மாயவனத்தைச் சங்கிலியால் கட்டி இழுத்துச் சென்றது குதிரைப்படை.

மதுரை வருவாய்த்துறை அலுவலகத்தில் மாயவனத்தின் பெயரைப் பதிவுசெய்வதற்காக 'அப்பன் பேரு?' என்று சீனிவாச அய்யர் கேட்டார். 'உறங்காப்புலி' என மாயவனம் சொன்னதும் சுற்றியிருந்த சிப்பாய்களுக்கு தூக்கிவாரிப்போட்டது.

''பன்னி பிடிக்கப் போய் பிரளயத்த பிடிச்சுக்கிட்டு வந்திருக்கிங்களேயா!'' என சீனிவாச அய்யர் நடுங்கிக்கொண்டே தகவல்களைப் பதிவுசெய்தார். விவகாரம் மேலதிகாரிகளோடு விவாதிக்கப்பட்டது. மாயவனத்தை வருவாய்த்துறை அலுவலகத்தில் வைத்திருப்பது பாதுகாப்பில்லை என்று கருதி தெற்கு மாட வீதியின் போர் முகாமுக்கு அவள் அழைத்துச்செல்லப்பட்டாள்.

அம்மாவாசை நள்ளிரவில், பணிப்பெண்களாக மாறுவேடம் பூண்ட உறங்காப்புலியும் அவர் ஆட்களும் முகாமின் கேளிக்கைக் கூடாரங்களுக்குள் நுழைந்தனர். மாக்கியவெல்லி, கம்பெனி

சீருடையில் படை வீரர்களோடு படை வீரனாக சிறை வளாகத்துக்குள் புகுந்தான். கேளிக்கைக்கூடாரங்களில் உறங்காப்புலியின் கூட்டம் கண்ணிமைக்கும் நேரத்தில் கொரில்லா தாக்குதலை நிகழ்த்தியது. கள்ளுண்ட மயக்கத்தில் இருந்த வீரர்களால் அதைச் சமாளிக்க முடியவில்லை.

மாக்கியவெல்லி, சிறை வளாகத்தில் மாயவனம் பூட்டப்பட்டிருந்த மாடி அறையைக் கண்டறிந்து அவளை மீட்டான். அவளைக் கைபிடித்து படிகளில் அழைத்துவரும்போது தடுக்க வந்த காவலர்களைத் தன் குறுவாளால் தாக்கி கீழே தள்ளினான். இருவரும் கேளிக்கைக் கூடாரங்களை நெருங்கியபோது அங்கே உறங்காப்புலியின் முதுகில் ஈட்டி பாய்ச்ச ஜார்ஜ் கிரிஸ்டோபர் தன் குதிரையில் முன்னேறிக்கொண்டிருந்தான். மாக்கியவெல்லி தான் கையில் வைத்திருந்த குறுவாளை கிரிஸ்டோபரை நோக்கி வீசினான். அது குதிரையின் கழுத்தில் சொருகியது. குதிரை வேகம் குறைந்தது. மாக்கியவெல்லி ஓடிச்சென்று கிரிஸ்டோபர் மீது பாய்ந்தான். குதிரையின் கழுத்தில் நிலைகுத்தியிருந்த குறுவாளை உருவினான். கிரிஸ்டோபர் சுதாரிப்பதற்குள் நொடிப்பொழுதில் அவன் குரல்வளையில் குறுவாளைப் பாய்ச்சினான்.

உறங்காப்புலியும் அவர் ஆட்களும் முகாமின் கூத்துக்கட்டைகளில் இருந்து தீப்பிடித்து தாங்கள் கொண்டு வந்திருந்த கையெறி குண்டுகளைப் பற்ற வைத்து வீசி எறிந்தனர். உறங்காப்புலியின் திட்டப்படி யாமம் தொடங்கும்போது முகாம் வாசலில் கொக்குளம் குடிபடை வீரர்கள் குதிரைகளோடு காத்திருந்தனர். குதிரைகளை ஒப்படைத்துவிட்டு குடிபடை வீரர்கள் முகாமுக்குக் கிழக்கே உள்ள காட்டுப்பாதைக்குள் ஓடி மறைந்தனர்.

மாயவனத்தை மாக்கியவெல்லி தன் புதிய குதிரையில் ஏற்றிக்கொண்டான். போர் முகாமைத் தீக்கிரையாக்கிவிட்டு உறங்காப்புலி படை வெளியேறியது.

வல்லாங்குளத்தில் மழைச்சாரல். மாயவனம் வீட்டின் பின்புறம் இருந்த நிலப்பரப்பு நீண்ட நாட்களாய் விளைச்சலுக்கு ஒத்துழைக்காமல் கிடந்தது. அதை உயிர்ப்பிக்க கோழிக்குஞ்சுகளின் கழுத்தை நெறித்து அந்த நிலத்தில் ஆங்காங்கே

புதைத்துக்கொண்டிருந்தாள். அவள் மண்ணுக்குள் புதைத்த குஞ்சுகளை ஸ்பார்ட்டா குள்ளநரி தோண்டியெடுத்துக் கவ்விக் கொண்டு ஓட முயற்சித்தபோது அவள் அதை விரட்டிவிட்டாள். அது முறைத்துக்கொண்டே நகர்ந்து சென்று தாடியும் மீசையும் வளர்ந்து அடையாளம் தெரியாமல் இருந்த மாக்கியவெல்லியிடம் ஊளையிட்டு ஒப்பாரி வைத்தது.

''அந்தப் பஞ்சாரத்துக்குள்ள திரியற பொடுசுகள நறுக்கி எடுத்தாந்தா நான் வெதச்சுக்குவேன்.''

மாயவனம் மாக்கியவெல்லியின் உதவியை நாடினாள். கழுத்தை நெறிப்பது அவனுக்குக் கைவந்த கலை என்பதால் தயங்காமல் செய்தான்.

''அப்படியே வந்தீகனா அந்தக் கசாலைய பெரட்டிப் போட்டுபுடலாம்.''

தொழுவத்தைச் சுற்றி இருந்த மண்சுவர் மழையில் கரையாமல் இருக்க பனைஓலையால் வேயப்பட்ட கசாலையை இருவரும் ஆளுக்கொரு கை பிடித்தனர். வண்டுகளையும் எறும்புகளையும் உதறிவிட்டு ஓலையைத் தலைகீழாகப் புரட்டி மீண்டும் தொழுவத்தைச் சுற்றிக் கட்டிவிட்டனர்.

''நாள நீங்க எருமையூரு போக அப்பன் வண்டிகட்டி வச்சிருக்கு. துணையா மலையமாடன் மாமாவும் வரும்.''

''நான் போகல மாயவனம்.''

ஊசி மழை ஒன்று பனைஓலையின் இடுக்கில் புகுந்து மாயவனத்தின் இமையில் விசுக்கென விழுந்தது.

''ஏகப்பட்ட சோலி கெடக்குனு சொன்னீக?''

''உண்மதான். தூங்காத்தேவர் கம்மா என் மனச மாத்திருச்சு.''

''தாத்தனா கொக்கா...''

''மாயவனம், எனக்கு... உன் கூட இருக்கணும். உன் உதவி எனக்குத் தேவ.''

அவள் சிரித்தாள். கோழிக்குஞ்சுகள் நிலத்தில் புதைந்தனவா அல்லது மாக்கியவெல்லியின் மனத்தில் புதைந்தனவா என்று

குழம்பினாள். அவன் வார்த்தைகளில் இருந்த புத்துயிர்ப்பை அவள் ரகசியமாய் ரசித்தாள்.

"இந்த வல்லாங்குளம் வெடிகுண்டுக்காரிகிட்ட என்ன உபயத்த கேக்கப் போறீக?"

தூங்காத்தேவர் கம்மாயில் நீந்தி கரைக்கு வந்தபோது அங்கே மாயவனம் இல்லை. அவனுக்கு அதைப் பற்றி கவலையில்லை. மீட்டா கூடத்தோடு தொடர்புகொண்டு கம்மாயில் தான் கண்ட குழாய் பற்றிய விவரங்களைச் சொன்னான் மாக்கியவெல்லி. மீட்டா கூடம் மிரண்டு போனது. நெபுலாவைப் பற்றி எட்டு நாடுகளில் ஒரு சிறிய துப்பு கிடைத்தால் போதும் என்று காத்திருந்தவர்களுக்கு கம்மாயின் குழாய் புதிய சிந்தனைகளை உருவாக்கியது. குழாயைப் பற்றி முழு விவரங்களையும் தெரிந்துகொண்டு மீண்டும் தொடர்புகொள்ளச் சொல்லி ஆலன் கேட்டுக்கொண்டார். அதற்குப் பின்னரே மாயவனத்தை மீட்க அவன் புறப்பட்டான்.

"மாயவனம், அந்த கம்மாய்ல நீ மூழ்கிருக்கியா?"

"எந்த கம்மாய்ல..? தூங்காத்தேவரு கம்மாய்லயா?"

"ம்..."

"ஆத்தாவுக்கு சீக்கு வந்தப்ப தாத்தன வேண்டிக்கிட்டு மூழ்கி இருக்கேன். அப்பாத நான் கொழுந்து மொக. அதுக்கப்பெறவு பத்து மழ பேஞ்சு போச்சு!"

"கம்மாய் ஆழத்துல ஒரு குழாய் பதிக்கப்பட்டிருக்கு. அது என்ன குழாய்னு உனக்குத் தெரியுமா?"

"குழாயா? அது என்ன? வெளங்கலையே!"

மழை வேகமெடுத்தது. அதை இருவருமே பொருட்படுத்த வில்லை.

"இந்த ஊரோட கட்டமைப்பப் பத்தி தெரிஞ்சுக்க எதாவது வரைபடம் இருக்கா? பஞ்சாயத்துல இருக்குமா? எதாவது ஓலைல யாராவது எழுதி வச்சிருப்பாங்களா?"

''ஏதோ பெரிய பேச்செல்லாம் பேசுறீக. ஆனையூர் ராசா ஆளுங்களத்தான் நீங்க பாக்கணும். அவெய்ங்கதான் எல்லக்கல் வக்கிறேன், சத்திரம் கட்றேன், மூத்திரம் பேயறேன்னு திரிஞ்சுக்கிட்டு இருப்பாய்ங்க. மலையமாடன் மாமாவச் சொல்லி விடவா?''

மாக்கியவெல்லி யோசித்தான்.

''அந்தக் கம்மாய்க்கு மறுபடியும் போலாமா?''

மாயவனத்துக்கு அதில் விருப்பமில்லை.

''மறுக்கா அந்தக் குதிரக்காரவ என்ன பிடிச்சுப் போகவாயா?''

''நீ வர வேணாம் மாயவனம். நான் மட்டும் போறேன்!''

''ஐயா, அப்பன் சொல்ற வரையில நாம இந்தக் காட்ட விட்டு நகராம கெடப்போம்யா. ஒங்க தலைய வெட்டி நல்ல நாள் கொண்டாட கம்பெனிக்காரவ வெறிபிடிச்சு அலையறாய்ங்க. இப்ப வேணாமுயா இந்தச் சைலாத்து. அந்தக் கம்மாய்க்குக் கெழக்க இருக்க விப்பு வவ்வா மண்டபத்துல யாரோ சமண முனியோட ஆவி அடபட்டுக் கிடக்குனு சொல்லுவாய்ங்க. நமக்கெதுக்குயா அந்த சகவாசம்? என் கண்ணுக்குள்ளார ஒம்ம அடகாத்து வைக்க நினக்கேன். ஆகாசமா பறந்து புடாதீங்கயா.''

மாயவனம் பேசியது மழையின் குரலைப்போல் பேரன்பின் தாளத்தில் ஒலித்தது. மாக்கியவெல்லி அந்த நேரத்தில் அதற்குப் பதில் சொல்ல விரும்பவில்லை.

மாயவனத்தின் தாய் மூக்காயி தந்த மூன்று கவள நெல்லுச்சோறை தின்றுவிட்டு மாக்கியவெல்லி உறங்கிவிட்டான்.

நள்ளிரவு நேரம். மாயவனமும் அவள் தாய் மூக்காயியும் ஆழ்ந்த உறக்கத்தில் இருந்தனர். வாசலில் காயப்போட்டிருந்த கோணிப்பையை எடுத்துத் தலையில் சுற்றிக்கொண்டு, கையில் கிடைத்த மண்வெட்டியை எடுத்துக்கொண்டு மாக்கியவெல்லி வெளியேறினான். ஸ்பார்ட்டாவும் அவனைப் பின் தொடர்ந்தது. கருவேலங்காட்டு வழியே தூங்காத்தேவர் கம்மாய் நோக்கி நடந்தான். ஆந்தைகளின் முள்ளுமுழுங்கி பாடல்களையும், ஓநாய்களின் வேட்டை வளையங்களையும் கடந்து கரையை வந்தடைந்தான்.

நீருக்குள் குழாய் பதிக்கப்பட்ட இடத்தையும், அது நீள்கிற திசையையும் மனதால் கணக்கிட்டு கரையைச் சுற்றி வந்தான். நிலத்தில் அந்தக் குழாயின் அடையாளங்களைத் தேடினான். ஸ்பார்ட்டா அங்கும் இங்கும் ஓடி இறுதியாக ஒரு கன்னிப் புதர் அருகில் நின்றது. மாக்கியவெல்லி அங்கே மண்வெட்டியை இறக்கினான். சில மணித்துளிகள் தோண்டியபோது 'டிங்' என சத்தம் கேட்டது.

''யாருயா அது இந்தச் சாமத்துல ஒழப்படி?''

அருகில் இருந்த வாழைத்தோட்டத்துக்குள் இருந்து ஈச்சாங்கத்தியோடு ஒரு காவல்காரன் ஓடிவந்தான். மாக்கிய வெல்லியை அவனுக்கு அடையாளம் தெரியவில்லை. யாரோ அந்நியன் ஊடுருவியிருப்பதாக நினைத்து ஈச்சாங்கத்தியை ஓங்கினான். மாக்கியவெல்லி அதன் தடியைப் பிடித்து கீழே தள்ளினான். விழுந்தவன் மீண்டும் எழுந்து தாக்க வந்தபோது மாக்கியவெல்லி தன் குறுவாளால் அவன் கழுத்தை அறுத்து அவனைத் தூக்கி கம்மாயில் வீசினான். விட்ட இடத்தில் மீண்டும் தோண்டினான். அவன் தண்ணீரில் கண்ட அந்தக் குழாயின் தொடர்ச்சியைக் காணமுடிந்தது. தோண்டுவதை நிறுத்திவிட்டு அந்தக் குழாயின் நிலவழிப் பாதையை ஊகித்துக்கொண்டே நடந்தான். அது சோணைக்கருப்புக் கோயிலை ஊடுருவி மலைராமன் கோயில் பாதையில் சென்றது. கோயிலைத் தாண்டி ஒரு கல் மண்டபம் காணப்பட்டது. அது இருள் சூழ்ந்திருந்தது. உள்ளே நுழைந்ததும் தான் தெரிந்தது அந்த இருட்டு - வவ்வால்களின் திரட்டு என்று.

மாக்கியவெல்லியின் காலடிச் சத்தம் கேட்டதும் நூற்றுக்கணக்கான வவ்வால்கள் கீரீச்சிட்டுச் சிதறிப் பறந்தன. கல் மண்டபத்தின் சந்தனக் கதவு தென்பட்டது. அதற்குப் பூசை செய்யப்பட்டிருந்தது. அது தடித்த திண்டுக்கல் பூட்டினால் பூட்டப்பட்டிருந்தது. கதவின் துளை வழி எட்டிப் பார்த்தான்.

உள்ளே...

ஒரு பெருந்திரை கணினியும் கம்பி வடங்களும் காணப்பட்டன. சமண முனி இருப்பதாகச் சொன்ன மண்டபத்தில் சார்லஸ் பாபேஜ்

குடி இருக்கிறாரா? மாக்கியவெல்லி திடுக்கிட்டான். பூட்டை உடைக்க முயற்சித்தான். அது காட்டெருமைபோல் உறுதியாக இருந்தது. அதைச் சிதைப்பதற்கான உபகரணங்கள் எதுவும் கைவசம் இல்லை.

தன் கோணிப்பையை உடலோடு இறுகச் சுற்றிக்கொண்டு வெறிகொண்டு ஓடி, தான் தோண்டிய இடத்துக்கு மீண்டும் வந்தான். மண்ணுக்குள் புதைந்து கிடந்த குழாயின் மண்டையில் மண்வெட்டியால் ஓங்கி அடித்தான். பத்தாவது அடியில் அது விருக்கென விரிசல் விட்டது!

1861

உன் பிறந்தநாளை நினைவில் வைத்திருப்பவர்கள் உன் மீது அன்பு வைத்திருக்கிறார்கள் என்ற மழலைப் பிறழ்வுகளோடு மகிழ்ச்சியாக வாழ்ந்துவிட்டுப் போவதுதான் வாழ்க்கை.

இனிய பிறந்தநாள் வாழ்த்துகள் செங்கா.

அன்பெனும் அன்புடன்,
நித்திலன்.

செங்காந்தளின் 33ஆவது பிறந்தநாளுக்கு அவரது தோழிகளும் உறவினர்களும் வாழ்த்துச் சொல்ல மறந்துவிட்டார்கள் என அவர் சிணுங்கியபோது நித்திலன் மெக்சிக்கோவில் இருந்தார். அவர் செல்பேசியில் ஒரு வாழ்த்து அட்டை வடிவமைத்து அதில் தன் வாசகங்களை எழுதி அனுப்பியிருந்தார். அதை கால் நூற்றாண்டுக்குப் பிறகு தன் மெய்பேசியில் மீண்டும் வாசித்துக்கொண்டிருந்தார் செங்காந்தள். நுரையீரல் மாற்று சிகிச்சை வெற்றிகரமாக முடிந்து மருத்துவமனையில் தனிமைப் பந்துக்குள் அனுமதிக்கப்பட்டிருந்தார். வெளியில் இருந்து பார்ப்பவர்களுக்கு ஓர் இளமஞ்சள் கோளில் செங்காந்தள் ஒற்றை ஜீவராசியாக வசிப்பதுபோலத் தோன்றும். அடுத்த

இரண்டு வாரங்களுக்கு தனிமைப் பந்தை விட்டு அவர் வெளியே வரக்கூடாது என மருத்துவர்கள் அறிவுறுத்தியிருந்தனர்.

அவர் மட்டும் ஏன் வரவில்லை? சிகிச்சை முடிந்ததும் என்னைப் பார்க்க மருத்துவர்கள் வந்தார்களே. செவிலிப் பெண்கள் அரைமணிக்கு ஒருமுறை இந்த பந்துக்குள் வந்து வந்து போகிறார்களே. நித்திலன் மட்டும் ஏன் வரவில்லை? அவர் அரசுமுறைப் பயணமாக வெளிநாடு சென்றிருப்பதாக தலைமை மருத்துவர் சொல்லும்போது அந்த வார்த்தைகளில் ஏன் கசப்பு வாசனை வீசுகிறது? சிகிச்சை முடிந்து மூன்று நாட்களாகிவிட்டன. வெளிநாட்டுக்குச் சென்றிருந்தால் அவர் மெய்பேசியில் அழைத்திருக்கலாமே. புதிய நுரையீரல் என் குரலையும் திமிரையும் என்ன செய்திருக்கிறது என்று தெரிந்துகொள்ள அவர் விரும்பியிருப்பாரே. அவரை இத்தனை நாட்கள் என்னிடம் இருந்து பிரிக்கும் அளவுக்கு என்னுடைய தனிமைக்கோ அவருடைய தனிமைக்கோ சக்தி இல்லையே. எங்கே அவர்? இதோ, எதிரில் சின்னமாயனும் நெய்தலும் பூங்கொத்தோடு வந்திருக்கிறார்கள். நான் கேட்பதற்கு முன்பே என் கேள்வி அவர்கள் மீது சிந்தியிருக்கும். நெய்தலின் எண்ணத்தில் உதிக்கும் வாக்கியம் ஒலிவடிவம் பெறுகிற இடைவெளியில் அவளும் எதாவது ஒரு பொய்யைத் தயாரித்து விடுவாளா? சின்னமாயன் அவன் கருநீல இரும்புச் சீருடையைத் தாண்டி எனக்கு ஜீரணி தருவானா? தனிமைப் பந்துக்குள் செங்காந்தள் தவிப்போடு கிடந்தார். மருத்துவமனை அவரைப் பாதுகாப்பது தொற்றில் இருந்தா அல்லது ஏதோ ஓர் உண்மையிடம் இருந்தா என்று அவருக்குப் புரியவில்லை. உறங்கும் அந்த உண்மையை எழுப்புகிற தைரியமும் வரவில்லை. அவர் ஆழ்மனதில் திசை தெரியாத ஒரு கண்ணீர் மண்டலம் மையம் கொண்டிருந்தது.

''அம்மா ஏன் எதுவும் பேச மாட்றாங்க? எதுவும் கேக்க மாட்றாங்க? அவங்களுக்கு யாராவது.. எதையாவுது? ', நெய்தல்

''அதிகம் பேசக் கூடாதுனு டாக்டர் சொல்லியிருக்காரு', சின்னமாயன்

நெபுலா இணைய வேலியில் இருந்து தரவுகளை வேறொரு காலத்திற்கு மடைமாற்றும் மூல் மற்றும் டி.டி.பி குறித்த

தொழில்நுட்ப விவரங்களை நன்கறிந்தவர்கள் மூவர். ஒருவர் நித்திலன். மூன்றாமவர் மூல்தளத்தின் பொது இணையப் பொறியாளர் அமலா. இரண்டாமவர் செங்காந்தள். அவர் அதிகாரபூர்வமாக பதிவாகாத ரகசிய வல்லுநராக செயல்பட்டார். செங்காந்தள் இளவயதில் தொடங்கிய 'சிறுபுள்ளத்தனம்' என்ற யூ-ட்யூப் தளம் அதிகாரவர்க்கத்தால் தொடர்ந்து முடக்கப்படவே அவர் சோர்ந்துபோனார். இனி தான் இணையவெளிக்கே வரப் போவதில்லை என்று உறுதியாக இருந்த செங்காந்தளை நித்திலன் நெபுலா உருவாக்கத்தின் பணிகளில் ஈடுபடுத்தினார். ஆனால், கயல் சகோதரக் குழாய்களைப் பதித்தக் காலம் பற்றி நித்திலன் செங்காந்தளிடம்கூட விவாதிக்கவில்லை. அதைப் பணியிட நெறியாகக் கருதி செங்காந்தளும் தெரிந்துகொள்ள விரும்பவில்லை.

கயல் சகோதரக் குழாய்களின் காலம் பற்றித் தெரிந்துகொள்ள நித்திலன் ரிவெர்ஸ் மூல் நிரல்களை எழுதியபோது சரியான விடைகள் கிடைக்கவில்லை. மெரீனாவில் அமைந்திருக்கும் நெபுலா 01-இன் சகோதரக் குழாயான கயல்.81 சேதப்படுத்தப்பட்டிருப்பதாகத் கலங்கரை விளக்கத்தின் லிங்கா தியேட்டருக்கு தகவல் வந்தது. அந்த அதிர்ச்சியில் நித்திலன் மயங்கி விழுந்தார். அவர் மூளையில் ரத்த உறைவு ஏற்பட்டிருப்பதைக் கண்டறிந்து மருத்துவர்கள் அவரை அவசர சிகிச்சைப் பிரிவில் அனுமதித்து தொடர்ந்து கண்காணித்து வருகின்றனர்.

மூல் மற்றும் நெபுலாவின் இயக்கம் குறித்து தனக்குத் தெரிந்த விவரங்களை சின்னமாயனோடும் நெய்தலோடும் படிப்படியாக பகிர்ந்துகொண்டாள் அமலா. அவை கீழ்வருமாறு:

- நெபுலாவின் இரு வெவ்வேறு காலங்களின் கட்டமைப்புகளில் ஏதாவது ஒரு சிறிய பாகம் சேதமடைந்தாலும் அது அந்நிய ஊடுருவல் முயற்சியாகக் கருதப்பட்டு குழாய்கள் தங்களைப் பூட்டிக்கொள்ளும். அதன் வழி எந்தத் தகவல்களையும் பெற முடியாது.
- சேதப்படுத்தப்பட்ட குறிப்பிட்ட நெபுலாவில் 'காலம் விட்டு காலம் போகும் தகவல் பரிமாற்றம்' நிறுத்தப்படும்.
- 'லோக்கல் சர்வர்' நிரல்கள் இயக்கப் பெற்று, சேதப் படுத்தப்பட்ட நெபுலா அமைப்பில் சேகரிக்கப்பட்டிருக்கும்

தகவல்கள் அனைத்தும் நிகழ்காலத்தில் அருகாமையில் இருக்கும் மற்றொரு நெபுலாவுக்கு மடை மாற்றப்படும். அதற்கு 24 மணி நேரமாகும்.

- தரவுகள் மடைமாற்றப்படும் அந்த 24 மணி நேர இடைக் காலத்தை 'வல்னரபிள் விண்டோ' என்று நித்திலன் அவருடைய கோப்புகளில் குறிப்பிட்டிருக்கிறார். சேதப்படுத்தப்பட்ட நெபுலாவின் தரவுகள் அந்த இடைவெளியில் தாக்குதல்களுக்குள்ளாகலாம். அல்லது களவாடப்படலாம்.

அமலா பகிர்ந்த செய்திகளை சின்னமாயனும் நெய்தலும் ஐந்து நிமிடத்தில் மனப்பாடம் செய்துகொண்டனர். மெரீனாவில் அமைந்திருந்த நெபுலா 01 மேகத்திரளின் வல்னரபிள் டைம் விண்டோ தொடங்கியிருந்தது. அது ஒரு அணுகுண்டின் மணித் துளிகள்போல் ஓடிக்கொண்டிருந்தது. அதில் லட்சக்கணக்கான மக்களின் நியூரோ எண்கள் உள்ளடங்கியிருப்பதால் நெபுலா சிறப்புப் படையும், நித்திலன் சதுக்கமும், தமிழ்நாடு இணையக்கழகமும் போர்க்கால அடிப்படையில் செயல்பட்டுக்கொண்டிருந்தன.

தற்போது செங்காந்தளைப் பார்த்து இது குறித்து அவரது ஆலோசனைகளைப் பெறுவதற்கு நெய்தலும் மாயனும் காத்திருந்தனர். ஆனால் எப்படித் தொடங்குவது?

''அம்மா, எப்படி இருக்கீங்க?'' - சின்னமாயன்.

செங்காந்தள் புன்முறுவல் பூத்தார். அது இளமஞ்சள் தனிமைப் பந்தைத் துளைத்துக்கொண்டு வெளியே வந்து விழுந்தது.

''அம்மா, எங்களுக்கு உங்களோட உதவி வேணும்.'' - நெய்தல்.

அவர் மௌனமாக இருந்தார். அவர் படித்துக்கொண்டிருந்த மெய்நிகரி என்ற புத்தகத்தை மூடிவைத்துவிட்டு கைகளைக் கட்டிக்கொண்டு நெய்தலைப் பார்த்தார்.

''அம்மா, ஐயா எங்களுக்கு மூல் பத்தியும் டி.டி.பி. பத்தியும், கயல் சகோதரக் குழாய்கள் பத்தியும் சொன்னாரு. மாக்கியவெல்லினு மீட்டாவோட ஒரு ஹீரோ ஏஜென்ட் கால ரயிலில் பின்னோக்கிப்

போய் நெபுலாவோட சகோதர கட்டமைப்புகள தன்னுடைய கட்டுப்பாட்ல கொண்டு வர முயற்சி செஞ்சுக்கிட்டு இருக்கான். கயல்.81 குழாய சேதப்படுத்தியிருக்கான். தமிழர்களுடைய நியூரோ எண்களைக் களவாடுவதுதான் அவனோட நோக்கமா இருக்குனு நினைக்கிறோம்!'' - சின்னமாயன்.

''ஐயா எங்க மாயன்?''

சின்னமாயன் சொற்களைத் தேடினான். நெய்தலுக்குக் கிடைத்துவிட்டது.

''உணவு ஒவ்வாமையால நித்திலன் ஐயாக்கு உடல் நலம் சரியில்ல அம்மா. அவருக்கு இதே மருத்துவமனையோட மூன்றாவது தளத்துல சிகிச்சை நடக்குது. ஒரு வாரத்துக்கு யாரையும் உள்ள அனுமதிக்க முடியாதுனு மருத்துவர்கள் சொல்லிட்டாங்க. பயப்படறத்துக்கு எதுவும் இல்ல. சீக்கிரம் வந்துருவாரு', நெய்தல்

''நெய்தல், உன் பொய்பொருள் தடுப்புப் பணிகள் நல்லா போய்கிட்டு இருக்கா?', செங்காந்தள் கேட்ட அந்த கேள்வி நெய்தலின் நெற்றிபொட்டில் நறுக்கென தைத்தது.

சில நேரங்களில் சில பொய்களை மதிக்க வேண்டும். அதை செங்காந்தள் நன்கு உணர்ந்திருந்தார்.

''மீட்டாவோட ஹீரோ ஏஜென்ட்னு உறுதியா தெரிஞ்சா மீட்டாவோட அதிகாரிகள விசாரிக்கலாமே!'' - செங்காந்தள்.

''உறுதியா தெரியலமா. ஆதாரம் இல்ல. அதுவும் மீட்டா போன்ற பெருந்தொழில் நிறுவனத்த விசாரிக்க மாநில அரசோட ஆணை மட்டும் போதாது. ஒன்றிய அரசும் ஒத்துழைக்கணும். இப்ப நம்ம இலக்கு மாக்கியவெல்லிதான்!'' - சின்னமாயன்.

''இதுல நான் எப்படி உதவ முடியும் மாயன்?'' - செங்காந்தள்.

''நித்திலன் ஐயாவுக்கு அடுத்தபடியா நெபுலாவோட இந்தக் கட்டமைப்பு பத்தி முழுக்கத் தெரிஞ்சது உங்களுக்கும் அமலாவுக்கும்தான். ஆனா அமலாவுக்குக்கூட சகோதரக்குழாய்கள் பதிக்கப்பட்டிருக்கிற காலம் எதுனு தெரியல. ஐயா அத தெரிஞ்சுக்க

முயற்சி செஞ்சப்ப குழாய்கள் சேதமானதால அல்காரிதம் வொர்க் ஆகல. உங்களுக்கு அந்தக் காலத்தப் பத்தி எதாவது தெரியுமா? மாக்கியவெல்லி அந்தக் காலத்துக்குள்ள ஊடுருவியிருக்க வாய்ப்பிருக்கு.'' - சின்னமாயன்.

''அதை முழுக்க வடிவமைச்சது ஐயாவும் பிரமிளும்தான் மாயன். அந்தப் பயணத்துல ஐயோவோட கூட போனதும் அவர்தான். பிரமிள் இப்ப உயிரோட இல்ல. எனக்குக் காலவிவரங்கள் தெரியாது மாயன். ஆனா இடம் தெரியும். மதுரை-தேனி எட்டு நாடுகள் நிலப்பரப்பு. அங்க பதிக்கப்பட்டிருக்கிறது வெறும் குழாய்கள் மட்டும் இல்ல. இங்க நெபுலாவ இயக்கத் தானியங்கி லிங்கா தியேட்டர்ஸ் இருக்கிற மாதிரி கல் மண்டபங்களில் 'லிங்கா தியேட்டர் பாஸ்ட்' என்ற கட்டமைப்பும் உருவாக்கப்பட்டிருக்கு. ஆனா, நம்ம காலம் மாதிரி நவீன கணினிகளைப் பயன்படுத்தாம, முதல் தலைமுறை கணினிமுறைல அது அமைக்கப்பட்டிருக்கு!'' - செங்காந்தள்.

''முதல் தலைமுறை கணினினா? வேக்யூம் டியூப்ஸ் கம்ப்யூட்டர்ஸா?'' - நெய்தல்.

''ஆமா.''

''எத்தன சகோதரக் குழாய்கள்? எத்தன லிங்கா தியேட்டர் பாஸ்ட்?'' - நெய்தல்.

''நிகழ்காலத்துல தமிழ்நாட்டு கடல் பரப்புல இருக்கிற எட்டு நெபுலாக்களின் தரவுகளைச் சேமிக்க அங்க எட்டுக் குழாய்களும் எட்டு தியேட்டர்களும் இருக்கு. எட்டு நாடுகளில் ஒவ்வொரு நாட்லயும் ஒவ்வொரு அமைப்பு உருவாக்கப்பட்டிருக்கு.''

''அம்மா, எனக்குப் புரியல. ஏன் இவ்ளோ காம்ப்ளிகேட் பண்ணனும்?'' - சின்னமாயன்.

''இதுல என்ன காம்ப்ளிகேஷன்? கிரிப்டோகிரேஃபி நம்ம கடந்தகாலத்தோட இணைக்கப்பட்டிருக்கு. இருவேறு காலங்களுக்கு இடையே ஒரு சைபர் செக்யூரிட்டி பாலம் கட்டப்பட்டிருக்கு. இதுல உனக்கு என்ன புரியல?'' - செங்காந்தள்.

‘‘எந்த நம்பிக்கைல உங்க குழு கடந்த காலத்துல ஒரு கட்டமைப்ப ஏற்படுத்திட்டு வந்தீங்க? அத அங்க யார் பாதுகாப்பா? போர், கலவரம், இயற்கைச் சீற்றம் இதையெல்லாம் தாண்டி அந்த கட்டமைப்புகள் எப்படி அங்க நீடிக்க முடியும்?’’ - சின்னமாயன்.

‘‘சின்னமாயன், உனக்குத் தேவைப்படும்போது நீ உன் நியூரோ எண்ணைப் பயன்படுத்தற. அது கடந்த கால சர்வர்ல இருந்து என்க்ரிப்ட் ஆகி உனக்குக் கொடுக்கப்படுது. உன் மூளை அதை டி-கிரிப்ட் பண்ணுது. நீ பயன்படுத்தி முடிச்சதும் அது மறுபடியும் என்க்ரிப்ட் ஆகி கடந்த காலத்துக்கே போகுது. அங்க தானியங்கி முறைல பாதுகாக்கப்படுது’’ - செங்காந்தள்.

‘‘அதே கடந்த காலத்துல பத்து வருடம் கழித்தோ இருபது வருடம் கழித்தோ...’’ - சின்னமாயன் தட்டுத் தடுமாறி கேட்க வந்த கேள்விக்கு இடையே நெய்தல் குறுக்கிட்டாள்.

‘‘இல்ல மாயன், இப்ப 1947ல சகோதர குழாய்களும், லிங்கா தியேட்டர் பாஸ்ட்டும் இருக்குனு வச்சுப்போம். நம்ம டேட்டா 2057ல இருந்து திருப்பித் திருப்பி அந்த வருடத்துக்கு மட்டும்தான் போகுது. ஐயா சொன்ன மாதிரி ஒரு பெயில் சேஃப் காரணங்களுக்காக அது 1947ல் இருந்து 1950வரை ஒரு சிறிய வருடப்பரப்பாகவும் இருக்கலாம். நீ சொல்ற மாதிரி பத்து வருஷம் இருபது வருஷம் கழிச்சுன்ற பேச்சுக்கே இடம் இல்ல. குறிப்பிட்ட சின்ன காலவட்டத்துக்குள்ளதான் நம்ம டேட்டா சுத்துது’’ - நெய்தல்.

‘‘சரியா சொன்ன நெய்தல். அந்தக் குறிப்பிட்ட ஆண்டுகளுக்குள் அந்தக் கட்டமைப்புகளப் பாதுகாக்கும் ஏற்பாடுகளையும் ஐயாவும் பிரமிளும் செஞ்சுட்டு வந்தததா சொன்னாங்க!’’

செங்காந்தள் தலையசைத்து நெய்தல் சொன்னவற்றை ஆமோதித்தார். ஆனால் சின்னமாயன் அந்த விளக்கத்தைப் புரிந்து கொள்ள முடியாமல் சின்னாபின்னமாகியிருந்தான்.

‘‘நெய்தல், எதாவது செஞ்சு என்ன எதிர்காலத்துல தொலச்சுட்டு வந்துரு. நான் அங்க நிம்மதியா இருக்கேன்’’ - சின்னமாயன் சோர்ந்துவிட்டான்.

‘‘சியர் அப் மாயன்! எந்தக் குழப்பமும் இல்ல. நமக்கு இப்ப தேவ ஒரு குறிப்பிட்ட காலம். ஒரு பயணம். ஒரு மாக்கியவெல்லி.’’ - நெய்தல்.

‘‘மாக்கியவெல்லிதான் காலம்!’’ - சின்னமாயன்.

‘‘ம்...’’ - நெய்தல்.

‘‘அம்மா, இவ்வளவு செஞ்ச நீங்க அந்தக் கடந்தக் காலம் எதுனு எங்கயுமே பதிவு செய்யாம போனத என்னால மன்னிக்கவே முடியல.’’ - சின்னமாயன்.

‘‘சைபர் செக்யூரிட்டில ‘டார்க் மேட்டர்’னு ஐயா ஒரு புரோட்டோகால் எழுதியிருக்காரு. சில தகவல்கள் மனிதர்களின் நினைவுகள் உட்பட உலகத்தின் எந்த வெளிலயும் இருக்கக் கூடாதுன்றதுதான் அதோட அடிப்படை. நீ கேக்கற காலம் அப்படிப்பட்ட ஒரு டார்க் மேட்டர் டீட்டேல். அத தெரிஞ்சக்கத்தான் அந்த ரிவெர்ஸ் மூல் அல்காரிதம். ஆனா, அதுவும் இப்ப வொர்க் ஆகல. எவ்வளவு பெரிய அமைப்பா இருந்தாலும் அதுக்குத் தடைகள் வரத்தான் செய்யும். ஒரு கிரைஸிஸ் பாய்ன்ட்ட சந்திச்சுத்தான் ஆகணும்!’’ - செங்காந்தள்.

அப்போது காவல் ஆணையர் சிந்தா அமுதனிடம் இருந்து சின்னமாயனின் மெய்பேசிக்கு அழைப்பு வந்தது. சின்னமாயன் அந்த அழைப்பை ஏற்றான். சிந்தா அமுதனின் அழைப்பு ஒரு வெய்யில் துளியாக விரிந்தது. அதில் அமுதன் தோன்றினார். அவருக்குப் பின்னால் நெபுலா சிறப்புப் படையின் இளைஞர்கள் இருவர் நின்றுகொண்டிருந்தனர்.

‘‘மாயன், எங்க இருக்கீங்க?’’

‘‘மருத்துவமனைல...’’

‘‘மாக்கியவெல்லியைப் பற்றிய முதல்கட்ட விசாரணைல நமக்கு ஒரு முக்கிய தகவல் கிடச்சிருக்கு!’’

சின்னமாயனும் நெய்தலும் செங்காந்தளும் அந்த வெய்யில் துளித்திரையை விரிந்த கண்களோடு பார்த்துக்கொண்டிருந்தனர்.

"அவனுடைய அறையில் கிடைத்த சில ஆவணங்கள், இணையத்தில் கிடைத்த தடயங்கள், இது எல்லாத்துலயும் இருக்கிற ஒரு பொதுவான வருடம்..."

"சொல்லுங்க அமுதன்?"

"1861"

"1861ஆ?" - மாயன் விழித்தான்.

"ஆமாம் மாயன். நாம இது குறித்து விரிவா திட்டமிட வேண்டியிருக்கு. ஒன்றிய அரசின் ஒளிபரப்புத்துறை செயலரோட ஒரு சந்திப்பு இருக்கு. நீங்களும் நெய்தலும் உடனே வர முடியுமா?"

அப்போது சிந்தா அமுதனின் பின்னால் நின்றிருந்த இளைஞர்களில் ஒருவன் சட்டென மாயமாய் மறைந்து போனான். சின்னமாயன் தன் மெய்பேசி திரையை மறுவூட்டம் செய்து பார்த்தான். அந்த இளைஞன் அங்கே இல்லை. மறைந்துவிட்டான். அது கணினித் திரையின் பிழையாக இருக்கும் என்று சின்னமாயன் கருதினான். நெய்தலுக்கு அப்படித் தோன்றவில்லை. அருகில் இருந்த இன்னோர் இளைஞன் அதிர்ந்துபோய் காணாமல் போனவனைத் தேடத் தொடங்கினான். சிந்தா அமுதனும் நடப்பது புரியாமல் சுற்றி முற்றிப் பார்த்துக்கொண்டிருந்தார்.

சின்னமாயனும் நெய்தலும் மருத்துவமனையின் சீருந்து நிறுத்தத்துக்கு விரைந்தனர். அவர்களின் அவசரத்தை நியூரோ எண்கள் வழி அறிந்துகொண்ட வாகனம் சர்ரென தானாக முன் வந்து நின்று கதவு திறந்தது!

ஆள வந்த ஆண்டித்தேவர்

''ஆயிரம் மூட்ட நெல்லு, ஏகப்பட்ட குறும்பாடு குட்டிக, குத்த வச்ச கோழிக, கூட கூடயா கொய்யா பழம், வெதவெதனு வெத்தல பொட்டிக, மொடா மொடாவா மௌகுச் செடிக, ஒன்னா ரெண்டா கருவேல மரங்க, அதையெங்காட்டிலும் ஒன்னு இருக்குங்கு ஐயா.''

''எதச் சொல்ல வர மலையமாடா?''

''நம்ம நாட்டாங்குளம் ஆதிசிவன் சிலை...''

விஷக்காய்ச்சலுக்கு, பாறையின் மடியில் சுருண்டு படுத்திருந்த உறங்காப்புலி ஆதிசேஷன் கொத்தியது போல பதறி எழுந்தார்.

''நெசமா மாடா?''

''பினாங்குத் தீவுக்குப் போற கம்பெனி கப்பலுக்குள்ள நம்ம மக்க மட்டும் அடிமையா போகலைங்க. சாமியும் அடிமையா போகுது!''

''கப்பல் எந்த தேதி பொறப்பாடு மாடா?''

''மோட்டாரெல்லாம் பிரிச்சு எண்ண பூசிக் கெடக்காய்ங்க. வர பவுர்ணமி ராத்திரி பொறப்படறதா பேசிக்கிறாக.''

''பர்மா போன கொத்து திரும்பியிருச்சா?''

''ஆச்சுங்க. அவெய்ங்கள வேலூர்ப் படைக்கு அனுப்பச் சொல்லி...''

''அது பெறவு அனுப்புவோம். அத்தன பேரையும் புலிப் பொடவுக்கு வரச் சொல்லு. மவ மாயவனம் எங்க இருக்கு?''

''எல்லாம் கெழக்கு மலைக்கு வந்தாச்சுங்க.''

''மவள கழுதயில பொதி சொமக்கச் சொன்னேஞ்சொல்லு. வெடி உருண்ட ஆள சாச்சுப்புடாம பாய்மரம் பத்திக்கிற பகுமானமா இருக்கணும்னு சொல்லு.''

''ஆகட்டுமுங்க.''

''மாடா, நம்ம பயலுகள இனி களவுக்குப் போக வேணாஞ்சொல்லுயா. ஊர்க் காவ, தோட்டக் காவ, எல்லக் காவ, சாமிக் காவ, காட்டுக் காவன்னு காவச்சோலி பாக்கச் சொல்லு. காவக் கூலியா நெல்லு மூட்டையோ, சுழிப் பணமோ வாங்கிக்கிறச் சொல்லு. நாயக்கரு, நவாபு, கம்பெனிக்காரன்னு எவனுக்கும் மண்டி போடாத நம்மக் கூட்டம் வெறும் களவாணிப் பயலுகளா திரியாம காவக்காரகளா திரியட்டும். கருங்காலிய வளிச்சு காவக் கம்புகள நம்ம வேப்பனூத்து ஆங்கன வடிக்கச் சொன்னேன்னு சொல்லு. பயலுகளுக்குக் கொடு. மரத்த வெட்ட என் பட்டறையில கூலி எடுத்துக்க. காவ காக்கற சூதானத்தச் செம்மல வாத்தியார சொல்லித் தரச் சொல்லு. அவருக்குப் பொங்க வைக்க என் கணக்குனு சொல்லிவிடு. ஆதிசிவன மீட்டுக் கொண்டாய்ந்து வச்சதும் ஊரு சுத்தபத்தமா இருக்கணும் மாடா!''

''ஒங்க கொடுக்கறுவா மிடுக்க மீற எட்டு நாட்டுல எவனு மில்லங்கய்யா. ஒங்கச் சொல்லு ஒத்தச் சொல்லு. வாரனுங்க.''

ஊருக்குள் சிப்பாய்கள் நடமாட்டம் அதிகரித்திருப்பதால் வடுக மலைத் தொடரின் கிழக்கே நான்காவது மலையின் அடிவாரத்துக்கு வல்லாங்குளத்தின் குடிகள் சிலர் மாயவனத்தின் வழிகாட்டுதலின் படி இடம் பெயர்ந்திருந்தனர். மலையை ஒட்டிய கரிசல் காட்டுக்குள் மாயவனமும் ஒரு குடிசை போட்டிருந்தாள். அவள் குடிசையின் வாசலில் வேட்டை நாய்க்குட்டிகள் சரபுரவென

விளையாடிக்கொண்டிருந்தன. ஊரெல்லாம் சுற்றிவிட்டு மாக்கியவெல்லி குதிரையில் வந்திறங்கினான். மாயவனம் அவன் மீது கடுங்கோபத்தில் இருந்தாள். அவளது கோபத்தின் சின்னஞ்சிறு அவதாரங்களாய் வேட்டை நாய்க்குட்டிகள் நாலா திசையிலும் ஓடியாடி, குரைத்துக்கொண்டும் கடித்துக்கொண்டும் கிடந்தன.

குடிசைக்குப் பின்புறமாக இருந்த வேப்பமரத்தில் மாக்கியவெல்லி தன் குதிரையைக் கட்டினான். அதற்குக் கோரப்புல் தொட்டியில் தண்ணீர் காட்டினான். பின்னால் மாயவனம் நின்றிருந்ததை அவன் பார்க்கவில்லை. சட்டெனத் திரும்பியபோது அவள் திருநீறு பூசி கையில் கருங்காலி கம்போடு காட்சியளித்தாள். அவள் சினமோ செயலோ அவளின் முகத்தில் குடிகொண்ட தெய்விக சௌந்தர்யத்தை எதுவும் செய்யமுடியவில்லை.

''என்ன மாயவனம்? எதாவது கோயிலுக்குப் போயிட்டு வந்தியா?''

''ஒங்க புத்திக்கு எஞ்சொல்லு எதுவுமே வெளங்காதா ராசா?''

தூங்காத்தேவர் கம்மாயில் கயல் குழாயைச் சேதப்படுத்திய மாக்கியவெல்லி அன்றைய இரவே மீட்டா கூடத்தோடு தொடர்புகொண்டு பேசினான். நெபுலா அமைப்புக்குள் உடனடியாக ஊடுருவல் சோதனை நடத்தச் சொல்லி கோரினான். மீட்டாவின் வல்லுநர் குழு நடத்திய சோதனையில் மெரீனாவில் அமைக்கப்பட்ட நெபுலா-01 மற்றும் அதன் உயிர்க்குழாயான கயல் 18 வழி அவர்களால் பொதுமக்களின் சில ஆயிரம் நியூரோ எண்களைக் களவாட முடிந்தது. கயல் 18 சேதப்படுத்தப்பட்டதை அறிந்த நித்திலன் சதுக்கமும், இணையக் கழகமும் அதன் தகவல்களை அருகாமை நெபுலாவுக்கு மாற்றிக்கொண்டிருந்த 24 மணி நேர இடைவெளியின் கடைசி ஒரு மணி நேரத்தில் மீட்டா வல்லுநர்கள் ஊடுருவி விட்டனர். அவர்களால் முழு தகவல்களையும் கவர முடியவில்லை எனினும் ஊடுருவதற்கான பாதை தெரிந்துவிட்டது. மீதமிருக்கும் ஏழு குழாய்களையும் கண்டுபிடித்து அவற்றை சேதப்படுத்தினால் நிகழ்காலத்துக்கும் கடந்தகாலத்துக்குமான தொடர்பு முற்றிலும் துண்டிக்கப்பட்டு, தகவல்கள் அனைத்தும் நிகழ்காலத்தில் மட்டுமே சேமிக்கப்பட்டிருக்கும். அதை எளிதில் அபகரித்துவிடலாம் என்பது அவர்கள் திட்டம். அடுத்தடுத்த

குழாய்களைக் கண்டறிந்து அவற்றை செயலிழக்கச் செய்யச் சொல்லி மாக்கியவெல்லிக்கு ஆணை பிறப்பிக்கப்பட்டது.

''தொர நகர்வலம் போயி வாரீகளோ?''

''மாயவனம், நான் வந்த வேலயப் பாக்க வேணாமா?''

''சாமியவே களவாண்டு போற கம்பெனிக்காரவகளுக்கு ஓங்கள வெலங்கு மாட்ட எம்புட்டு சாமமாகும்னு நினைக்கறீக தொர?''

ஸ்பார்ட்டா நாய்க்குட்டிகளை விரட்டிக்கொண்டிருந்தது. மாக்கியவெல்லிக்கு ஏனோ மாயவனத்திடம் உண்மையைச் சொல்ல வேண்டுமெனத் தோன்றியது.

''மாயவனம், நான் ஒன்னு சொல்றேன். அத நீ நம்பணும். நம்பறது சிரமம். ஆனா அதுதான் உண்ம!''

அவள், கம்பைக் கீழே போட்டுவிட்டு தரையில் ஓடிய கோழிக்குஞ்சு ஒன்றை கையில் எடுத்து கொஞ்சிக்கொண்டே மாக்கியவெல்லியைப் பார்த்தாள். குஞ்சு மாயவனத்தின் ரேகையை கொத்தித் தின்ன முயற்சித்தது.

''நான்... நான் உங்களுடைய காலத்த சேர்ந்தவன் இல்ல. நான் எதிர்காலத்துல இருந்து வந்திருக்கேன்...''

மாயவனத்துக்குப் புரியவில்லை. அவள் குழப்பத்தின் வெப்பம் கோழிக்குஞ்சின் மீது பரவியது.

''மாயவனம், நான் 2057ஆவது ஆண்டைச் சேந்தவன். ஒரு கால ரயில் மூலமா பின்னோக்கி உங்களோட ஆண்டுக்கு வந்திருக்கேன்.''

மாயவனம் யோசித்தாள். நெற்றியில் விழுந்த முடியை அள்ளி உச்சி மண்டை வழித்தாள்.

''சாமி, கிறுக்குப்புடிக்கு வாலாந்தூருல ஒரு வைத்தியர் இருக்காரு. மூலிகைய அரச்சு கொத்தான கொழச்சு மூள நாடியில பூசி விடுவாரு. போய் வருவோமா..?''

''என்ன சொல்லப் போறேன்னு கேளு...''

அவள் அதைப் புரிந்துகொள்ள விரும்பாதவள்போல அந்த இடத்தை விட்டு நகரப் பார்த்தாள். மாக்கியவெல்லி மாயவனத்தின்

தோள்மீது கை வைத்தான். அவன் விரல்கள் அவளது தோள்மீது இருந்தாலும் அந்தத் தீண்டலை அவள் மார்பு பிரதி எடுத்துக் கொண்டது. அவளுக்கு உடல் சிலிர்த்தது.

''நான் திரும்பிப்போகும்போது உன்னையும் என்னோட கூட்டிட்டு போக விரும்பறேன்.''

மாயவனத்தால் அந்தத் தீண்டலை அதற்கு மேல் தாக்குப்பிடிக்க முடியவில்லை. அவள் தோளில் இருந்து மாக்கியவெல்லியின் கையை விலக்காமல் விலக்கினாள்.

''எனக்கு எதுவும் வெளங்கல தொர...''

''நான் தொர இல்ல. மாக்கியவெல்லி. நீ என்ன பேர் சொல்லியே கூப்பிடலாம்.''

மாயவனம் குடிசைக்குள் நடந்துபோனாள். உப்புப் போட்டு ஊற வைத்திருந்த உடும்புக்கறியை நெருப்பு மூட்டி வதக்கத் தொடங்கினாள். மாக்கியவெல்லி அருகில் வந்து அமர்ந்தான்.

'ஆத்தி, இது உடும்புப் பிடிய விட வெடுக்குனுல இருக்கு' என மாயவனம் மனதுக்குள் நினைத்தாள்.

''மாயவனம், தூங்காத்தேவர் கம்மாய் பக்கத்துல நீ சொன்ன அந்தக் கல் மண்டபத்த யார் பராமரிக்கிறா?''

''அது ஒரு அப்பன் ஆத்தா இல்லாத சத்திரம். நாந்தான் சொன்னேன்ல. சமண முனி அங்க பூதமா அலையறாருனு. அத எதுக்குக் கேக்கறீக?''

''அந்த மாதிரி கல் மண்டபங்கள் இந்த ஊர்ல வேற எங்கெல்லாம் இருக்குனு உனக்குத் தெரியுமா?''

''கோயில கட்றவக அந்தக் கோயிலுக்கு ராசா யாராச்சும் வந்தா எளப்பாறி போகவும், சாமியோட உடுப்பையும், கத்தி கம்பையும் பொத்தி வைக்கவும் அந்த அறைய செஞ்சதா அப்பன் சொல்லும்.''

''ஓ... அப்ப கோயில் இருக்கிற இடத்துல அந்தக் கல் மண்டபமும் இருக்கும்... அப்படித்தான?''

உடும்புக்கறி வெந்துவிட்டது. மாயவனம் பேசவில்லை. அவளுக்கு அந்த உரையாடல் சுவாரசியமாக இல்லை.

''மாயவனம், கருமாத்தூர் கோயில் எது?''

கருமாத்தூர் என்றதும் மாயவனத்தின் முகத்தில் ஒரு மலர்ச்சி.

''ஆண்டித்தேவர் ஊரையா சொல்றீக?''

''ஆண்டித்தேவர் யாரு?''

அவள் கொடுக்கருவா கொண்டு உடும்புக்கறியைப் பாளம் பாளமாக பிளந்துகொண்டே பேசினாள்.

''திருமல நாயக்கரு, எட்டு நாட்டு ராசாவா பின்னத்தேவர பட்டம் கட்டினாரு. பிடி சொம்பும், கம்பளியும், காலுக்குச் செருப்பும் தந்தாரு. பின்னத்தேவர் மொத தேவராவும், சுந்தத்தேவர் ரெண்டாவது தேவராவும் ஆட்சி செஞ்சாங்க. அவங்களுக்குள்ள அறுவட கணக்குல அத்துக்குச்சு. பின்னத்தேவரு சுந்தத்தேவர பொண்டாட்டி புள்ளையோட விருந்துக்கு வரச் சொன்னாராம். ஒரு கல் மண்டபத்துல அவங்க விருந்து திங்கும்போது 'பொறிய தட்டுடா புத்தியுள்ள ஆசாரி'னு ஒரு குரல் கேக்க, கல் மண்டபம் திடுபுடுனு இடிஞ்சு சாஞ்சுச்சாம். சுந்தத்தேவரு வம்சம் கல்லுக்குள்ளாரயும் மண்ணுக்குள்ளாரயும் மாட்டிக்கிட்டு உசுர விட்டுச்சாம். அதுல தப்பி ஓடிப்போன சிக்கண்டிதான் ஆண்டித்தேவரு. அவர் கோயில் குளம்னு பொழப்பு பொழச்சு, ஆளாகி வளந்து திரும்பி வந்து பின்னத்தேவரு குடும்பத்த வேரோட சாச்சுப்புட்டாராம். அவரோட வம்சம்தான் கருமாத்தூரோட மொத வம்சம்னு ஒரு கத இருக்கு... அப்பன் சொல்லும்!''

''ஆண்டித்தேவருக்குக் கோயில் இருக்கா?''

மாக்கியவெல்லி அவனுடைய இலக்கில் குறியாக இருந்தான்.

''கோயில் இருந்துச்சு. ஆற்காட்டு நவாப் ஆளுக அத இடிச்சுத் தள்ளிப்புட்டதா மாடன் மாமா சொல்லும்.''

''கருமாத்தூருக்குக் கோயில் இல்லையா?''

''கருமாத்தூரே கோயிலுதான். காணி இல்லாதவன் கருமாத்தூரான்னு முன்னமெல்லாம் சொல்லுவாய்ங்க. கஞ்சிவெள்ள சனங்கள கூலிக்குக் குனிய வச்சு அடிம யாவாரம் செஞ்சு தலப்பெரட்டா கெடந்த தானப்ப பண்ணயார கருவறுத்து அதக் கள்ள நாடா மாத்தி கருமாத்தூருனு பேர் வந்தா ஆத்தா சொல்லும்.''

எட்டு நாடுகளின் கோயில் அமைப்புகளை ஒவ்வொன்றாகத் தெரிந்துகொள்ள மாக்கியவெல்லி கருமாத்தூரில் இருந்து தொடங்கினான். மாக்கியவெல்லி தொடங்கியதை மாயவனம் முடிப்பேனா என்று பேசிக்கொண்டிருந்தாள்.

"கோயில்..?"

"கருமாத்தூருக்கு பொதுக்கோயிலு என் புத்திக்குத் தெரிஞ்சு இல்ல. ஒச்சாண்டம்மன ஒத்த தாயினு சொல்லிக்கிருவாக. ஊரெல்லாம் கோயிலுதான். மூனுசாமிதான் சாமி. காசி கழுவநாதன், அங்காள அய்யன், பேச்சி விருமன்..."

"அந்தக் கோயிலுக்கு எனக்கு வழி தெரியல. நீ வர முடியுமா? வழி சொல்ல முடியுமா?"

"ஐயா, எனக்கு ஏகப்பட்ட சோலி இருக்கு. அப்பன் கழுத மேயச் சொல்லிவிட்டிருக்கு. களி கிண்டயிருக்கு. கப்பலுக்குள்ள பூட்டிக் கெடக்க ஆதிசிவனையும், அடிமையா போற சனத்தையும் மீட்டுக் கொண்டார அப்பன் கட்டம் கட்டியிருக்கு. ஆள விடுங்கச் சாமீ..."

மாக்கியவெல்லி மௌனமானான். அவனுக்கு மாயவனம் பனை ஓலையில் உடும்புக்கறியைப் பரிமாறினாள். அடுப்பங்கரையில் இருந்து கரிக்குச்சி எடுத்துவந்து தரையில் ஒரு வரைபடம் வரைந்தாள். அது கருமாத்தூர் கோயில்களுக்கான வழி என்பதை அவள் விழியின் புன்னகையில் இருந்து மாக்கியவெல்லி புரிந்துகொண்டான்!

3
அசல் வேட்டை

மீட்டெடுஜம் ஊன்று நிறுக்கங்களுடம்

'இந்த உலகம் ஒவ்வொருவருக்கும் ஒரு பைத்தியக்காரத்தனத்தைப் பரிசளிக்கிறது. பிறவிப் பெருங்கடலை நீந்திக் கடக்க அந்தப் பித்தம் உதவுகிறது. எல்லாரும் கடைசிவரை நீந்துவதில்லை. சிலருக்குப் பாதியில் பித்தம் தெளிந்துவிடுகிறது. தான் நகர்வது தன்னுடைய நீச்சலால் மட்டும் அல்ல என்பது புரிந்துவிடுகிறது. அவர்கள் மிச்சக் கடலை மிதந்தே கடந்து கரைக்கு வந்துவிடுகிறார்கள். பலர் கடைசி வரை பைத்தியம் தெளியாமல் கை கால்களை ஆட்டிக் கொண்டிருக்கிறார்கள். பிறவிப் பெருங்கடலில் தான் பிறவி அல்ல, கடல் என்று கருதும் முரட்டு பைத்தியங்களும் உண்டு!'

நித்திலனின் சுய சரிதையில் இருக்கும் வாசகங்களை அவர் அருகில் அமர்ந்து படித்துக்கொண்டிருந்தார் செங்காந்தள். தன் கணவருக்கு நினைவு தப்பிவிட்டது என்ற மருத்துவ உண்மையை அவரால் ஏற்க முடியவில்லை. அவர் மூளையை நுண்கருவிகளால் மொழிபெயர்த்துப் பார்த்ததில் அதில் செங்காந்தள் என்ற பெயர் மட்டும் பனித்துளியைப்போல் ஒட்டிக்கொண்டிருப்பதாக வல்லுநர்களின் அறிக்கை சொல்லியது. கடந்தகாலத்தை அவருக்கு நினைவூட்ட செங்காந்தள் தொடர் முயற்சிகளை மேற்கொண்டார்.

நித்திலனின் ரத்தப் பரிசோதனையில் அவர் உடலில் விஷம் கலந்திருப்பது கண்டறியப்பட்டது. அவர் மூளை பாதிக்கப்பட்டது நெபுலா குழாய் சேதப்படுத்தப்பட்ட நிகழ்வு தந்த அதிர்ச்சியால் அல்ல, அது எவரோ தந்த கொடிய விஷத்தால் என்பதை அறிய சில வாரங்கள் ஆயின. நித்திலன் மருத்துவமனையில் அனுமதிக்கப்பட்டதற்கு இரண்டு நாட்களுக்கு முன்பிருந்து அவர் உண்ட உணவு - அருந்திய பானம் - உட்கொண்ட சுவாசம் - கலந்து கொண்ட நிகழ்ச்சிகள் - அதில் வந்துபோனவர்களின் பட்டியல் என அனைத்தும் விசாரணை வளையத்துக்குள் வந்தன. அவற்றில் விஷத்தடங்கள் எதுவும் தென்படவில்லை. விஷம் கலந்தது யார்? அவர் உடலுக்குள் அது எவ்வாறு செலுத்தப்பட்டது? மாநில காவல்துறை தன் தேடுதல் வேட்டையை நிறுத்தவில்லை.

சிந்தா அமுதன் சின்னமாயனோடு மெய்பேசியில் பேசிக்கொண்டிருந்தபோது அவருக்கு பின்னால் நின்றுகொண்டிருந்த நெபுலா சிறப்புப் படையின் இளம் காவலர் நாகா மாயமானது எப்படி என்று காவல்துறை தலையைப் பிய்த்துக்கொண்டிருந்தபோது நெய்தல் மட்டும் ஒரு புதிய திசையில் சிந்தித்தாள்.

மாயமான நாகாவின் குடும்ப உறுப்பினர்களும் அதேநேரத்தில் மாயமாகி இருக்கிறார்களா என்று விசாரித்தாள். அவள் சந்தேகித்தது போலவே நாகாவின் உடன் பிறந்தவர்கள், அவனது தாய் தந்தை, அவனுடைய தாத்தா பாட்டி எல்லாரும் அவரவர் இருந்த இடத்திலேயே மாயமாகியிருந்தனர். காலவெளியில் எங்கோ நடந்த ஒரு மாற்றத்தின் விளைவுதான் இது என்பதை நெய்தல் புரிந்துகொண்டாள்.

நாகாவின் மூத்த தலைமுறையைச் சேர்ந்த ஒருவரை யாரோ காலத்தால் பின்னோக்கிச் சென்று கொலை செய்திருக்க வேண்டும். அந்த ஒற்றை மனிதரின் கொலையால் அவர் வழி வந்த தலைமுறைகள் எல்லாமே மாயமாகியிருக்கின்றன என்று தன்னுடைய விசாரணை அறிக்கையைச் சமர்ப்பித்தாள் நெய்தல். அவளது கண்ணோட்டத்தில் இந்த வழக்கை அணுகியபோது தமிழ்நாட்டில் மட்டுமன்றி பிற மாநிலங்களிலும் பிற நாடுகளிலும் தலைமுறை தலைமுறையாக

மாயமாகும் சம்பவம் நிகழ்ந்திருப்பது கண்டறியப்பட்டது. போதிய ஆதாரம் இல்லாததால் அவளின் அறிக்கை விவாதிக்கப்படவில்லை.

''மாக்கியவெல்லியா இருக்குமோ?'' - நெய்தலுக்கு அந்தச் சந்தேகம் வராமல் இல்லை.

''ஏன் மாக்கியவெல்லி?'' - சின்னமாயன்.

''கடந்த காலத்துக்குப் போய் கொல செஞ்சுக்கிட்டு இருக்கிறது அவனா இருக்குமோ?''

''நெய்தல், நாம அவன தேடறதால, எல்லா தப்பையும் அவன்தான் செஞ்சிருப்பான்னு குற்றம் சுமத்த முடியாது. கடந்தகாலத்துக்குப் போன வேற யாராவதுகூட கொல செஞ்சிருக்கலாம் இல்லையா?'' - சின்னமாயன்.

''பின்னோக்கிப் போற எல்லாரும் கொலை செய்யற அளவுக்குத் துணிவாங்கனு எனக்குத் தோணல. மாக்கியவெல்லி செய்வான். அவனுடைய அவதார் கோப்புகள் அவன ஒரு தொடர் கொலையாளினு சொல்லுது.'' - நெய்தல்.

பேசிக்கொண்டே இருவரும் சஞ்சய் வனத்துக்குள் நுழைந்தனர்.

சஞ்சய் வனம் - டெல்லியில் வீர் ஜடாயு ரயில் தயாரிக்கப்பட்ட இடம். தற்போது வீர் ஜடாயுவின் பராமரிப்புப் பணிகளும் - கால ரயில் உபகரணங்களை புதிய தொழில்நுட்பங்களுக்கு ஏற்ப தரமேற்றும் பணிகளும் நிகழும் இடம்.

கருநீல இரும்புச் சீருடையில் சின்னமாயனும் நெய்தலும் நெபுலா சிறப்புப் படையைச் சேர்ந்த ஐந்து இளைஞர்களும் காத்திருப்பு அறையில் அமர்ந்திருந்தனர். அவர்களுடைய மேசையில் காகித பூதம் எழுவதைப்போல ஒன்றிய அரசின் போக்குவரத்துத்துறையின் ஓர் ஒப்பந்தப் படிவம் எழுந்தது. சின்னமாயனும் நெய்தலும் அதை எழுத்து விடாமல் படித்துக்கொண்டிருந்தனர்.

தமிழ்நாடு நெபுலா சிறப்புப் படைக்கு வழங்கப்படும் வீர் ஜடாயு வகையைச் சேர்ந்த மீட்பு ரயிலின் ஒப்பந்தம் பின்வருமாறு:

* ஒன்றிய அரசின் உரிமத்தோடு மீட்பு ரயிலைப் பெறுவதற்கு மாநில அரசு 500 கோடி உரிமத் தொகை செலுத்த வேண்டும்.

* மீட்பு ரயிலில் இரண்டு நபர்கள் மட்டுமே பயணிக்கலாம். அவர்கள் பாரத் குடியுரிமை பெற்றவர்களாக இருக்க வேண்டும்.

* 2057ல் தொடங்கும் ரயில் 200 ஆண்டுகள் மட்டுமே பின்னோக்கிச் செல்ல முடியும். 1857ஆம் ஆண்டு வரைதான் கால எல்லை.

* பின்னோக்கிச் செல்வதில் காலத்துக்குத்தான் எல்லை உண்டே தவிர இடத்துக்கு இல்லை. பயணிகள் எந்த இடத்தையும் தேர்வு செய்யலாம்.

* அதிகபட்சமாக மூன்று நிறுத்த ஆண்டுகளில் ரயிலை நிறுத்தலாம். அதாவது பின்னோக்கி மூன்று வெவ்வேறு ஆண்டுகளுக்குப் பயணிகள் செல்லலாம். கூடுதல் நிறுத்தத்தில் நிற்க வேண்டுமெனில் ஒன்றிய அரசுக்கு கூடுதல் தொகை செலுத்த வேண்டும்.

* ரயிலில் இடைவெளியின்றி வேதங்கள் ஓதப்படும். அதற்கு இடையூறு விளைவித்தால் இடை நீக்கம் செய்யப்பட்டு பயணம் ரத்து செய்யப்படும்.

* இலக்கு ஆண்டுக்கு செலுத்தப்படும் ரயில் அடுத்த ஆண்டுக்குச் செல்வதற்கு முன் மீண்டும் சஞ்சய் வன பணிமனைக்கு வந்து பாதுகாப்புப் பரிசோதனையும் பூசையும் முடித்த பின்னரே புதிய ஆண்டுக்குச் செல்லும்.

* தேச விரோத படங்களோ, புத்தகங்களோ, குறியீடுகளோ ரயிலுக்குள் அனுமதிக்கப்படாது.

* மாநில உரிமைகள் குறித்த விவாதங்கள் எதுவும் ரயிலுக்குள் நிகழ்த்தப்படக் கூடாது.

* மீட்பு ரயிலின் எல்லா பெட்டிகளிலும் புனிதத்தீர்த்தம் வழங்கப்படும்.

''சின்னமாயன், இந்த மீட்பு ரயிலையே நாம இவனுங்க கிட்ட இருந்து மீட்க வேண்டியிருக்கும்னு நினைக்கிறேன். நீ என்ன நினைக்கிற?'' - நெய்தல்.

சின்னமாயன் அதை கண்டுகொள்ளாமல் அந்த ஒப்பந்தத்தின் எல்லா பக்கங்களையும் மீண்டும் மீண்டும் படித்துக்கொண்டிருந்தான். அவனுக்கு ஒரேயொரு வரி மட்டும் உறுத்தியது.

''நெய்தல், கூடுதல் நிறுத்தங்களுக்கு கட்டணம் செலுத்த தமிழ்நாடு இணையக்கழகத்துல போதிய நிதி இல்ல. ஒருவேள மூன்று நிறுத்தங்களில் அதாவது மூன்று காலங்களில் எந்தக் காலத்திலும் நாம மாக்கியவெல்லியக் கண்டுபிடிக்க முடியலைனா? இரண்டாவது திட்டம் எதாவது இருக்கா?''

''யூனிட் 613ஐ அணுகலாமா?''

''அரசு அதிகாரிகளா இருந்துகிட்டு நாமளே அதச் செய்ய முடியாது நெய்தல். வீர் ஜடாயு வகை ரயிலப் பயன்படுத்துவதுதான் பாதுகாப்பான வழி. இந்த ஒப்பந்தம் ஏற்கெனவே கையெழுத்தாகியிருச்சு. இவ்வளவு தூரம் வந்துட்டுத் திரும்பிப் போக முடியாது. இந்த எல்லைக்குள்ளதான் நாம இயங்கணும்!''

''அது சரி மாயன், ஆனா மாக்கியவெல்லி ஒருவேள 1857 ஆண்டுக்கும் முன் களம் இறங்கியிருந்தா? அந்த எல்லைய நாம எப்படிக் கடக்கறது?'' - நெய்தல்.

''எதுக்கு வழி இல்லையோ அத மட்டும்தான் நீ யோசிப்பியா? நம்ம விசாரணைல 1861ஆம் ஆண்டுதான் மாக்கியவெல்லியோட இலக்கு ஆண்டா இருந்திருக்குனு உறுதியான ஆதாரங்கள் கிடச்சிருக்கு. சிந்தா அமுதனோட ரிப்போர்ட்ட நீ படிக்கிலயா?''

நெய்தல் பேசவில்லை. அவளுக்கு சிந்தா அமுதனின் அறிக்கையில் நம்பிக்கை இல்லை என்பதை வார்த்தைகளாக அவள் சிந்திக்காத போதும், டாக்யூ கருவி அவள் எண்ணத்தை ஒலிக்கசிவுகளாக உளறிக்கொண்டிருந்தது.

மீட்பு ரயில் புறப்பட்டது. நெபுலா சிறப்புப் படையின் இளைஞர்களை சஞ்சய் வனத்தில் காத்திருக்கச் சொல்லிவிட்டு சின்னமாயனும் நெய்தலும் நவீன துப்பாக்கிகளோடு 1861 ஆண்டு நோக்கிப் பயணிக்கத் தொடங்கினர்.

‘‘என்ன ரங்காச்சாரி, இந்த அறை காணாதா ஓமக்கு?’’

‘‘ஊரெல்லாம் திருட்டுப் பசங்க. ஒரேயொரு சிறைய வச்சு எப்படி பகவான் உங்களுக்கு சேவை செய்யறது?’’

‘‘தப்புத் தண்டாக்கள இந்த நோட்டுப் புத்தகத்துல தேதி பேரோட குறிச்சு வைங்க. மாசம் முடியும்போது கலெக்டர் அலுவலகத்துக்கு ஒரு பிரதிய அனுப்புங்க. விசாரணைக்கு தனி நீதிமன்றம் இருக்கு. எவனுக்கு என்ன தண்டன கொடுக்கணும்னு லண்டன் சபை போலீஸ் சட்டத்துல விவரம் இருக்கு. கவலப்படாதீங்க ஓய்!’’

‘‘கர்னல் படைல இருக்கிறவாள் சொன்னா அந்த கிருஷ்ண பரமாத்மாவே சொன்ன மாதிரி, இருந்தாலும் இந்த காவக் கூலி துஷ்ட பசங்க இந்தப் போலீஸ் கட்டடத்த துவம்சம் செஞ்சாலும் செய்வாங்கனு பச்சி சொல்லுதுங்க!’’

‘‘நீர் ஏன் வேட்டிய வெளவெளனு வழிய விட்டிருக்கீர்? நல்லா தூக்கிப் பிடிச்சு இறுகக் கட்டும். ஒம்ம பாத்தா பக்தி வரக்கூடாதய்யா... பயம் வரணும். வெத்தலய மென்னுக்கிட்டு இந்த நாலு சுவத்துக்குள்ள திரியாம ஊருக்குள்ள போய் நாலு சண்டியத்தனம் செஞ்சுட்டு வாருமய்யா!’’

கர்னல் படையின் அதிகாரி நாகமன் போகும்போது சிறையறையை எட்டிப் பார்த்தார். உள்ளே இருட்டறையில் ஓர் இளைஞன் கிழிந்த வேட்டியோடு படுத்திருந்தான்.

‘‘யார் அய்யரே இவன்?’’

‘‘பண்ணையார் வீட்ல தங்கச்சங்கிலி களவு போனதுல பிடி பட்டவன் பகவான். நம்ம ஏட்டு கந்தசாமி கற படியாம அழச்சிண்டு வந்து அடச்சு வச்சிருக்கார்!’’

1857 சிப்பாய்ப் புரட்சிக்குப் பின் பிரிட்டிஷ் இந்தியாவில் கம்பெனி ஆட்சி கிரவுன் ஆட்சியாக மாற்றப்பட்டது. விக்டோரியா ராணியின் நேரடி மேற்பார்வைக்கு அதிகாரம் மாறியது. 1861ஆம் ஆண்டு இந்திய போலீஸ் சட்டம் இயற்றப்பட்டது. இந்தியாவெங்கும் மாவட்ட ரீதியாக காவல்நிலையங்கள் அமைக்கப்பட்டன. மதுரையிலும் அதன் சுற்றுவட்டாரத்திலும் கள்ளர்களின் காவல் தொழிலை நசுக்கிவிட்டு வேதம் ஓதியவர்களின்

கைகளில் வேல்கம்புகளும் துப்பாக்கிகளும் கொடுக்கப்பட்டன. அவர்களுக்கு அது பிடிபடவில்லை. ஊரைப் பாதுகாப்பது அவர்களுக்குக் கடவுளைப் பாதுகாப்பதுபோல் எளிதாக இல்லை.

மதுரையில் ரங்காச்சாரி தலைமையில் அமைக்கப்பட்ட காவல்நிலையத்துக்கு கம்பெனியின் ராணுவ அதிகாரிகள் வருவதும் போவதுமாக இருந்தனர். நிலையங்கள் முழுமையான செயல்பாடுகளை எட்டும்வரை தொடர்ந்து கண்காணிக்க அவர்களுக்கு சென்னை கவர்னர் மாளிகை உத்தரவிட்டிருந்தது.

2057ல் இருந்து சின்னமாயனும் நெய்தலும் பயணித்த ரயில் 1861ஆம் ஆண்டின் மாட்டுத்தாவணி பகுதிக்கு வந்து நின்றது. இருவரும் காலத்துக்கேற்ப மாற்று உடைகளுக்கு மாறியும் ஊர் அவர்களை வினோதமாகப் பார்த்தது. அவர்கள் தோள்களில் மாட்டியிருந்த பைகளின் மினுமினுப்பு மதுரை வீதிக்குப் புதிது.

கணக்குப் பிள்ளை போல் காணப்பட்ட வழிப்போக்கர் ஒருவரிடம் சின்னமாயன் விசாரித்தான்.

''அய்யா, இங்க பொதுச்சத்திரம், காவல்நிலையம், அரசு அலுவலகம் எதாவது பக்கத்துல இருக்கா?''

''அஞ்சு மைல் தொலவுல புது போலீஸ் மண்டபம் இருக்குங்க. கிழக்கு பக்கமா நடந்தீங்கனா போய் சேந்திரலாம்.''

சின்னமாயனும் நெய்தலும் ஒரு குதிரை வண்டியில் ஏறி மதுரையின் முதல் காவல்நிலையத்தை வந்தடைந்தனர். கர்னல் ஆட்கள் வந்துவிட்டுப் போன பரபரப்பில் இருந்த ரங்காச்சாரி தலைப்பாகையைக் கழற்றிவைத்துவிட்டு குடுமியைக் கொஞ்சம் தளர்த்தி கடுங்காப்பியை சூடு ஆற்றாமல் அருந்திக் கொண்டிருந்தார். மைனர்போல் பட்டு ஜிப்பாவும் அங்கவஸ்த்திரமும் அணிந்திருந்த அவரைப் பார்த்ததும் காவல்நிலையத்துக்கு புகார் கொடுக்க வந்த பண்ணையாராக இருக்கும் என்று சின்னமாயன் நினைத்துவிட்டான்.

''ஐயா, இங்க அதிகாரி யாரும் இல்லையா?'' - சின்னமாயன்.

''என்ன பாத்தா எலந்தப்பழம் விக்கிறவனாவா தெரியுது? நீங்க யாரு ஓய்?''

''நாங்க வடக்குல இருந்து வரோம். ஒரு குற்றவாளி இங்க தப்பிச்சு வந்ததா எங்களுக்குத் தகவல் வந்திருக்கு. அவனத் தேடி வந்தோம்'' - சின்னமாயன்.

''உள்ளூர் களவாணிங்க படுத்தற பாடே பெரும்பாடா இருக்கு. இதுல வடக்குல இருந்து யாருயா கொடுக்கு?''

சின்னமாயன் தன் சட்டைப்பையில் வைத்திருந்த மாக்கிய வெல்லியின் ஓவியத்தைக் காட்டினான். ரங்காச்சாரிதான் சட்டையில் தொங்கவிட்டிருந்த ஒற்றை கண்ணாடியைத் தூக்கி அதன்வழியே அந்த ஓவியத்தைப் பார்த்தார்.

''பகாசூரனுக்கு சித்தப்பா புள்ளயாட்டம் இருக்கானே இந்த அம்பி. இப்படி ஒரு முகஜாடைய மதுர ஜில்லாவுலு நான் பாத்தில்லையே மிஸ்டர்...''

''சின்னமாயன்...''

''...சின்னமாயனா? வடக்குல இப்படியும் நாமம் உண்டா?''

''ஐயா, இங்க குற்ற ஆவணக் காப்பகம் எங்க இருக்குனு சொல்ல முடியுமா?'' - நெய்தல்.

''அதுக்கு நீங்க கலெக்டரத்தான் சேவிக்கணும்!''

''கலெக்டர் அலுவலகத்துக்கு வழி சொல்ல முடியுமா?''

''மிஸ்டர் சின்னமாயன், எனக்குக் கொஞ்சம் முட்டிக்கிட்டு வருது. உள்ள ஒரு திருடன் ஆழ்ந்த சொப்பனத்துல இருக்கான். அவன் தப்பிச்சுப் போகாம பாத்துண்டு இங்கயே இருங்க. இந்தாங்க வெத்தலப் பொட்டி. ஆளுக்கொன்னு போடுங்க. அர நாழியில வந்துடறேன்!''

ரங்காச்சாரி தன் வேட்டியை மடித்துக் கட்டிக்கொண்டு நிலையத்தின் புறவழியாக வெளியேறினார். சின்னமாயனும் நெய்தலும் வெத்தலப் பெட்டியைத் திறந்து பார்த்தார்கள்.

அதில் இருந்த இஞ்சி மிட்டாய்களில் இரண்டை எடுத்து இருவரும் வாயில் போட்டு மென்றார்கள்.

பயணக் களைப்பால் நெய்தல் நாற்காலியில் சாய்ந்தாள். அது வெடுக்கென உடைந்தது. சின்னமாயன் சிரித்தான். நெய்தல் மேசையில் இருந்த நோட்டுப் புத்தகங்களை விலக்கிவைத்துவிட்டு மேசையில் ஏறி அமர்ந்தாள்.

"மாயன், சிந்தா அமுதனோட அறிக்கைய நம்பி இவ்வளவு தூரம் நாம வந்திருக்கணுமா?"

அப்போது ஒரு நல்லபாம்பு நிலையத்துக்குள் நுழைந்தது. அது சின்னமாயனுக்கும் நெய்தலுக்கும் இடையே புகுந்து சிறையறைக்குள் புகுந்தது. சிறையில் படுத்திருந்தவனின் உடலில் ஊறி அவன் கழுத்தைச் சுற்றிப் படம் எடுத்தது.

சிறையறை இருட்டாக இருந்தது. சின்னமாயன் உள்ளே எட்டிப் பார்த்தான். தாடியும் மீசையுமாக ஓர் உருவம் ஒடுங்கி அமர்ந்திருந்தது. கம்பிகளுக்கு இடையே பார்வையைச் செலுத்தி உற்றுப் பார்த்தபோது அவன் திடுக்கிட்டான்.

"நெய்தல்... நெய்தல்... இங்க வா... ஓடி வா!"

நெய்தல் மேசையில் இருந்து துள்ளிக் குதித்து சின்னமாயன் அருகில் வந்தாள்.

"என்ன மாயன்? என்னாச்சு?"

"உள்ள எட்டிப் பாரு..."

நெய்தல் சிறைக் கதவின் கம்பித்துளைகள் வழி எட்டிப் பார்த்தாள். அவளுக்கும் தூக்கிவாரிப்போட்டது.

"மாயன், அது... உள்ள... அந்த ஆளு...?"

"மாக்கியவெல்லி!"

இருவரும் அதிர்ச்சியில் மூழ்கியிருந்தபோது ரங்காச்சாரி தலைப்பாகையைச் சரிசெய்துகொண்டு நிலையத்துக்குள் நுழைந்தார். சின்னமாயனும் நெய்தலும் அவரைப் பார்த்து புன்முறுவல் பூத்து கை குலுக்கினர். சிறுநீர் கழித்தது அத்தனை பெரிய சாதனையா என்று அவர் வியப்பில் ஆழ்ந்தார்!

கொக்குளத்தில் கைதான புலி

மாக்கியவெல்லி தன் தந்தை மோகன் ஜனார்த்தனனோடு மையிருட்டு கிரிக்கெட் விளையாட்டில் ஈடுபட்டிருந்தான். மோகன் எதிர்பாராத வண்ணம் அவர் வீசிய எல்லா பந்துகளையும் மாக்கியவெல்லி தன் மட்டையால் அடித்தான். பந்து போகும் திசையைச் செவிமடுப்பதுதான் மோகனுக்குச் சிரமமாக இருந்தது. பத்து நிமிடத்தில் அதுவும் பழகிவிட்டது. மாக்கியவெல்லி வெளிச்சத்தில் விளையாடுவதைவிட இருட்டில் அபாரமாக ஆடினான். மோகன் ஆறாவது ஓவரின் முதல் பந்தை வீசும்போது அதை மாக்கியவெல்லி அடிக்கவில்லை. அவர் பந்தை எடுத்து மீண்டும் வீசினார். பந்தை அடித்தது போல் எந்தச் சத்தமும் கேட்கவில்லை. 'மாக்கி, மாக்கியவெல்லி' அவர் அழைத்தபோது எந்த பதிலும் இல்லை. அவர் கால்சட்டையில் இருந்த செல்பேசியை எடுத்து வெளிச்சமிட்டுப் பார்த்தார். மாக்கியவெல்லி அந்த அறையில் இல்லை. வீடெங்கும் ஒளி வீசித் தேடினார். அவனைக் காணவில்லை. மாக்கியவெல்லி மொட்டைமாடியில் உள்ள தண்ணீர்த் தொட்டிக்கு அருகில் அமர்ந்து மோகனின் மடிக்கணினியில் இருந்து ராஜஸ்தான் மக்களின் கருவிழித் தகவல்களைக் களவாடி தன்னுடைய கணினிக்கு

மாற்றிக்கொண்டிருந்தான். மோகன் தோட்டத்துக்குச் சென்று அவனைத் தேடிவிட்டு திரும்பும்போது மின்சாரம் வந்திருந்தது. மாக்கியவெல்லியும் வந்துவிட்டான். மடிக்கணினியும் இருந்த இடத்திலேயே இருந்தது. தற்போது மாயவனத்தோடு பல்லாங்குழி ஆட்டத்தில் ஈடுபட்டிருந்தவன், உறங்காப்புலி கூட்டத்தின் ரத்தக் காயங்களுக்கு தைலம் தயாரிக்க அவள் தீமுட்டிவிட்டு வருவதற்குள் மாயமாகிவிட்டான்.

வேட்டி துண்டோடு உள்ளூர்க்காரனைப் போல் உடையணிந்த மாக்கியவெல்லி கருமாத்தூர் கழுவநாதர் கோயிலின் பின்புறமாக நெபுலா-02 - கயல்.27-இன் சகோதரக் குழாயையும் அதையொட்டிய கல் மண்டபத்தையும் கண்டறிந்துவிட்டான். அவன் சென்றிருந்த நேரம் கோயில் வட்டாரத்தில் ஒரு திருமண நிகழ்வு நடைபெற்றுக்கொண்டிருந்தது. கோயில் வீதியில் கொட்டு கல்யாணத்தைக் காண முண்டுவேலம்பட்டி, நத்தம்பட்டி மற்றும் கோவிலாங்குளத்தில் இருந்து சொந்தங்கள் கூடியிருந்தன. மாப்பிள்ளையின் சகோதரிகள் தட்டில் 21 காசுகள் மற்றும் வெத்தலைப் பழங்களோடு வழி நடத்த, பண்ணைப்பட்டியில் இருக்கும் பெண் வீட்டுக்கு குதிரையில் சென்றுகொண்டிருந்த மாப்பிள்ளையை கும்மி பாடி வரவேற்றனர் பெண்கள்.

மாப்பிள்ளயாம் மாப்பிள்ளயாம் குதிர ஏறி வாராரு
வாராரு வாராரு குதிர ஏறி வாராரு
காணி இல்லா கருமாத்தூரான் புத்தூர் நாடு போறாரு
போறாரு போறாரு புத்தூர் நாடு போறாரு
கோவிலாங்குளம் கோமானு விருமனுக்கு நேந்தாரு
நேந்தாரு நேந்தாரு விருமனுக்கு நேந்தாரு
ஒச்சான் படிவுத்தேவன் கர பொன்னாத்தாவ கண்டாரு
கண்டாரு கண்டாரு பொன்னாத்தாவ கண்டாரு
சீமக்காரன் செறையில் வெச்ச ஆதிசிவன் வந்தாரு
வந்தாரு வந்தாரு ஆதிசிவன் வந்தாரு
பூமிக்குள்ள பூமியாயி காவகாத்து நின்னாரு
நின்னாரு நின்னாரு காவகாத்து நின்னாரு

மச்சான் அந்த வளவிக்குள்ள மனச சுத்தி வச்சாரு

வச்சாரு வச்சாரு மனச சுத்தி வச்சாரு

பொன்னாத்தாவ வளரி மாத்தி மயிலுச் சீல தந்தாரு

தந்தாரு தந்தாரு மயிலுச் சீல தந்தாரு

கொமரி புள்ள கொள்ளு திண்ண கோமணத்த வித்தாரு

வித்தாரு வித்தாரு கோமணத்த வித்தாரு

கொரங்குவால நறுக்கிபுட்டு ராமேன் வரான் இந்தாரு

இந்தாரு இந்தாரு ராமேன் வரான் இந்தாரு

அந்தத் திருமணத்துக்குத் தொடர்பில்லாத ஆதிசிவன் குறித்த ஒரு செய்தி அந்த கும்மிப் பாடலில் இடம் பெற்றிருந்ததை மாக்கியவெல்லி புரிந்துகொண்டான். ஊருக்கு ரகசியத் தகவல்களைக் கொண்டு சேர்க்க உறங்காப்புலியின் கூட்டம் கும்மிப் பாடல்களையும் ஒப்பாரிகளையும் பயன்படுத்தும் வழக்கத்தை ஏற்கெனவே மாயவனம் மூலமாக அவன் அறிந்திருந்தான்.

குதிரை ஊர்வலம் புறப்பட்ட பின்னரும் கோயில் வட்டாரத்தில் கூட்டம் கலையவில்லை. கோயில் வாசலில் நாலாபக்கமும் இருந்த புளியமரங்களின் நிழலில் சாதி சனம் துண்டு விரித்து எட்டு ஊர் பஞ்சயாத்தை ஆற அமர பேசிக்கிடந்தது. சிறுவர்கள் தும்பி பிடித்து விளையாடிக்கொண்டிருந்தனர். கழுவநாதர் கோயிலின் பாதையில் பதிக்கப்பட்டிருந்த கயல் குழாய்களைச் சீண்டாமல் மாக்கியவெல்லி மீண்டும் குடிசைக்குத் திரும்பியபோது மாயவனம் அங்கே இல்லை.

''மாயவனம் நாட்டாங்குளம் போயிருக்கு. காரியம் ஆச்சுனு துப்பு கெடச்சிருக்கு. சேவக் கூவக்குள்ள வந்துரும்.'' - கொள்ளி தகவல் சொன்னான்.

உறங்காப்புலியும், பர்மாவுக்கு களவுக்குப் போய்விட்டுத் திரும்பிய படையும் ஆனையூர் பகுதியில் கூடி தீட்டியத் திட்டத்தின்படி மாயவனம் தயாரித்துக்கொடுத்த கையெறி குண்டுகளோடும், நாட்டுத்துப்பாக்கிகளோடும் தூத்துக்குடி துறைமுகத்தைச் சுற்றி வளைத்தனர். புத்தூர் மற்றும் கொக்குளம் நாடுகளில் இருந்து பினாங்கு தீவின் நாணயத் தொழிற்சாலைகளுக்கு அடிமைகளாய் அழைத்துச்செல்லப்படும் பெரியவர்களும்,

சிறியவர்களும், பெண்களும் நிறைந்த அட்மிரைல் நெல்சன் என்ற கப்பல் ஐந்தாம் வழித்தடத்தில் இருந்து புறப்படத் தயாரானபோது உறங்காப்புலிக் கூட்டம் அந்த வழித்தடத்துக்குள் ஊடுருவியது.

துறைமுகத்தில் மையத்தில் அமைக்கப்பட்டிருந்த கம்பெனியின் சரக்ககங்களையும், மாலுமிகளின் அலுவலகங்களையும் உறங்காப்புலி ஆட்கள் குண்டு வீசி தகர்த்தனர்.

கப்பலின் முதல் அடுக்கில் இருந்த அதிகாரிகளை உறங்காப்புலி தன் நாட்டுத்துப்பாக்கிக்கு இரையாக்கினார். சிப்பாய் ஒருவன் வீசிய கத்தி அவர் முதுகில் பாய்ந்தது. அதை சட்டென உருவி எடுத்தாலும் முதுகில் இருந்து பொலபொலவென ரத்தம் வெளியேறிக்கொண்டிருந்தது. தலையில் கட்டிய சும்மாட்டை விரித்து தன் தோளைச் சுற்றி இறுகக் கட்டிக்கொண்டு கப்பலின் இரண்டாவது மற்றும் மூன்றாவது தளங்களுக்கு விரைந்தார் உறங்காப்புலி. அவரும் மலையமாடனும் குறுவெடியால் சங்கிலிகளைத் தெறிக்கச் செய்து அதில் பிணைக்கப்பட்டிருந்த மக்களை விடுவித்தனர்.

கப்பலில் கிடத்தப்பட்டிருந்த பிரம்பு பெட்டிகளுக்குள் திடியன் மலையில் இருந்து பெயர்த்தெடுக்கப்பட்ட கற்கள் காணப்பட்டன. நடுவில் மறைத்துவைக்கப்பட்டிருந்த மூங்கில் பெட்டியைத் திறந்தபோது அதில் வைக்கோலுக்குள் புதையுண்ட கருப்பு விண்மீனாய் மின்னியது தவக்கோலத்தில் இருந்த ஆதிசிவன் சிலை. உறங்காப்புலி சிலையை எடுத்து சணல் கயிற்றினால் தன் உடலோடு கட்டிக்கொண்டார். ஏற்கெனவே முதுகில் ரத்தம் கசிந்துகொண்டிருந்தவர் சாமியைச் சுமந்தபோது கொஞ்சம் குறுகித்தான் போனார். அதைப் பொருட்படுத்தாமல் அவர் சடாமுடியை அள்ளி முடிந்தார். கப்பலை விட்டு மக்கள் அனைவரும் வெளியேறிய பின்னும் உள்ளே ஆள் நடமாட்டம் இருப்பதாக உறங்காப்புலி உணர்ந்தார்.

''மாடா, அது என்ன ஓச?''

''ஐயா, உள்ளார ஒரு சுரங்க அற இருக்குங்க!''

மலையமாடன் தரையின் மரப்பலகைகளை விலக்கினான். அவன் சொன்னதுபோல உள்ளே ஒரு சுரங்க அறை காணப்பட்டது.

உறங்காப்புலியும் மலையமாடனும் அந்தச் சுரங்கத்துக்குள் நுழைந்தபோது அங்கே மிகப்பெரிய கூண்டு ஒன்று காணப்பட்டது. அது முழுவதும் இரும்புச் சங்கிலியாலும், கனமான பூட்டுகளினாலும் பூட்டப்பட்டிருந்தது. சுற்றி முள்வேலி அமைக்கப்பட்டிருந்தது. அதில் சுமார் இருபது பேர் அடைக்கப்பட்டிருந்தனர்.

''யாரு மாடா இவெய்ங்க? இத்தன தடி பூட்டு போட்டு கூண்டுக்குள்ள கெடக்காய்ங்க..!''

மலையமாடன் கூண்டுக்குள் எட்டிப் பார்த்தான்.

''ஐயா, அது சின்ன வீரம்மாள்னு தோணுதுங்க. நம்ம புலிப் பொடவுக்காரி. ஊமத்துர கூட்டம். பாளையங்கோட்டை கலகக்காரவ!''

உறங்காப்புலி அந்தப் பெருங்கூண்டின் பூட்டை உடைக்க முற்பட்டார். கம்பிகளை வளைக்கப் பார்த்தார். முடியவில்லை. பெருமழை பெய்யத் தொடங்கியிருந்தது. கப்பலின் முதல் இரண்டு தளங்களில் இருந்த அவர் கூட்டம் அவரின் ஆணைப்படி கடலில் குதித்துத் தப்பித்துவிட்டனர். கம்பெனிச் சிப்பாய்கள் அட்மரைல் நெல்சனை நெருங்கிக்கொண்டிருந்தார்கள்.

கூண்டுக்குள் மயங்கிக் கிடந்த சின்ன வீரம்மாள் சத்தம் கேட்டு மெல்ல விழித்து, நடக்க முடியாமல் நடந்து வந்து கூண்டின் கம்பிகளைப் பிடித்துக்கொண்டு உறங்காப்புலியைப் பார்த்தாள். அவர் திடுக்கிட்டார். மின்சாரம் தாக்கியது போல வெடுக்கென விலகி நின்றார். சின்ன வீரம்மாளின் அந்தக் கண்களை அவர் வேறு எங்கேயோ பார்த்திருக்கிறார். அந்தக் கண்கள் அவருக்கு மிகவும் பரிச்சியமானதாக இருந்தது. அதைப் பற்றி அவர் யோசிப்பதற்குள் கம்பெனிச் சிப்பாய்கள் கப்பலைச் சூழ்ந்துவிட்டனர்.

உறங்காப்புலியும் மலையமாடனும் சிப்பாய்களோடு போர் புரிந்தனர். கர்னல் படையின் துறைமுகத் தலைவன் தன் வேல் கம்பை சதக்கென மலையமாடனின் முதுகில் பாய்ச்சினான். அது அவன் முதுகில் சொருகியச் சத்தம்தான் அவனது மரணச் சத்தம் என்பதை உறங்காப்புலி புரிந்துகொண்டார். மலையமாடனுக்கு அஞ்சலி செலுத்த நேரமில்லை. துறைமுகக் காவல்படையிடம் இருந்து தப்பித்து தன் உடலோடு இறுகக் கட்டிய ஆதிசிவன்

சிலையோடு கடலுக்குள் தாவினார் உறங்காப்புலி. ஆதிசிவனின் தவம் கலையாமல் வங்கப் பெருங்கடலை நீந்திக் கடந்தார்.

அப்பன் அனுப்பிவைத்த ஆதிசிவன் சிலை, கொள்ளி வழியாக மாயவனத்தை வந்தடைந்தது. அவள் அதை குளிப்பாட்டி பொட்டுவைத்து நெல் மூட்டைகளுக்குள் ஒளித்து வெளியூர் கூத்துக்காரர்களின் மாட்டுவண்டிகளோடு மாட்டுவண்டியாக புறப்பட்டு நாட்டாங்குளத்துக்கு எடுத்துச் சென்றாள். அவள் ஏற்கெனவே செய்துவைத்த போலிச் சிலையை கோயிலின் மூல விக்கிரகமாக பொருத்திவிட்டு, உறங்காப்புலி மீட்டு வந்த சிலையை கோயில் நிலத்தின் கிழக்கு எல்லையில் மண்ணுக்குள் புதைத்தாள். அந்தச் செய்தியை கும்மிப் பாடல் வழி ஊருக்குச் சொல்லும் ஏற்பாட்டை வரும் வழியில் அவள் செய்துவிட்டு வந்திருந்தாள். அந்நியர் நடமாட்டம் குறையும் வரை தெய்வச்சிலைகளை மண்ணுக்குள் பாதுகாக்கும்படி உறங்காப்புலி எட்டு நாடுகளுக்கும் ரகசியச் செய்தி அனுப்பியிருந்தார்.

நள்ளிரவு வரை மாயவனம் திரும்பவில்லை. மாக்கியவெல்லி ஒரு கடப்பாரையோடு கழுவ நாதர் கோயில் பகுதிக்குச் சென்றான். அவனோடு ஸ்பார்ட்டாவும் துள்ளிக் குதித்துத் தொடர்ந்தது. அவன் அடையாளம் வைத்திருந்த கருங்கற்களை நீக்கிவிட்டு நிலத்தைத் தோண்டத் தொடங்கினான். கயல் சகோதர குழாயின் தடங்களை அவனால் காண முடியவில்லை. அருகாமை ஆலமரத்தில் அடைந்திருந்த வவ்வால்கள் அவன் நிலத்தைத் தோண்டத் தோண்ட கினீர் கினீரென கிரீச்சிட்டுக் கொண்டிருந்தன. கோயிலில் இருந்து சிறிது தூரத்தில் காணப்பட்ட கல் மண்டபத்துக்கு மாக்கியவெல்லி ஸ்பார்ட்டாவோடு சென்றான். தன் கடப்பாரை கொண்டு அந்த மண்டபத்தின் பூட்டை உடைத்தான். மலைச்சாமி கோயிலுக்கு அருகில் இருந்த கல் மண்டபத்தில் அவன் கண்டதுபோலவே, உள்ளே முதல் தலைமுறை கணினி அமைப்புகள் காணப்பட்டன! அனைத்தும் தூள் தூளாகும் வண்ணம் அடித்து நொறுக்கினான்.

மாக்கியவெல்லி, மண்டபத்தை விட்டு வெளியேறியபோது... பரட்டைத் தலையோடு பார்வையற்ற சிறுவன் ஒருவன் சட்டைத் துண்டு எதுவுமின்றி வேட்டி மட்டும் கட்டிய நிலையில் வாசலில் அமர்ந்திருந்தான். மாக்கியவெல்லி அவனைக் கண்டுகொள்ளாமல் கோயிலைத் தாண்டி ஆலமரத்தைக் கடந்து சென்றான்.

கொக்குளம் நாட்டின் அய்யம்பட்டியில் சிகிச்சை பெற்று வந்த உறங்காப்புலி முதுகெலும்பு முறிவால் பெரிதும் பாதிக்கப்பட்டிருந்தார். சின்ன வீரம்மாளையும் அவள் கூட்டத்தையும் தன்னால் மீட்க முடியவில்லையே என நினைத்து மனதளவில் சோர்ந்து போனார். சின்னவீரம்மாளின் கண்களில் இருந்து உறங்காப்புலியால் விடுதலையாக முடியவில்லை. அந்தக் கண்கள் அவருக்கு அருகிலேயே சுற்றிவருவதாக அவருக்குத் தோன்றியது. ஆனால் அது யாருடையது என்பது அவர் புத்திக்கு எட்டவில்லை. அளவுக்கதிகமாக அவர் உட்கொண்ட கள் அவரின் உடலை மேலும் வாட்டியது.

ஒரு பௌர்ணமி ராத்திரியில் பேய்க்காமன் கருப்புசாமி கோயிலில் அவர் மயங்கிக் கிடந்தபோது ஆற்காட்டு நவாப்பின் படை அவரைச் சூழ்ந்தது. நவாப்பின் தளபதி முகமது கான்சாகிபு உறங்காப்புலியைக் கைது செய்தான். அவர் முகத்தை முட்கள் நிறைந்த கோணிப்பையால் மூடி அவரை குதிரையில் கட்டி இழுத்துச் சென்றான். தென்கல்லக நாட்டில் உறங்காப்புலியின் முகத்தை கடைசியாக பார்த்தவன் பேய்க்காமன் கருப்புசாமிதான்!

அவள் பெயர் அமீரா

'நீ ஒத்துழைக்கும்போது வாழ்வு உனக்குள் அர்த்த மாயைகளை நிகழ்த்திப் பேரின்பம் புரியும். ஒத்துழைக்காதபோது அது ஏழைப் பூனையைப்போல ஓரஞ்சாரமாய் நிகழ்ந்துவிட்டுப் போகும். ஒத்துழைப்பு மட்டும்தான் உன் கையில் இருக்கிறது. நிகழ்வைத் தடுக்க உன்னால் இயலாது. நிகழ்வுகள் முன்னும் பின்னும் நீட்சிமை கொண்டவை. வாழ்வும் மரணமும் காற்றில் வலமும் புறமும் ஆடுமொரு கிளை. அதன்மேல் நகரும் பறவையின் பாதமே பரம்பொருள்...'

துளித்துளியாக மரணத்தின் வாசல் நோக்கி மிதந்துகொண்டிருந்த நித்திலனின் ஆருயிரை, அவரது சுய சரிதை அத்தியாயங்கள் மூலம் மீட்கும் முயற்சியை செங்காந்தள் நிறுத்தவில்லை. அவள் வாசித்துக்கொண்டேயிருந்தாள். கிளையின் மீது பரவும் பறவையின் பாதம்போல் அவர் நினைவின் மீது செங்காந்தளின் குரல் குடிகொள்ளப் பார்த்தது.

முப்பது நாட்களுக்கு முன் நித்திலன் மேற்கொண்ட ஒரு மருத்துவப் பரிசோதனையின்போது அவர் உடல் தளர்வைச் சீர்செய்ய, அனுமதிக்கப்பட்ட அளவில் ஓர் ஊக்கமருந்து அவர் உடலுக்குள் செலுத்தப்பட்டது.

காவல்துறை விசாரணையில் அவருக்குச் செலுத்தப்பட்ட ஊக்கமருந்தில் கொடுவிஷம் கலந்திருப்பது உறுதி செய்யப்பட்டது. அது அவர் உடல் அணுக்களின் எதிர்ப்புச் சக்தியை மெல்ல மெல்ல மேலழுத்தி, நரம்புகளின் செயல்திறனைப் பாதித்திருக்கிறது. மூளை இயக்கத்தை முற்றிலும் முடக்கிவிட்டது. ஊக்க மருந்தைச் செலுத்திய மருத்துவர்களும் மருத்துவ நிர்வாகமும் கைது செய்யப்பட்டு விசாரணை நடைபெற்றுக்கொண்டிருந்தது. அதில் இரண்டு மாதங்களுக்கு முன் தமிழ்நாட்டுக்கு அரசுமுறைப் பயணமாக வந்துவிட்டுப் போன குஜராத் மாநிலத்தின் சுகாதாரத்துறை செயலருக்குத் தொடர்பு இருப்பதாக முதல் கட்ட விசாரணையில் தெரிய வந்திருக்கிறது.

1861ஆம் ஆண்டில் இருந்து மீட்பு ரயிலில் சஞ்சய் வனத்துக்குத் திரும்பினர் சின்னமாயனும் நெய்தலும். மதுரைச் சிறையில் கண்ட மாக்கியவெல்லியையும் உடன் அழைத்து வந்திருந்தனர். அவன் மயங்கிய நிலையில் காணப்பட்டான். சஞ்சய் வனத்தின் ஓய்வறையில் அவனை மருத்துவர் குழுவிடம் ஒப்படைத்துவிட்டு சின்னமாயனும் நெய்தலும் ரயிலின் உபகரணங்களைப் பழுதுபார்க்கும் கூடத்துக்குள் நுழைந்தனர். அங்கே நெபுலா சிறப்புப் படையின் இளைஞர்களும், வடசென்னை ஆணையர் கணிதனும் காத்திருந்தனர்.

"மாக்கியவெல்லி இப்ப எப்படி இருக்கான் மாயன்?" - கணிதன்

"அவன்..." - மாயன்.

"கணிதன், 1861ஆம் ஆண்டுல அவன் இருக்கான்னு சொன்ன உங்க அறிக்கையோட சோர்ஸ் என்னன்னு நான் தெரிஞ்சுக்கலாமா?" - நெய்தல்.

கணிதன் பேசுவதற்குள் நெபுலா சிறப்புப் படை இளைஞன் நவீன் தாமஸ் குறுக்கிட்டான்.

"உங்களுக்கு ஒரு தகவல் சொல்லணும். சங்கத்துறை கடல்ல அமைக்கப்பட்டிருக்கிற நெபுலா-03 தடைப்பட்டிருக்கு. இந்த முறை குழாய்க்கு எந்த பாதிப்பும் இல்ல. ஆனா நெபுலா-03 அமைப்போட 'லிங்கா தியேட்டர் பாஸ்ட்' சேதப்படுத்தப்பட்டு பிளாக் அவுட் ஆயிருக்கு. நெபுலா-03இல் பாதுகாக்கப்பட்ட தரவுகள் அனைத்தையும் நெபுலா-04க்கு மாற்றியிருப்பதாக நித்திலன் சதுக்கம் தகவல் அனுப்பியிருக்காங்க." - நவீன் தாமஸ்.

''எந்த நாள், எந்த நேரம் 'லிங்கா தியேட்டர்' சேதப்படுத்தப் பட்டிருக்குனு தெரியுமா?'' - நெய்தல்.

''இப்பதான், நீங்க ரயில்லு வந்து இறங்கறத்துக்கு ஒரு பதினைந்து நிமிடங்களுக்கு முன்.'' - நவீன் தாமஸ்.

சின்னமாயனும் நெய்தலும் ஒருவரையொருவர் பார்த்துக் கொண்டனர்.

''நவீன், நீ சொல்ற நேரத்துல மாக்கியவெல்லி எங்க கூடதான் இருந்தான். அதுவும் மயக்கத்துல இருந்தான். இன்னும்கூட அவன் மயக்கம் தெளியல. அப்ப? அங்க இருக்கிறது யாரு?'' - சின்னமாயன்.

''கடந்த காலத்துக்கு மாக்கியவெல்லி மட்டும்தான் போனான்னு நம்மகிட்ட உறுதியான தகவல் இல்ல. அவன் கூட வேற யாராவது...?'' - கணிதன்.

''ஒரு குள்ளநரி போச்சு. அது போய் வேக்யூம் டியூப் கம்ப்யூட்டர்ஸ கண்டுபிடிச்சுக் கடிச்சுக் குதறியிருக்கும்னு சொல்றீங்களா கணிதன்?'' - நெய்தல்.

''இல்ல நெய்தல். நான் அப்படிச் சொல்லல...'' - கணிதன்.

''நான் கேட்ட கேள்விக்கு நீங்க இன்னும் பதில் சொல்லல.'' - நெய்தல்.

''எந்தக் கேள்வி..?'' - கணிதன்.

''1861ல மாக்கியவெல்லி இருக்கான்னு சொன்ன சிந்தா அமுதன் அறிக்கையோட மூலம் என்ன?'' - நெய்தல்.

கணிதன், தன் மெய்பேசியில் சேமித்திருந்த ஆவணத்தை நெய்தலின் மெய்பேசிக்கு அனுப்பினார்.

''அந்த அறிக்கையோட 120 பக்கங்களையும், அதோட மூல ஆவணங்களையும் உங்க மறுவாசிப்புக்காக அனுப்பியிருக்கேன். பாருங்க'' - கணிதன்.

கால ரயிலின் சக்கரங்களுக்கு எண்ணெய் பூசப்பட்டுக்கொண்டிருந்த அருகாமைப் பணிமனைக்குச் சென்ற நெய்தல், கணிதன் அனுப்பிய அறிக்கையில் மூழ்கினாள்.

''மாயன், மாக்கியவெல்லி இப்ப எப்படி இருக்கான்?'' - கணிதன்.

''அவனுக்கு எந்த நினைவும் இல்ல. ஒரு வார்த்தையும் பேசல. மயக்கம் தெளியல. எனக்கு என்னமோ...'' - சின்னமாயன்.

''மாயன், மாக்கியவெல்லியப் பத்தி விசாரிக்கும்போது அவன் தந்தை மோகன் ஜனார்த்தனனைப் பத்தியும் சில செய்திகள் கிடச்சுது. ஆனா, அது நம்ம விசாரணைக்கு எந்தளவுக்கு உதவியா இருக்கும்னு தெரியல.''

''சொல்லுங்க..?''

''மோகன் சிறைல இருந்த இருபது ஆண்டுகள் அவருடைய உறவினர்களோ நண்பர்களோ யாருமே அவரச் சந்திக்கல. ஆனா, ஒருத்தர் மட்டும் - ஒரேயொரு நபர் மட்டும் அவர மூன்று முறை சந்திச்சிருக்காங்க...'' - கணிதன்.

' 'யாரு..?'' - சின்னமாயன்

''அவங்க பேரு அமீரா. கோலாலம்பூர்ல சிம்கால்னு ஒரு பெருந்தரவு நிறுவனத்துல தகவல் பரமாரிப்பு அறிஞரா இருக்காங்க. விசாரிச்சுப் பாத்தப்ப மோகன் ஒரு தொழில்முறைப் பயணமா மலேசியால சில ஆண்டுகள் தங்கியிருந்த காலத்துல அவரோட மென்பொருள் உருவாக்கத்துக்கு அவங்க உறுதுணையா இருந்திருக்காங்க...''

சின்னமாயன் அந்தத் தகவலை இடது கண்ணால் புறக்கணித்தான்.

அப்போது வீர் ஜடாயுவின் மூன்றாவது நடைமேடையில் ஒரு ரயில் வந்திறங்கியது. முல்லைப் பெரியாறு அணையை மறுசீரமைக்கும் பணியைத் திட்டமிடுவதற்காக, ஒன்றிய அரசின் நீர்வளத்துறையின் சார்பாக ஐந்து நபர் பொறியாளர் குழு 1893-1896ஆம் ஆண்டுகளுக்குச் சென்று திரும்பியது.

ரயிலில் இருந்து இறங்கிய பொறியாளர்களில் ஒருவர் களைப்பாக இருந்த காரணத்தினால் சிறிது நேரம் ஓய்வெடுக்க சஞ்சய்வனத்தின் ஓய்வறைக்குச் சென்றார். அங்கே ஒரு படுக்கையில் தாடி மீசையோடு மாக்கியவெல்லியைக் கண்ட அந்தப் பொறியாளர் தன் கண்ணாடியை சரிசெய்துகொண்டு அவனை உற்றுப் பார்த்தார்.

'இவன் எப்படி இங்க..?' - தனக்குள் பேசிக்கொண்டார். ஓய்வறைக்கு தண்ணீர் குடிக்க வந்த நெய்தல் பொறியாளரின் நடவடிக்கையைப் பார்த்து அவர் அருகில் வந்து நின்றாள். பொறியாளரோடு பேச ஆரம்பித்தாள்.

''சர், ஆல் யூ ஆல் ரைட்?''

''ஹே ஆல் குட். இந்த ஆளு..?''

''விசாரணைக்காக வந்திருக்காரு. ஏன்? இவர் உங்களுக்குத் தெரிஞ்சவரா?''

''நான் 1896ஆம் ஆண்டுக்குப் போய் இப்பதான் திரும்பறேன். அங்க பென்னி குவிக் தோட்டத்துல இவரப்போலவே ஒருத்தரப் பாத்தேன்!''

''என்ன சொல்றீங்க?''

''ஆமாம். ஆனா, தாடி இல்ல... மீச மட்டும்தான் இருந்துச்சு. இன்னும் கொஞ்சம் குண்டா இருந்த மாதிரி இருந்துச்சு. உறுதியா சொல்ல முடியல!''

நெய்தலுக்கு இதயத்துடிப்பு இரட்டிப்பானது. அவள், சின்ன மாயனைத் தேடி ஓடினாள். அங்கே சின்னமாயனும், கணிதனும், நவீன் தாமஸ்ஸும் 1861இல் இருந்து அழைத்து வரப்பட்ட மாக்கியவெல்லியின் மரபணுச் சோதனை அறிக்கையை கணினித் திரையில் வாசித்துக்கொண்டிருந்தனர். ஓய்வறையில் மயங்கிக் கிடப்பது மாக்கியவெல்லிதான் என்பது அறிக்கையின் மூலம் உறுதியானது. அதைக் கொண்டாடுவதற்காக சின்னமாயன் நாற்காலியை விட்டு எழுந்தபோது நெய்தல் பதற்றத்தோடுப் பேசினாள்.

''மாயன், கொஞ்சம் என் கூட வா. நவீன், மீட்பு ரயில தயார் நிலைல இருக்கச் சொல்லு. எந்த நேரமும் புறப்பட வேண்டியிருக்கும்!''

''மோகன், நான் உங்களுக்குத் தேவ இல்ல. உங்களுடைய காதல், காமம், இலட்சியம், குடும்பம்... எதுவாகவும் நான் இல்ல. எதுவாகவும் நீங்க என்ன இருக்க விடல. உங்களைப் போன்ற ஆட்கள் திருமணமே செய்யக் கூடாது. இத்தன நாள் உங்களோட மனைவியா நீங்க என்னப் பாக்கல. இந்தக் கேவலமான உண்மைய மறைக்க ஒரு கவசமாத்தான் நான் இருந்திருக்கிறேன். உங்க கௌரவத்தக் காவல் காக்கற ஒரு நாய்தான் நான்!''

''புஷ்பா, நான் செஞ்சது தப்புதான். அதுக்கு நீ என்ன பிரிஞ்சு போறதுதான் தண்டனையா? உணர்ச்சிவசப்பட்டு நாம எந்த முடிவும் எடுக்க வேணாமே.''

''நான் பிரிஞ்சு போறது உங்களுக்குத் தண்டனையா? அத என்ன நம்பச் சொல்றீங்களா? இல்ல மோகன். அதவிடப் பெரிய தண்டனைய நீங்க அனுபவிப்பீங்க!''

''அமீரா என்னுடைய கடந்த காலம் புஷ்பா. அது முடிஞ்சு போச்சு.''

''கடந்த காலமா? அமீரா கொடுத்த எதிர்காலத்தத் தூக்கிட்டு வீட்டுக்குள்ளயே வந்துட்டீங்களே. மோகன்,

நான் ஒன்னு சொல்றேன். நீங்க எனக்கும் உண்மையா இல்ல. அந்த அமீராவுக்கும் உண்மையா இல்ல. இந்தக் குழந்தைக்காவது உண்மையா இருங்க!"

"அமீரா விபத்துல சிக்கி மருத்துவமனைல உயிருக்குப் போராடிக் கிட்டு இருக்கா. குழந்தைக்கு இப்ப வேற யாரும் இல்ல. எனக்கு வேற வழி தெரியல."

"உங்கள நான் தடுக்கல. என்ன தடுக்கிற உரிமையும் உங்களுக்கு இல்ல!"

மோகனும் புஷ்பலதாவும் விவாகரத்துக்குப் பதிவுசெய்த போது, வழக்கறிஞர் அவர்களுக்கு ஓராண்டு மறுபரிசீலனைக் காலம் வழங்கினார். அந்த இடைவெளியில் தவழத் தொடங்கிய மாக்கியவெல்லியை புஷ்பலதா ஏற்கவில்லை. மாக்கியவெல்லி அவளது ஸ்பரிசத்தைத் தேடி அருகில் நெருங்கியபோதெல்லாம் அவள் விலகி விலகிச் சென்றாள். புஷ்பலதாவுக்கு மாக்கியவெல்லியின் அழுகை அவனைப் பெற்றெடுத்த அமீராவின் புன்னகையாகத் தெரிந்தது.

விவாகரத்துக்குப் பின்னர், கோலாலம்பூருக்கு அமீராவைத் தேடிச் சென்ற மோகனுக்கு இரண்டாவது இடி காத்திருந்தது. விபத்தில் இருந்து மீண்ட அமீராவிடம், குழந்தை இறந்துவிட்டதாகச் சொன்ன அவள் பெற்றோர்கள் அவளை வீட்டிலேயே சிறைவைத்தனர். அவளுக்குத் திருமணமும் முடித்தனர்.

'அமீரா, என் மண வாழ்க்கை தராத ஒரு காதல் நீ. என் நினைவுகளில் ஒருநாளும் உன்னை ஒளித்துவைக்கவில்லை. எவருக்கும் புலப்படும்படி என் எண்ணங்களின் மேற்பரப்பில்தான் நீ வீற்றிருந்தாய். உனக்கும் எனக்குமான உறவு ஒரு ரகசியத்தை விட இனிமையானது. உலகம் அதிவேகமானது. ஆத்திரத்தின் பெருவெடிப்பாக அது நகர்கிறது. உன்னையும் என்னையும் கடந்து செல்லவே அது பார்க்கிறது. கரையில் பூக்கும் பூக்களை நலம் விசாரிக்கும் நாகரிகம் நதிகளுக்குக் கிடையாது. இந்த நதிக்கரையில் நீயும் நானும் ஒரு குடில் அமைப்பது எளியதொரு நிகழ்வு என்று நினைத்திருந்தேன். என் மனைவி தந்த பிரிவை ஒரு தோளிலும்,

நீ தந்த உறவை மறுதோளிலும் சுமந்துகொண்டு உன்னைத் தேடி வந்தேன். நான் சாய்வதற்கு இனி தோள்கள் இல்லை என்று புரிந்துகொண்டேன். பூவோடு பூவாய் இருந்திருக்க வேண்டிய நீ நதியோடு போய்விட்டாய். இன்று என் குடில், என் குழந்தையின் கண்ணீரால் நிறைந்திருக்கிறது. அவன் எனக்கும் சேர்த்து அழுகிறான். ஆம்... என் மகன் உயிரோடு இருக்கிறான். அவன் பெயர் மாக்கியவெல்லி. என் மகன் இனி எனக்கு மட்டும்தான் மகன். எந்த நிலையிலும் அவன் உனக்குரியவன் அல்ல. உன் எதிர்காலத்தின் எந்தவொரு தனிமையிலும் என்னை மனதளவிலும் நினைக்க வேண்டாம். வாழ்வாங்கு வாழ்வாய். விடைபெறுகிறேன்!'

கோலாலம்பூருக்கு அமீராவைக் காணச் சென்ற மோகன், அவளது திருமணத்தைப் பற்றி அறிந்ததும் அவளைக் காண விரும்பாமல், அவளுக்கு ஒரு கடிதம் எழுதி தோழியிடம் தந்துவிட்டுத் திரும்பினார். தான் பெற்ற குழந்தை உயிரோடுதான் இருக்கிறான் என்ற தகவலே அவளுக்கு தண்டனையானது. திருமணத்துக்குப் பின் பலமுறை அவள் சென்னைக்கு வந்தபோதும் மாக்கியவெல்லியைக் காண மோகன் அனுமதிக்கவில்லை.

பெற்ற தாயும் இல்லாமல், அற்ற தாயும் ஆதரிக்காமல் கருவிகளின் குழந்தையாய் மாக்கியவெல்லி வளர்ந்தான். தாயற்ற குழந்தை என்பதால் மோகன் அவனைக் கடுகளவும் கடுஞ்சொல் பேசாமல் வளர்த்தார். அவன் மெய்நிகர் மார்புகளில் பால்குடித்துக் கொண்டான்.

கணினித்திரையில் அவன் உருவாக்கத் தொடங்கிய மீட்டா வெர்ஸ் நகரம்தான் அவனுக்கும் மோகனுக்குமான பாலமாக இருந்தது. மாக்கியவெல்லியின் உணர்வுகளைப் புரிந்துகொள்ள அவன் உருவாக்கிய பொம்மை நகரம்தான் மோகனுக்கு உறுதுணையாக இருந்தது. அவரும் அந்த நகரத்தில் அவருடைய மீட்டா கணக்கு வழி நுழைந்து புதிய புதிய தோற்றங்களை உருவாக்குவார். மாக்கியவெல்லி தன் அவதார் பிரதியை வடிவமைத்ததுபோல மோகனும் வடிவமைத்துக்கொண்டு அந்த மெய்நிகர் உலகில் உலாவினார்.

மாக்கியவெல்லியின் பத்தாவது வயதில் அவன், தரவுக் களவுச் செயலில் ஈடுபடுவதும் அதற்கு மீட்டா வெர்ஸ் நகரம்

ஒரு களமாக இருப்பதையும் அவர் கண்டறிந்தார். களவுச் செயல்களுக்கு மாக்கியவெல்லியை ஊக்குவிப்பதை நிறுத்தச் சொல்லி மீட்டா நிறுவனத்துக்கு மோகன் ஓர் எச்சரிக்கை மின்னஞ்சல் அனுப்பியிருந்தார். அவரது கண்காணிப்பையும் மீறி அவன் இணையவெளி அசுரனாய் வளர்ந்துவிட்டான். மீட்டாவின் மெய்நிகர் இந்தியாவுக்காக இந்திய ஜனத்தொகையின் கருவிழித் தகவல்களை மோகனுக்குத் தெரியாமல் அவரது கணினி நுழைவுகளைக் கொண்டே களவாடி முடித்தான். மோகன் ஜனார்த்தனன் சிறையில் இருந்தபோது மாக்கியவெல்லி தன்னுடைய மீட்டா வெர்ஸ் நகரில் ஒரு சிறை அறையை உருவாக்கி அதில் மோகனின் பிரதித் தோற்றத்தை உள்ளே அடைத்து கணினி வழியே அடிக்கடி அவரைச் சந்தித்துக்கொண்டான். சிறைக்குச் சென்று தன் தந்தையை சந்திப்பதை விட கணினியில் தன் தந்தையின் பொம்மையை சந்திப்பது அவனுக்கு ஆறுதலாக இருந்தது.

மீட்டா வெர்ஸ் நகரில் மாக்கியவெல்லி ஒருவனாக மட்டும் இல்லை. பல அவதாரங்களில் உலா வருவான். அவனுடைய பிரதி மனிதர்களை நகரமெங்கும் உருவாக்கி வைத்திருந்தான். அந்த விளையாட்டு தற்போது நெபுலா சிறப்புப் படையை திசை திருப்ப உதவியது.

நெபுலா கட்டமைப்புகளை, தான் தகர்க்க தொடங்கியிருப்பதை அறிந்து சிறப்புப் படை விரைவில் தன்னைத் தேடி வரும் என்பதை அறிந்திருந்த மாக்கியவெல்லி, மீட்டா கூடத்தின் துணையோடு தன் பிரதி மனிதர்களை வெவ்வேறு காலங்களில் உருவாக்கியிருந்தான்.

"மாக்கியவெல்லி, எட்டு கயல் குழாய்களையும், முதல் தலைமுறை கணிப்பொறிகளால் உருவாக்கப்பட்டிருக்கிற எட்டு லிங்கா தியேட்டர்ஸையும் சீர்செய்ய முடியாத அளவுக்கு அழிச்சிட்டோ சேதப்படுத்திட்டோ நீங்க வரணும். அப்படிச் செஞ்சா மூல் அல்காரிதம நாம சுலபமா கடந்திரலாம். எந்த டேட்டாவும் கடந்துகாலத்துக்குப் போகாம எல்லா தரவுகளும் லோக்கல் சர்வர்ல இருக்கும். தமிழர்களின் நியூரோ எண்களையும் மற்ற தனி நபர் தகவல்களையும் நாம அடைய முடியும்."

"ஆமாம் ஆலன், அதுதான் திட்டம். ஆனா..?"

கபிலன் வைரமுத்து | 211

‘‘நெபுலா சிறப்புப் படை என்னத் தேடி வராம தடுக்கணும்!’’

‘‘எதாவது ஆலோசனை இருக்கா?’’

‘‘இருக்கு. அவங்கள திசை திருப்பணும்!’’

‘‘எப்படி?’’

‘‘என்னுடைய பிரதி மனிதர்கள வெவ்வேற காலங்களில் உருவாக்கணும்...’’

‘‘டீப் பேக் இன்பில்ட்ரேஷன்ஸ் அக்ராஸ் டைம்ஸ்?’’

‘‘ஆமாம். அது மட்டும் இல்ல. எந்தெந்த காலங்களில் இந்த டீப் பேக் பிகர்ஸ் இன்பில்ட்ரேட் ஆகியிருக்குனு நெபுலா சிறப்புப் படையோட விசாரணை வளையத்துக்கு எட்ற மாதிரி தகவல்களக் கசிய விடணும். நமக்குத்தான் அது டீப் பேக். அவங்களுக்கு அது மாக்கியவெல்லி!’’

‘‘இந்த விளையாட்டு இப்ப அவசியமா மாக்கியவெல்லி? இத தவிர்க்கலாமே...’’

‘‘இங்க மொத்தம் எட்டு கட்டமைப்புகள் இருக்கு. இதுவரைக்கும் மூனு நெபுலாக்களைத்தான் கண்டுபிடிக்க முடிஞ்சது. நாலாவத நோக்கி வாலாந்தூர் போறேன். இந்த இடைவெளில சிறப்புப் படை எதுவும் இங்க வந்துட்டா எதுவுமே செய்ய முடியாது. அவங்க இந்த நேரம் நம்ம திட்டங்களுக்குள்ள ஊடுருவியிருப்பாங்க. அவங்கள நெருங்க விடக்கூடாது!’’

‘‘மனிதத் தோற்றங்களை உருவாக்கிற வசதி மீட்டா கூடத்துல இல்ல.’’

‘‘யூனிட் 613வோட உயிரியல் ஆய்வகம் பயாலிஜிகல் டீப் பேக் எஞ்சின்ஸ தயாரிக்கிறாங்க. மனித உருவிலும் அதச் செய்றாங்க. என்னுடைய அக்கவுன்ட்ல என்னோட கல்ச்சர் அல்காரிதம் இருக்கு. அதப் பயன்படுத்துங்க. ஒவ்வொரு கால கட்டத்துலயும் நிகழும் ஏதாவது ஒரு சம்பவத்துக்குள்ள, நம்பத்தகுந்த மாதிரி அந்த உருவங்கள உள்ள புகுத்தணும். மீட்டா கூடம் இத ஒருங்கிணைக்கணும்!’’

மீட்டா கூடமும் யூனிட் 613 அமைப்பும் இணைந்து மாக்கியவெல்லியின் மரபணு பண்பு நிரல்களைப் பயன்படுத்தி அவனது அவதாரங்களை வெவ்வேறு காலங்களில் வெற்றிகரமாக உருவாக்கி விட்டனர். அதில் ஓர் அவதாரம் 1861இல் சின்னமாயனால் கைது செய்யப்பட்டு தற்போது சஞ்சய் வனத்தில் ஓய்வெடுத்துக்கொண்டிருக்கிறது. இன்னொரு அவதாரம் 1896இல் முல்லைப் பெரியாறு அணையை உருவாக்கிய பென்னி குவிக் மாளிகையில் தோட்டவேலை செய்துகொண்டிருக்கிறது.

அசல் மாக்கியவெல்லி, வாலாந்தூர் அங்காள அம்மனின் அருள் தேடி மாயவனத்தோடு குதிரையில் பயணித்துக்கொண்டிருந்தான்.

உறங்காப்புலி கைது செய்யப்பட்ட சம்பவம் மாயவனத்தைத் துளியளவும் பாதிக்கவில்லை. அவர் சிறையில் அடைக்கப் பட்டிருக்கிறார் என்பதை அவள் நம்பவில்லை. அவர் சிப்பாய்களின் தலைகளைச் சீவிவிட்டு திருச்சிச் சிறையில் இருந்து தப்பித்து வந்து நாகமலை அடிவாரத்தில் பதுங்கியிருக்கிறார் என்று ஊருக்குள் ஒரு வதந்தி பரவிக்கொண்டிருந்தது. மாயவனத்துக்கு அந்த வதந்தி பிடித்திருந்தது. அதை அவள் இதயத்தோடு இறுகப் பற்றிக்கொண்டாள்.

உறங்காப்புலி தூக்கிலிடப்பட்ட செய்தி மதுரை கலெக்டர் அலுவலகத்தின் உயர்மட்ட அதிகாரிகளைத் தவிர யாருக்கும் சொல்லப்படவில்லை. ஒரு சராசரி குடிபடையைச் சேர்ந்தவனை விடுதலை வீரனாக்க கம்பெனி நிர்வாகம் விரும்பவில்லை. பர்மாவில் இருந்து நத்தம்-திண்டுக்கல் சாலைவழி மதுரைக்கும், அருகாமை வருவாய் நகரங்களுக்கும் கொண்டுவரப்பட்ட நெல்மூட்டைகளைத் திட்டமிட்டுக் களவாடிய வழக்கிலும், கம்பெனியின் கேப்ரியல் பண்ணைக்குச் சொந்தமான எட்டு பன்றிகளைத் திருடிய வழக்கிலும் இரண்டு ஆண்டுகள் சிறையில் இருந்து பின் தொழுநோயால் பாதிக்கப்பட்டு இறந்துபோனான் என்று அவர் மரணத்தின் கதையை சிறை அதிகாரிகள் ஏற்கெனவே எழுதிவிட்டனர். புலிகளைக் கழுதைகளாகச் சித்தரிக்கும் அதிகாரத்தின் கற்பனை வளத்துக்கு எந்தக் காலத்திலும் பஞ்சமில்லை.

வாலாந்தூர் அங்காள அம்மன் கோவிலுக்குப் பின்புறமாக வளர்ந்து செழித்திருந்த புளியமரத்தில் மாக்கியவெல்லி தன் குதிரையைக் கட்டினான். பயணக்களைப்பில் மாயவனம் மரத்தடியில் சாய்ந்தாள். அவளுக்கு அருகில் கொத்தான் வண்டுகள் மண்ணைத் துளைத்து விளையாடிக்கிடந்தன. கோயில் வாசலில் அமர்ந்திருந்த பூசாரி ஒச்சன், கனகாம்பரப்பூக்களைக் கோர்த்துக் கிடந்தார். அருகில் ஒரு பனைக்குடுவையில் தேங்காயும் பழங்களும் எலுமிச்சைகளும் காணப்பட்டன. விடிவதற்கு இன்னும் சில மணித்துளிகளே இருந்த வேளையில் ஆனச்சாத்தன் பறவைகளின் ஓசை வாலாந்தூர் வானத்தை இசைப் பிரவாகமாக மாற்றிக்கொண்டிருந்தது.

மாயவனம் தன் முந்தானையில் முடிந்துவைத்திருந்த முறுக்கு மற்றும் சீடைகளை அவிழ்த்து மாக்கியவெல்லிக்குக் கொடுத்தாள். அதில் ஒரு கருப்பட்டி மாவுருண்டையும் காணப்பட்டது. அது மாக்கியவெல்லிக்காக அவள் உருண்டை பிடித்துக் கொண்டுவந்தது. அவள் மடியின் சூடு அந்த மாவுருண்டையில் கலந்திருந்தது. மாக்கியவெல்லி அதை வாங்கி கையில் வைத்து உருட்டிக்கொண்டே அங்காள அம்மன் கோயிலின் அமைப்பை நோட்டம் விட்டுக் கொண்டிருந்தான். அவன் கண்ணுக்கெட்டிய தூரம் அவன் எதிர்பார்த்து வந்த கல் மண்டபம் எதுவும் தென்படவில்லை. குதிரையைத் தொடர்ந்து வந்த ஸ்பார்ட்டாவையும் காணவில்லை. அது வழியில் கிடந்த ஒரு மொட்டைப் புதரில் உழன்று புரண்டு விளையாடிக்கொண்டிருந்தது.

''எதுக்கு மாயவனம் இந்தக் கோயிலுக்கு வந்திருக்கோம்?''

வல்லாங்குளத்தில் இருந்து புறப்படும்போது 'எதுவும் பேசாம வா சாமி' என்று அவள் அழைத்தபோது மாக்கியவெல்லி எந்தக் கேள்வியும் கேட்கவில்லை. அவனுக்கென்று தனி நோக்கம் இருந்தாலும் அந்தக் கோயிலுக்கு வருவதற்கான அவளது நோக்கத்தை அவன் தெரிந்துகொள்ள விரும்பினான்.

''மருதைக்குக் கெழக்கால இருந்து ஒரு அம்மா இரண்டு புள்ள குட்டியோட இந்த வாலாந்தூர் காட்டுக்குள்ள வந்துச்சாம். அதுல ஒருத்தன் இந்த காட்டுக்குள்ள ஓடிப்போய் சீவசந்துகளோட சீவசந்தா வளந்தானாம். ஒருநா ஆனையூர் ராசா, வேட்டைக்கு வந்தப்ப

ஒடம்பெல்லாம் முடி மொளச்சப் பயலா அவன் நின்னானாம். அவனுக்கு 'சடப்புலி'னு பேரு வச்சு ராசா கூட்டியந்தாராம். அவனுக்குக் கல்லாணம் முடிச்சு வச்சு அவன் வழியா வாலந்தூரு பொழச்சதா ஒரு கத இருக்கு!''

''சடப்புலி வீட்லதான் நமக்கு விருந்தா?''

மாயவனம் சிரித்தாள். அவளோடு சேர்ந்து அவள் சீலையும் விலகி விலகிச் சிரித்தது.

''சடப்புலி சவப்புலியாயி அதுல ஏழு தலமொற புல்லு மொளச்சிருச்சு...''

''ஓ... அப்ப இங்க நமக்கு வேறென்ன வேல?''

மாயவனம் கால்களை மடக்கிக்கொண்டு அமர்ந்தாள். பனையோலை பொட்டலத்தில் மடித்துவைத்திருந்த திருநீறு எடுத்து நெற்றியில் பூசிக்கொண்டாள். மாக்கியவெல்லியை குனியச் சொல்லி அவன் நெற்றியிலும் பூசிவிட்டாள்.

''நீங்க தேடிப் போற குழாயையும், கல் சொவத்தையும் என் கொடுக்கறுவா வீசி, அடிச்சு நொறுக்க நானும் வந்தா தப்பாயா?''

மாயவனத்தின் அந்தக் கேள்வியை அவன் எதிர்பார்க்கவில்லை. அவளுக்கு எதற்கு இந்த வேலை. அவசியம் இல்லையே.

''பயப்படாதீக, அது ஒங்க சோலி. அதுக்குள்ள நான் எதுக்கு கொக்கு? நான் அந்தொரு நா சொல்லல - வாலாந்தூர்ல கிறுக்குப்புடிக்கு ஒரு வைத்தியர் இருக்காருன்னு. அந்தா பாருங்க - படில கனகாம்பரம் கோத்துக் கெடக்கே ஒச்சன், அதுதான் நாஞ்சொன்ன வைத்தி.''

''விளையாடாத மாயவனம். யாருக்கும் இங்க கிறுக்குப் புடிக்கல.''

''ஐயா, எல்லா கிறுக்கும் கெட்ட கிறுக்கு இல்ல. கிறுக்குல சாமி கிறுக்கும் இருக்கு. அத என்னானு பாத்திருவோம்!''

குழந்தையைக் கைபிடித்து அழைத்துச் செல்வதுபோல மாக்கிய வெல்லியின் கரம் பற்றி கோயில் வாசலுக்கு இழுத்துச் சென்றாள் மாயவனம்.

''என்ன ஆத்தா? சொகமா இருக்கியா?'' - பூசாரி ஒச்சன்.

''மலச்சாமி இருக்கையிலே எனக்கு சொகத்துக்கு என்ன கொறச்ச. இருக்கேன் சாமி.''

''அப்பன் நாகமலைல திரியறதா சொல்லிக்கராக, இருக்கட்டும் இருக்கட்டும்...''

மாயவனம் பெருமிதத்தோடு சிரித்தாள்.

''இவர்தான் நீ கூட்டியாந்த தொர மாரா?''

''இவருதாங்க...''

ஒச்சன் மாக்கியவெல்லியை வணங்கினார். ஏனோ, அவரை அறியாமல் அவர் கைகள் நடுங்கின. மாக்கியவெல்லியின் கரங்களைப் பிடித்து மாயவனம் அவனை பதில் வணக்கம் வைக்கச் செய்தாள். பூசாரி ஒச்சன் மாக்கியவெல்லிக்கு மாலையிட்டு நெற்றியில் சந்தனம் பூசினார். எலுமிச்சைகளை ஒன்றன் பின் ஒன்றாக அவன் தலையில் நசுக்கினார். மாக்கியவெல்லியின் நாடி பிடித்துப் பார்த்தார். திடீரென மின்சாரம் பாய்ந்ததுபோல அவர் சாமி ஆடத் தொடங்கினார். மாயவனம் கன்னத்தில் போட்டுக்கொண்டாள். மாக்கியவெல்லி பெருமூச்சு விட்டு கைகட்டி நின்றான். மொட்டைப் புதரில் இருந்து ஓடிவந்த ஸ்பார்ட்டா ஒச்சனின் சாமியாட்டத்தைப் பார்த்து பயந்து ஊளையிட்டுக்கொண்டே புளியமர நிழலுக்குள் ஒளிந்தது.

''ஆத்தா வந்திருக்கேண்டி... மூக்காயி மவளே... வல்லாங்குளக் காரி... காளையார் காட்டு வளரிக்குச் சொந்தக்காரி!''

''ஆத்தா... இந்தக் கஞ்சிவெள்ளச் சிறுக்கியக் காண நீயா வந்திருக்க. கும்பிடறேன் ஆத்தா!''

''என் மவன்
பால்வாசம் மாறாத பச்ச மவன்...
சின்ன வீரம்மாவுக்கு மினுக்கு மினுக்குனு
இரண்டு கண்ண தானமா தந்த பாலகன்...
பவள கருப்பன் வந்தானா?
அவன அன்னந்தண்ணி சீண்டாம நீ
ஆலமரம் தாண்டி வவ்வாலா போனியா?''

'எனக்கு எதுவும் தெரியாதாத்தா. நான் என்னத்தக் கண்டேன்?''

''அவேன் ஒன்னத் தேடி வரல
ஒன் கண்ணத் தேடி வாராண்டி...
அந்த சாதிமான்
அண்டத்துக்கே நீதிமான்...
பரட்ட தலையோட
அழுக்கு வேட்டியோட
ஓயாம ஓன் பின்ன
பேயா வாராண்டி...''

ஒச்சன் பூசாரி மயங்கிவிட்டார். மாயவனம், தன் தோளில் அவரைத் தாங்கிக்கொண்டாள். சொம்பில் இருந்து தண்ணீர் தெளித்தாள். தன் மடியில் இருந்த திருநீறை எடுத்து அவருக்குப் பூசிவிட்டாள். ஒச்சனை வணங்கிவிட்டு மாக்கியவெல்லியும் மாயவனமும் கோயிலைச் சுற்றி இருந்த இறையிலி நிலங்களில் நடக்கத் தொடங்கினர்.

''கிறுக்குப் புடிய சரி செய்ய வந்த பூசாரிக்கே கிறுக்குப் புடிச்சா என்ன செய்யறதுனு யோசிக்கிறியா மாயவனம்?''

''நீங்க அவனப் பாத்தீகளா?''

''எவன..?''

''பவளக் கருப்பன!''

''அவன் யாரு?''

''புலிப் பொடவுக்காரி சின்னவீரம்மா பெரிய சண்டக்காரி. ஊமத்தொர ராசா படையில வீரச்சி. அஞ்சு வயசுல அவ கருமாத்தூர் புளியங்காட்டுக்குள்ள ஒத்தையில போகையில ஒரு மின்னவெட்டு வந்து அவ முழிய புடிங்கிக்கிருச்சு. காட்டுக்குள்ள வழி தெரியாம அவ குருட்டுக் குருவியா நின்னா. அந்நேரம் பாத்து பத்து வயசு பச்ச மண்ணு ஒருத்தன் அவ கையத் தொட்டு தன் கண்ணு இரண்டையும் தானமா கொடுத்தானாம். அந்தக் கண்ண வச்சுக்கிட்டு சின்னவீரம்மா காடு மல தாண்டி வீடு போய்ச் சேந்தாளாம். அவளுக்குக் கன்னுமுழியத் தந்த அந்த பொடிப் பய பேருதான் பவளக் கருப்பன்!''

கருமாத்தூர் கழுவநாதர் கோயிலுக்குப் பின்புறம் இருந்த கல் மண்டபத்தை விட்டு, தான் வெளியே வந்தபோது வாசலில் பார்வையற்ற சிறுவன் ஒருவன் அமர்ந்திருந்தது மாக்கியவெல்லிக்கு நினைவு வந்தது. ஆனால், அதை மாயவனத்தோடு பகிர ஏனோ அவன் விரும்பவில்லை.

"நான்கூட நீதான் சாமியாடப் போறேனு நெனச்சேன்."

"ஆடலாம் தொர. ஆனா, வெவரம் தெரிஞ்சவய்ங்க பாத்தா கேலி பேசுவாக."

"ஏன்?"

"அங்காள அம்மன் பொம்பளைக மேல எறங்காது. ஆம்பளைக மேலத்தான் எறங்கும். ஊர்ல சொல்லுவாய்ங்க."

இருவரும் பேசிக்கொண்டே நடந்தபோது மாக்கியவெல்லி தன் கால்களால் நிலத்தைத் துழாவி துழாவி நடந்தான். ஸ்பார்ட்டாவும் அவனோடு மோப்பம் பிடித்துக்கொண்டே வந்தது. மாக்கியவெல்லியின் கைகளில் அதர்வாணா கருவி இருந்தது. அதன் புதிய மென்பொருள் மேம்பாட்டில் நிலத்தில் புதைந்திருக்கும் மின்னணுக் குழாய்களைக் கண்டறியும் திறன் விசைகள் கூடியிருந்தன. நண்பகல் வரை நாலா திசையிலும் நடந்தும் வாலாந்தூர் அங்காள அம்மன் கோயில் வட்டாரத்தில் நெபுலாவின் கயல் குழாய்களுக்கான எந்த அறிகுறியும் இல்லை!

தோற்ற மாயைகளும் தோட்டா அறிக்கையும்

கம்பம் பள்ளத்தாக்கில் கடுமழை பெய்து கொண்டிருந்தது. மாவட்ட நீதிமன்ற வளாகத்துக்கு உரிமையியல் நீதிபதி நீலகண்டன் தாமதமாகவே வந்தார். அவரை ஏற்றி வந்த குதிரைவண்டி சகதியில் சிக்கி பின் மீண்டு வந்தது. குச்சனூர் காவல்காரன் உலகாத்தேவன் விசாரணைக் கூண்டில் நிறுத்தி வைக்கப்பட்டிருந்தான். நீதிபதி வந்ததும் தன் கெடா மீசையை முறுக்கி அவருக்கு வணக்கம் வைத்தான். நீதிபதி தனக்கு வழங்கப்பட்டிருந்த ஆவணங்களை வேகமாகப் புரட்டிவிட்டு மேசையின் ஓரமாக வீசினார்.

''என்ன உலகாத்தேவா, அண கட்டியாச்சு. தண்ணி வந்து தேனா ஓடுது. வாய்க்கா வரப்பு பூமினு வெவசாயம் பாக்க வேண்டியதுதான. இன்னும் எதுக்கு உங்காளுங்க கைல கம்ப புடிச்சுக்கிட்டு காவல் காக்கணும்?''

''பூரா பயலும் மண்ண உழுது கெடந்தா காவ காக்கறது யாருங்க? வெவசாயத்த விப்பு வவ்வாலுகூட செஞ்சுபுடும். காவ காக்க வீரந்தானுங்க வரணும்!''

''உலகந்தெரியாம பேசறியே உலகா. காவலுக்குத்தான் போலீஸ் சட்டத்தால் உருவாக்கப்பட்ட மேன்மை பொருந்திய பிரிட்டிஷ் போலீஸார் அமைப்பு இருக்கே. ஒவ்வொரு மாவட்டத்துலயும் போலீஸ்நிலையம் இருக்கே.''

''அவெய்ங்க வருவாய்துறையோட இன்னொரு உருவாத்தானயா உலா வராய்ங்க.''

''இந்தப் பேச்சுதான வேணாங்கிறது. ஒன் எட்டு நாட்டுக்காரங்க எந்த அரசாங்கத்துக்காவது வரி கட்டிருக்கீங்களா? எவன் பேச்சையாவது கேட்டிருக்கீங்களா?''

''எட்டு நாடே ஒரு தன்னரசு தானுங்கயா? அரசுக்கு அரசு எதுக்குயா வரி கட்டிகிட்டு?''

''யோவ், ஒங்க களவாணித்தனம் பொறுக்காமத்தான் திண்டுக்கல், பெரியகுளம், பழனி முழுக்க ஒங்க ஆளுகள அடிச்சு விரட்றாங்க. பிரமல கள்ளன் எவனுக்கும் தண்ணிகூட கிடையாதுனு ஊரே தள்ளி வச்சிருக்கு. ஒங்க குடிசையெல்லாம் கொளுத்தி விட்டுருக்காங்க. ஊருக்குள்ள உங்காளுக ஒருத்தனையும் சேக்க மாட்டோம்னு மத்த சாதிக்காரங்க கலப்பையில அடிச்சு சத்தியம் செஞ்சிருக்காங்க. கள்ளர் எதிர்ப்பு போராட்டம் கத தெரியும்தான?''

''ஐயா, அது சர்க்காரு கப்பி கட்டிவிட்ட சம்பூர்ண ராமாயணமுங்க. நெச கதைய நான் சொல்றேன். நம்ம பயலுக ஆடு, மாட கால் கடுக்க நின்னு காவகாத்திருக்காய்ங்க. கூலி கேட்டா தரலைங்க. ஆட்ட புடுச்சுக் கொண்டுபோய் மலக்கோட்ட சந்தையில வித்து காவக்காரங்க அத கூலியா ஏத்துக்கிட்டாய்ங்க...''

''கூலி தரலனா? ஆட்ட திருடிவீங்களா? அது தப்பில்லையா?''

''கூலி தராதது தப்பில்லனா ஆட்டத் திருடறதும் தப்பில்லீங்க!''

நீலகண்டன் தண்ணீர் குடித்தார்.

''எல்லா திருட்டும் கூலிக்காகத்தான் நடக்குதா உலகா?''

''ஐயா, வேல்கம்பு, வளரி, கவட்ட, சுருளுனு போர் பூமில திரிஞ்சுக்கிட்டு இருந்த புலிக் கூட்டமுங்க. ஒரு அம்பது வருசமாத்தான் பையப் பைய காவக்காரங்களா பதப்பட்டுக் கெடக்கோம். அதுல ஒன்னு ரெண்டு தலப்பெரட்டு இருக்கத்தாங்க செய்யும். ஆதிசிவன் அண்டத்துல களவாணித்தனம் இல்லாத எலிப் பொந்து ஏதுங்க? நாங்க செத்து செத்து பொழைக்கற பொழப்பு மேல நீங்க சொமத்துற வரிய விட பெரிய களவு உண்டாங்க...

என் நீதிமானே? களவாணியா இருக்கிறது குத்தமா... கள்ளனா இருக்கிறது குத்தமானு தெரியலைங்க!''

உலகாத்தேவன் சொன்ன கடைசிவரி நீதிபதியை ஈர்த்தது.

கள்ளர் எதிர்ப்புப் போராட்டம் பல்வேறு மாவட்டங்களில் கிளர்ந்தெழுந்துகொண்டிருந்த நிலையில் உள்ளூர்கிராம காவலர்களை நேர்காணல் செய்யச் சொல்லி மாவட்ட நீதிமன்றங்களுக்கு ஆணை பிறப்பிக்கப்பட்டிருந்தது. பல்வேறு நேர்காணல்களுக்குப் பின் 'கள்ளர்கள் பணியிழந்த போர் வீரர்கள்' என்ற தலைப்பில் நீலகண்டன் ஒரு நீண்ட அறிக்கையை எழுதினார். அது உரிமையியல் நீதிமன்ற முத்திரை குத்தப்பட்டு சென்னை மாகாண நில வருவாய்க் கழகத்துக்கு அனுப்பப்பட்டது. அந்த அறிக்கையின் இறுதி பத்தியில், அரசு கணக்கெடுப்பில் பட்டியலிடப்பட்ட பத்து லட்சம் கள்ளர்களையும் குற்ற இனமாக அறிவிப்பது குறித்த சாத்தியக் கூறுகளை நில வருவாய்க் கழகம் விவாதிக்கலாம் என்ற பரிந்துரை வாசகங்கள் காணப்பட்டன. மதுரையில் குற்ற இனச் சட்டத்தை அமல்படுத்துவது குறித்து ஏற்கெனவே சென்னை மாகாண முதன்மை அதிகாரிகள் ஆலோசித்த வந்த நிலையில், கம்பம் உரிமையியல் நீதிபதியின் அறிக்கை அதற்குக் கம்பளம் விரித்தது.

சட்டம் குறித்த செய்திகள் பரவும் முன், முதல் கட்ட நடவடிக்கையாக, மதுரையின் மேற்குப்பகுதியில் உள்ள பிரமலைகள்ளர் கிராமங்களில் தீவிர ஆயுதச்சோதனை மேற்கொள்ளச் சொல்லி நில வருவாய்க்கழகத்தின் மதுரை அலுவலகத்துக்கு சென்னை மாகாண கவர்னர் மாளிகையில் இருந்து சுற்றறிக்கை வந்தது.

மதுரை காவல்துறையும், வருவாய் அதிகாரிகளும் ஆனையூர் வருவாய் அலுவலகத்தில் அந்தச் சுற்றறிக்கையைச் சுற்றி அமர்ந்து ஆலோசித்துக்கொண்டிருந்த தருணத்தில் சின்னமாயனும், நெய்தலும் மீட்பு ரயில் மூலம் 1896ஆம் ஆண்டுக்குள் அடியெடுத்து வைத்தனர். வருவாய்க் கழகத்தின் வாசலில் - வேப்பமர நிழலில் போர்ச்சுகீசிய வீரர்களைப்போல் கருநீலச் சீருடையில் இருவரும் நின்றிருந்தனர். சென்னை மாகாண சட்டமன்ற உறுப்பினரும்,

பொறியாளருமான கர்னல் ஜான் பென்னி குவிக்கின் விலாசத்திற்காக இருவரும் காத்திருந்தனர். வருவாய்க் கழகத்தின் கணக்கர் கொடுத்த படிவத்தில் தம் பெயர்களையும் முகவரியையும், கர்னலைத் தாங்கள் காண வந்திருக்கும் நோக்கம் ஆகிய விவரங்களையும் நிரப்பிக் கொடுத்திருந்தனர்.

"மாயன், இது மீட்பு ரயில்ல நாம வந்து இறங்கியிருக்கிற இரண்டாவது நிறுத்தம். இன்னும் ஒரு நிறுத்தம் வரைதான் நமக்கு அனுமதி இருக்கு. அதப் பயன்படுத்த வேண்டிய அவசியம் இருக்காதுனு நினைக்கிறேன்."

"நெய்தல், சஞ்சய் வனத்துல நாம பாத்த அந்தப் பொறியாளர், அவர் ஏன் ஓய்வறைக்கு வரணும்?"

"ஓய்வறைக்கு ஓய்வெடுக்க வந்தாரு. இது என்ன கேள்வி?"

"தெரியல நெய்தல். எனக்கு என்னமோ மாக்கியவெல்லி அங்க இருக்கிறது தெரிஞ்சுதான் அவர் வந்தாரோனு தோணுது. நம்மிடையே ஒரு தகவலை விதைப்பதுதான் அவரோட நோக்கமா இருந்திருக்குனு நினைக்கிறேன்."

"அந்தத் தகவல் கிடைக்கலனா நாம இங்க வந்திருக்க மாட்டோம் இல்லையா?"

"அததான் நானும் சொல்றேன். நாம ஒரு மாய வலைக்குள்ள சிக்கியிருக்கிற உணர்வு எனக்கு ஏற்படுது'

"மாக்கியவெல்லி நம்ம பாதுகாப்புலதான் இருக்கான். ஆனா, அந்தப் பொறியாளர் சொன்ன தகவலையும் நாம புறக்கணிக்க முடியாது!"

"அந்தப் படிவத்துல என்ன எழுதிக் கொடுத்த?"

"வடக்குல ஒரு அண கட்ட கர்னல் பென்னி குவிக்கோட ஆலோசனை பெற வந்ததா எழுதியிருக்கேன்."

இருவரும் பேசிக்கொண்டிருந்தபோது வண்டிக்காரன் பெருமாள்சாமி கையில் ஒரு காகிதத்தோடு அவர்களை நெருங்கினான்.

"ஐயா, இந்தாங்க..."

அதில் ஊருக்குள் நுழைவதற்கான அனுமதியும் பென்னி குவிக் விலாசமும் காணப்பட்டது.

"வண்டி கெழக்குப் பக்கமா இருக்கு. ஒங்கள கொண்டோய் கர்னல் வீட்ல விடச் சொல்லி உத்தரவுங்க."

பெருமாள்சாமியின் குதிரைவண்டியில் சின்னமாயனும் நெய்தலும் கால்களை மடக்கிக்கொண்டு அமர்ந்தனர். ஊர் தெருக்களில் உலா வந்தபோது சின்னமாயனுக்கு தன் சிறுவயது நினைவுகள் சிலிர்ப்பிக்கொண்டு பாய்ந்தன. 1896ஆம் ஆண்டில் அவனுடைய தந்தை சீனித்தேவனும் தாய் தனமும், அவர்களுடைய ஆடுகளும் மாடுகளும் இதே நிலப்பரப்பில் இதே காலத்தில்தான் கூடி மகிழ்ந்து வேளாண்மை செய்து வெள்ளாமை பார்த்துக்கொண்டிருந்தனர் என்ற எண்ணம் அவனை ஆட்கொண்டது.

"ஐயா, வண்டிப்பட்டில பாத வேல நடக்குதுங்க. நாம காளப்பன்பட்டி வழியாத்தான் சுத்தி வரணும். சிட்டா பறந்து போயிருவோமுங்க."

ஊரின் அனைத்து வழிகளையும் அறிந்தவளைப்போல் நெய்தல் 'சரி' எனதலையாட்டினாள். சின்னமாயனுக்கு அது சிரிப்பை வரவழைத்தது.

குதிரைவண்டி காளப்பன்பட்டி காட்டுப்பாதை வழியாகச் சென்றது. காட்டின் கட்டுக்கோப்பை கலைக்காமல் மிதமான மழை பெய்துகொண்டிருந்தது. அங்கே ஆலமரத்தடியில் ஒருவன் சாய்ந்துகிடந்தான். அவனது இடதுதோளில் ரத்தம் வழிந்து கொண்டிருந்தது. பெருமாள்சாமி அவனை அடையாளம் கண்டு கொண்டான். அவனால் அந்த ஆலமரத்தைக் கடக்க முடியவில்லை.

"ஐயா, அது ஆனச்சாத்தன், என் பங்காளி. ஒத்த நொடி பொறுத்தீங்கனா பாத்துட்டு ஓடியாந்திரேன்."

"நானும் வரேன்..."

சின்னமாயனும் வண்டியை விட்டு இறங்கினான். பெருமாள்சாமியைப் பின் தொடர்ந்தான். நெய்தலும் உடன் நடந்தாள். ஆலமரத்தடியில் கிடந்த ஆனச்சாத்தனின் இடதுதோளில் துப்பாக்கி குண்டு பாய்ந்திருந்தது.

"ஏய் ஆனச்சாத்தா! இது என்ன குண்டு காயம்..! வெள்ளக்காரன் கொடுத்ததா?" - பெருமாள்சாமி.

கபிலன் வைரமுத்து | 223

''பெருமாளு, இவுக யாரு?''

''வடக்க இருந்து வந்திருக்காக, ஐயா கர்னல் மாளிகைக்குப் போறாக.''

சின்னமாயனுக்கு ஆனச்சாத்தனின் முகம் பரிச்சியமாக இருந்தது. ஆனால், ஏன் எப்படி என்று தெளிவாகத் தெரியவில்லை.

''ஒரு ஒத்தாசி செய்றியா பெருமாளு'' - அவன் சோர்ந்த குரலில் பேசினான்.

''சொல்லு ஆன...''

அருகில் இருந்த மூட்டையை ஆனச்சாத்தன் பிரித்தான். அதில் பல்வேறு வகை வளரிகள் காணப்பட்டன. அதில் யானைத்தந்தத்தால் ஆன ஒரு வளரியைக் கையில் எடுத்தான்.

''இந்த மூட்ட மதுர அக்ரகாரத்துல களவாண்டது. எல்லாம் நம்ம பாட்டனும் பூட்டனும் வீசி பழகன வளரிக. நான் இந்த மூட்டைய சந்தப்பட்டி சிவனாண்டி தோட்டத்துல சூதானப்படுத்துக்கிறேன். சர்க்காரு போலீஸ்பட என்னயத் தேடி பனங்காட்டு நரியா திரியறானுக. ஊருக்குள்ளாரையும் ஊடுருவிப்புடுவாய்ங்க. நான் பொன்னம்மாவையோ புள்ளைகளையோ பாத்து கஞ்சி குடிக்க முடியாது. இந்த வளரிய என் மவனுங்களுக்குத் தரணும். தருவியா?''

மவன் என்று சொன்னதும் சின்னமாயனுக்கு புத்தியில் சுத்தியல் அடித்தது. பெருமாள்சாமி வாங்குவதற்கு முன் அந்த வளரியைச் சின்னமாயன் வாங்கிக்கொண்டான்.

''ஐயா, உங்க மவங்க பேரு'' - சின்னமாயன்.

''மூத்தவன் ஆங்குத்தேவன். எளையவன் கந்தன்...''

வண்டி காளப்பன்பட்டியில் கரும்புக்காட்டுக்குத் தெற்கே கோடாங்கித் தெருவை வந்தடைந்தது. பெருமாள்சாமி வண்டியை விட்டு இறங்கினான்.

''ஐயா, வளரியத் தாங்க. பொன்னம்மா புள்ளைகளுக்கு கொடுத்திருவோம். நீங்க வண்டியிலேயே எளப்பாறுங்க.''

''பொன்னம்மா குடிச எது பெருமாள்சாமி?'' - சின்னமாயன்.

''அதோ, அங்க முள்ளுவெட்டிப்போட்டு கெடக்குதே மூணாவது குடிச...''

சின்னமாயனும் நெய்தலும் வண்டியை விட்டு இறங்கி பொன்னம்மாவின் குடிசையை நோக்கி நடந்தனர். பெருமாள்சாமி தலைகால் புரியாமல் பின்னால் ஓடி வந்தான்.

பொன்னம்மாவின் குடிசையை நெருங்க நெருங்க சின்னமாயனுக்கு ஒரு பரவசமான நடுக்கம் ஏற்பட்டது. அந்தக் குடிசையின் வாசலில் அவன் கண்ட காட்சி அவனுக்குள் பிரபஞ்சத்தின் முத்தங்களாய் விழுந்தன. அப்போதுதான், வேட்டி கட்டத் தொடங்கியிருந்த எட்டு வயது ஆங்குத்தேவனும், அவன் அருகில் ஆடையின்றி மூக்கொழுக அமர்ந்திருந்த நான்கு வயது கந்தனும் கருவேலங்குச்சிகளை வைத்து வாள்வீசி விளையாடிக்கொண்டிருந்தனர். சின்னமாயன் ஆங்குத்தேவனுக்கு முன் மண்டியிட்டான். அவனை முகத்துக்கு முகம் பார்த்தான். ஆம். அவன் ஆங்குத்தேவன்தான். சின்னமாயனின் பெருமாநல்லூர் காலங்களில் தன் தோட்டங்களைக் காவல் காத்த ஆங்குத்தேவன், தனக்கு கம்பு சுத்தச் சொல்லித்தந்த ஆங்குத்தேவன், உக்களத்தில் தன்னோடு தாயக்கட்டை விளையாடிய ஆங்குத்தேவன், தான் கொடுத்த முள்ளெலியை ஒரு பிரசாதம்போல் வாங்கிக்கொண்ட ஆங்குத்தேவன் - இதோ, இங்கே எட்டு வயதுச் சிறுவனாய் விளையாடிக்கொண்டிருக்கிறான்.

சின்னமாயன் தன் கருநீலச் சீருடையில் இருந்து வளரியை எடுத்தான். அதை ஆங்குத்தேவனின் கைகளில் கொடுத்தான். அந்த வளரி ஆங்குத்தேவனின் வருங்காலத்தில் பாரத சர்க்காரின் ஒரு பெருந்தலையைச் சீவப்போகிறது என்று ஆங்குக்குத் தெரியாது. சின்னமாயனுக்குத் தெரியும். அதை எண்ணிச் சிரித்தான். நெய்தல், சின்னமாயனின் தோளை வருடினாள். அவன் திரும்பிப் பார்த்தபோது அங்கே பொன்னம்மாள் நின்றிருந்தாள்.

''வாங்கய்யா, வடக்கு இருந்து வந்திருக்கீகனு பெருமாளு சொல்லுச்சு. ஆங்குவோட அப்பன் தந்த வளரியாயா இது?''

சின்னமாயன் பொன்னம்மாவைப் பார்த்து 'ஆம்' என தலையசைத்தான்.

''கொஞ்சம் பொறுங்கய்யா, வெயிலுக்கு மோரு கொண்டாரேன்.''

'வேண்டாம்' என்று நெய்தல் சொல்வதற்குள் பொன்னம்மா குடிசைக்குள் ஓடிவிட்டாள். இரண்டு குடுவைகளில் மோர் ஊற்றிக் கொண்டு வந்தாள்.

''என்ன சோலியாயா இம்புட்டு தூரம்? பென்னி குவிக் மகாராசனப் பாக்க வந்துருக்கீங்களாமே?''

''ஆமாம் ஆத்தா. மோர் ரொம்பப் பதமா இதமா இருக்காத்தா!'' - சின்னமாயன்.

''யாத்தே, இம்புட்டு அழகா எங்க முள்ளுக்காட்டுப் பாசய பேசுறீக!''

சின்னமாயன் சிரித்தான்.

''அந்த என்சினியரு மகான் பென்னி குவிக்கச் சுத்தி, பூரா நம்மாளுகதான். மாயாண்டி, இருளாண்டினு அவரப் பொத்தனாப்போல பாதுகாத்து கூட்டியாந்து போற இடிதடியங்க எல்லாம் நம்ம எட்டூரு காவக்காரவதான்.''

அதுதான் சரியான சந்தர்ப்பம் என்று நெய்தல் தன் கேள்வியை முன்வைத்தாள்.

''பென்னி குவிக் தோட்டத்துல மாக்கியவெல்லினு யாராவது வேல பாக்கறாங்களா?''

பொன்னம்மா சில நொடிகள் யோசித்தாள்.

''ம்ம்ம்... ஓசரமா செவப்பா ஓராளு அங்க சுத்திக்கெடக்கு. நீஞ்சொன்ன பேரத்தான் சொன்னாய்ங்க. அது என்னமோ என் வாய்ல ஒட்ட மாட்டேங்குது. அவன் ஒரு திண்ணத்தூங்கி திருவாலிப் பயல்னு சொன்னாய்ங்க.'' - பொன்னம்மா.

''என்னாத்தா சொல்ற?'' - சின்னமாயன்.

''பண்ணப்பட்டி சோளக்காட்டுக்குள்ள கெடந்திருக்கான் சொங்கிப் பய. கம்பளத்து நாயக்க வம்சம்னு தன்னச் சொல்லிக்கிட்டான்.

தோட்ட வேல கேட்டு வந்தவன் அமுசா குடிசய போட்டுகிட்டான். ஊர் பேர் தெரியாத அன்னக்காவடி பயனு அவனுக்கு மண்ணக் கொடுத்து தின்னக் கொடுத்து எருமையும் கொடுத்து மேய்க்கச் சொல்லியிருக்காக பென்னி குவிக் ஐயா ஆளுக. இப்ப எது எருமனு தெரியாத கணக்கா திம்மு திம்முனு பெருத்துக் கெடாக்கான்'' - பொன்னம்மா.

நெய்தல், சின்னமாயனைப் பார்த்து சிரித்தாள். மாக்கியவெல்லியை 'எருமை' என்று சொல்கிறவள், சின்னமாயனையும் தன்னையும் என்னவென்று நினைத்திருப்பாள் என்று யோசித்தாள்.

சஞ்சய் வனத்தின் ஓய்வறையில் இருப்பவன்தான் மாக்கியவெல்லி. அவன் இங்கே இருக்க வாய்ப்பில்லை. அவன் பெயரும், கொஞ்சம் கொஞ்சம் தோற்ற ஒற்றுமையும் கொண்ட எவனோ ஒருவன் இங்கே இருக்கிறான் என்று சின்னமாயன் உறுதியாக நம்பினான்.

பென்னி குவிக் தோட்டத்துக்குக் குதிரைவண்டி வந்தடைந்தபோது காவலர்கள் வழிமறித்தனர். கர்னல் ஓர் அவசர காரியமாக லண்டன் புறப்பட்டுவிட்டதாக தகவல் சொன்னார்கள். சின்னமாயன் பெருமாள்சாமியிடம் மாக்கியவெல்லி என்ற பெயரைச் சொல்லி அவனை அழைத்துவரச் சொன்னான். மாக்கியவெல்லி தன்னுடைய நகரத்தில் ஒரு திருட்டு வழக்கில் தப்பித்து வந்துவிட்டதாகவும் அவனை விசாரிக்கத்தான் அழைத்துச் செல்ல வேண்டும் என்று பெருமாள்சாமியிடம் சொன்னான். பெருமாள்சாமி பென்னி குவிக் மாளிகையின் தோட்டக் காவலர்களிடம் அந்தத் தகவலைச் சொன்னபோது அவர்களுக்கு ஆச்சரியமாக இருந்தது.

''இந்தப் பயலா? திருட்டா? இது ஒரு அப்புராணிப் பூச்சியாச்சே பெருமாளு...'' - காவலன் இருளாண்டி சிரித்தான்.

இருளாண்டி வேட்டியை மடித்துக்கொண்டு தோட்டத்துக்குள் சென்றான். ஒரு சில நிமிடங்களுக்குப் பின் திரும்பினான். பொன்னம்மா சொன்னதுபோலவே பெருத்த வடிவில் ஒருவன் அவனோடு வந்தான். சின்னமாயன் அருகில் சென்று பார்த்தான். முறுக்கிய மீசையோடு இருந்த அந்த முகம்... மாக்கியவெல்லிதான்! வேட்டி துண்டோடு இருந்த அவனுடைய தோற்றம்

சின்னமாயனுக்கும் நெய்தலுக்கும் புதிராகவும் புதுமையாகவும் இருந்தது.

"இந்த எடுபட்டப் பயல தள்ளிக்கிட்டு போகத்தான் வந்தீகளா? இது மனுசப் பிறவி இல்லீங்க. இவன் கத்தியோ கண்ணீர்விட்டோ, முக்கியோ முனகியோ நாங்க யாரும் பாக்கலீங்க."

1896இல் கிடைத்த மாக்கியவெல்லியோடு மீட்பு ரயிலில் ஏறி சஞ்சய் வனத்துக்கு திரும்பினர் சின்னமாயனும் நெய்தலும். வரும் வழியில் மாக்கியவெல்லி மயங்கிவிட்டான். ஓய்வறையில் ஏற்கெனவே மயக்கத்தில் இருந்த இளைத்த மாக்கியவெல்லிக்கு அருகில் பெருத்த மாக்கியவெல்லியைக் கிடத்தினர். வழக்கம்போல் அவனுக்கும் மரபணுச் சோதனை மேற்கொள்ளப்பட்டது. புதிய மாக்கியவெல்லிக்கும் மரபணு பொருந்தியது. இருவருக்கும் இன்னும் நாடித்துடிப்பு இருந்தது. லாரல் அண்ட் ஹார்டியைப் போல் இருவரும் அருகருகே மயங்கிக் கிடந்தனர்.

"நெய்தல் நீ ஒரு முட்டாள். எவனோ சொன்னதக் கேட்டு மீட்பு ரயில்ல நமக்கு இருந்த இரண்டாவது வாய்ப்பையும் தவற விட்டுட்டோம். இன்னும் ஒரு வாய்ப்புதான் நமக்கு இருக்கு. ஒரு நிறுத்தம்தான்..." - சின்னமாயன்.

"மாயன், என்ன ஏன் திட்ற? நாம வெறுங்கையோட வரலையே. இதோ, இன்னொரு மாக்கியவெல்லி. நான் இத எதிர்பார்த்தேன். நீ சொன்னது சரி. இது ஒரு மாயவலதான். இத புரிஞ்சுக்கிறத்துக்கு எனக்குக் குறஞ்சது இரண்டு சேம்பிள் தேவப்பட்டது. நான் ஒன்னு சொல்லவா? நாம அடுத்தடுத்து வெவ்வேறு காலங்களுக்கு பயணிச்சாலும் அங்கயும் ஒரு மாக்கியவெல்லி இருப்பான். ஆனா, உண்மையான மாக்கியவெல்லி நமக்குக் கிடைக்கமாட்டான்!" - நெய்தல்.

"உண்மையான மாக்கியவெல்லியா? அப்ப இவங்க இரண்டு பேரும் யாரு?" - சின்னமாயன்.

"மாயன், நான் சிந்தா அமுதனோட அறிக்கைய வாசிச்சேன். நமக்குக் கிடைத்தத் தகவல்களுக்குப் பின்னால மீட்டாவோட தலையீடு இருக்கு." - நெய்தல்.

''என்ன சொல்ற நெய்தல்?'' - சின்னமாயன்.

''1861ல மாக்கியவெல்லி இருக்கான்னு நமக்குச் சொன்னது மெரீனா ஆய்வாளர் குழு. அவங்க தனித்துச் செயல்படல. நீலோம்னு ஒரு ஸ்பை ஏஜென்சியோட சேந்து வேல பாத்திருக்காங்க. நீலோம் ஏஜென்சி மீட்டாவோட கைப்பாவை. நம்மள 1896ஆம் ஆண்டுக்குப் போகத் தூண்டிய அந்தப் பொறியாளர், அவர் பேரு ஜகதீசன். அவர் வீர் ஜடாயுவுல இருந்து இறங்கிய மறுநொடி காதர் மைதீன்னு ஒரு நபர்கிட்ட இருந்து மெய்பேசி அழைப்பு வந்திருக்கு. காதர் மைதீன் ஓய்வுபெற்ற ஒரு பல்லுயிர் ஆய்வறிஞர். அவர் 'மீட்டா பயாலஜிக் லேப்'க்கு கௌரவ ஆலோசகரா இருக்காரு. அந்த அழைப்புக்கு அப்புறம்தான் ஜகதீசன் ஓய்வறைக்கு வந்திருக்காரு. உன் சந்தேகம் சரி. இது எல்லாமே முன்திட்டங்களோட அரங்கேறியிருக்கு!''

''அப்ப இங்க படுக்கைல நாம பாக்கற இந்த இரண்டு பேர்?''

''மாயன், உடனடியா சிந்தா அமுதன்கிட்ட பேசி தமிழ்நாடு காவல்துறைல இருந்து சுட்டுப் பிடிக்கிற உத்தரவ வாங்கிக் கொடு.''

''எதுக்கு நெய்தல்? யாரச் சுடப்போறோம்?''

''நான் சொல்றதச் செய்!''

சின்னமாயன் சிந்தா அமுதனோடு தொடர்பு கொண்டான். சுட்டுப்பிடிக்கும் உத்தரவு குறித்து இருவரும் உரையாடினர். நெய்தல் அதைக் கைகட்டி வேடிக்கைப் பார்த்துக்கொண்டிருந்தாள்.

''நெய்தல், இன்னும் 48 மணி நேரத்துல நமக்கு அனுமதி கிடைக்கும்.'' - சின்னமாயன்.

''அவ்வளவு நேரம் காத்திருக்க முடியாது மாயன்...'' நெய்தல், தன் துப்பாக்கியை எடுத்தாள். தன் மெய்பேசியில் புல்லட் ரிப்போர்ட் என்று பெயரிடப்பட்ட செயலியை இயக்கினாள். படுக்கையில் மயங்கிக்கிடந்த இரண்டு மாக்கியவெல்லிகளையும் தன் துப்பாக்கியால் சுட்டுத்தள்ளினாள். சின்னமாயன் திடுக்கிட்டான்.

அறையில் இருந்த மருத்துவர்கள் ''ஐயோ'' என அலறியடித்துக் கொண்டு வெளியே ஓடினர். சின்னமாயனும் கணிதனும்

நெய்தலைத் தடுக்க முயற்சித்தனர். அவர்களையும் மீறி இரண்டு மாக்கியவெல்லிகளையும் நெய்தலின் தோட்டாக்கள் துளைத்தன.

அவள் பயன்படுத்திய நவீன தோட்டாக்கள் ஆளைத் துளைத்ததும் அவர்களது ஆழ்மனதில் இருக்கும் எண்ண ஓட்டங்கள் 'புல்லட் ரிப்போர்ட்' என்ற செயலி வழி சித்திரங்களாகப் பதிவாகும். இருவரையும் சுட்டதும் தன் மெய்பேசியில் எழுந்த சித்திர அறிக்கையை ஓய்வறையின் சுவருக்கு மடைமாற்றினாள் நெய்தல். அதில் எந்தக் கோடுகளும் இன்றி அவை வெறுமையாக இருந்தன. மயங்கிக்கிடந்த இரண்டு மாக்கியவெல்லிகளுக்கும் ஆழ்மனச் சிந்தனை என்றொன்றில்லை என்பதை நெய்தல், தோட்டா அறிக்கைகளின் மூலம் நிரூபித்தாள். இரண்டுமே நினைவுகளோ கனவுகளோ இல்லாத புனைவு உருவங்கள் என்பதை சின்னமாயனுக்குப் புரியவைத்துவிட்டு துப்பாக்கியை மீண்டும் உறைக்குள் பூட்டினாள்!

ஆதிசிவன் காத்திருக்கிறார்

''மாயவனம், வாலாந்தூருக்குள்ள பெரிய மண்டபம் எதாவது இருக்கா?''

''வாலாந்தூர ஆண்ட வால்ராசா அரண்மன முப்பது வருசத்துக்கு முன்ன பெரட்டி அடிச்ச பொசக்காத்துல மண்ணுக்குள்ள மண்ணா போயிருச்சு. சுத்துப்பட்ட கூட்டம் அந்த அரண்மன சொவத்துலயும் தூண் மரத்துலயும் இருந்த மயிலு, குதிரை, யானையெல்லாம் வடிவா வெட்டி எடுத்துக்கிட்டுப் போய், புள்ளக்குட்டிகளுக்கு வெளையாட கொடுத்திட்டாக. எதுக்குக் கேக்குறீக?''

எட்டு நாடுகளில் திடியன் மலச்சாமி மற்றும் சோணக்கருப்பன் கோயில், கொக்குளம் பேக்காமன் கருப்புசாமி, பாப்பாப்பட்டி வழிபடும் ஒச்சாண்டம்மன், வேப்பனூத்து வெண்டிக்கருப்பு கோயில், தும்மக்குண்டு காவல்தெய்வம் வைரவன், புத்தூரின் நான்கு வம்சாவளிகளாகிய பின்னத்தேவன் கரை, இராமசாமி தேவன் கரை, ஒச்சான் படிவுத்தேவன் கரை, பெரும்புலி அழகாத்தேவன் கரை ஆகியோர்களில் அழகாத்தேவன் கரை வழிபடும் கோயில் என ஏழு வெவ்வேறு கோயில்களில் ஏழு கயல் சகோதர குழாய்களையும்,

அவற்றின் லிங்கா தியேட்டர் பாஸ்ட் கல்மண்டபங்களையும் கண்டறிந்து அவை முற்றிலும் செயலிழக்கும் வண்ணம் அடித்து நொறுக்கிவிட்டான் மாக்கியவெல்லி. அவன் ஒவ்வொன்றாய் சேதப்படுத்திக்கொண்டே வர அதற்கு ஈடுகொடுக்கும் வண்ணம் நிகழ்காலத்தில் நித்திலன் சதுக்கமும் இணையக் கழகமும் செயலிழந்த நெபுலாக்களின் தகவல்களை அடுத்தடுத்த நெபுலாக்களுக்கு மாற்றிக் கொண்டே வந்தனர்.

தற்போது ஏழு நெபுலா அமைப்புகளும் கடந்த காலத்துடனான தொடர்பை இழக்கவே, சங்கத்துறைக் கடலில் அமைந்திருக்கும் நெபுலா மட்டும்தான் மூல் நிரல்களைப் பின்பற்றி கடந்த காலத்தோடு தொடர்பில் இருக்கிறது. சங்கத்துறை நெபுலாவுக்கு அனைத்து நியூரோ எண்களும் மடைமாற்றப்பட்டன. அதுவும் தொடர்பு இழந்தால் மூல் டி.டி.பி. முற்றிலும் முடக்கப்பட்டு அனைத்துத் தரவுகளும் நிகழ்காலத்தில் மட்டுமே சேமிக்கப்பட்டிருக்கும். அது அபாயகரமான நிலை. எவரும் பொதுமக்களின் நியூரோ எண்களைக் கவர முடியும். கவர்ந்த நியூரோ எண்களால் அவரவர் சிந்தனையின் பண்பாட்டுச் செய்திகளையும் முற்றிலும் மாற்றியமைக்க முடியும். சமூகவிரோதச் செயல்களில் சாமானியர்களை எளிதில் ஈடுபட வைக்க முடியும். அது நிகழ்ந்துவிடக் கூடாது என்று தமிழ்நாடு இணையக் கழகமும், நித்திலன் சதுக்கமும் பதற்றத்தில் இருந்தன. அவர்கள் நெபுலா சிறப்புப் படையின் அடுத்தக் கட்ட நடவடிக்கையை மலைபோல் நம்பிக் காத்திருந்தனர்.

எட்டு நாடுகளில், அந்த எட்டாவது கயல் குழாய் எங்கே இருக்கிறது? வாலாந்தூர் அங்காள அம்மன் கோயில் நிலத்தில் அப்படி ஒரு குழாய் இல்லை எனில் அது வேறு எங்கே அமைக்கப்பட்டிருக்கும்? மாக்கியவெல்லிக்கு மாயவனம் சொன்ன வால்ராசா அரண்மனை மீது நம்பிக்கை இல்லை. ஏற்கெனவே மண்ணில் புதைந்துபோன ஒரு கட்டடத்தைச் சுற்றி நெபுலா குழாய் பதிக்கப்பட்டிருக்க வாய்ப்பில்லை என்று அவன் நினைத்தான். எனில் வேறு எங்கே? எந்த தெய்வம் தன்னுடைய ஆளுமைக்குள் அந்த எட்டாவது கயல் குழாயைப் பாதுகாத்துக்கொண்டிருக்கிறது? அவன் குழப்பத்தில் ஆழ்ந்திருந்தபோது மீட்டா கூடத்திடம் இருந்து

அவனுக்கு அழைப்பு வந்தது. போலந்து நாட்டின் ஆய்வாளர் லூயி மவுண்ட் சொன்ன தகவலில் மாக்கியவெல்லியின் குழப்பத்துக்குப் பதில் இருந்தது.

''ஆம் மாக்கியவெல்லி. நமக்கு எட்டு நாடுகள் குறித்த தகவல்களைக் கொடுத்த ஆய்வாளர்தான் லூயி மவுண்ட். அவர் இப்ப மீட்டா கூடத்துக்கு முழுநேர ஆலோசகரா இருக்காரு. நித்திலனோட நீண்ட நெடிய அவதார் கோப்புகளை அவர் நமக்காக ஆய்வுக்குள்ளாக்கி ஒரு முக்கியமான தகவல பகிர்ந்திருக்காரு...''

''சொல்லுங்க ஆலன்.''

''எட்டு நாடுகள் வெறும் எட்டு நாடுகள் இல்ல. 24 உப கிராமங்களும் அதுல அடங்கும். உங்களுக்குத் தெரியும்.''

''ஆமாம். விக்கிரமங்கலம், வடிவேல்கரை, விளாச்சேரி, கொடிக்குளம், தோப்பூர், கப்பலூருனு ஒரு பெரிய பட்டியல் இருக்கு.''

''நித்திலனோட ஆயிரக்கணக்கான கட்டுரைகள லூயியோட குழு ஊடாடியபோது அதுல அவர் எழுதிய ஒரு ஆன்மிகக் கட்டுரைல அவரை அறியாம 'நாடு எட்டும் - உபம் ஒன்றும் நமைக் காக்கும்'னு குறிப்பிட்டிருக்காரு.''

''அப்ப 24 கிராமங்களையும் நாம ஆராய வேண்டியிருக்கா?''

''அந்தச் சிரமத்த லூயி நமக்குக் கொடுக்கல. நித்திலன் அவருடைய நிகழ்கலாத்துல தேனி, மதுரை, கொடைக்கானல் பகுதிகளுக்குப் போகும்போதெல்லாம் அவர் தவிர்க்காம போய் வழிபடற ஒரு இடம் இருக்கு...''

''எந்த இடம்?''

''நாட்டாங்குளம் ஆதிசிவன் கோயில்.''

''ஓ..! 24 உப கிராமங்களில் நாட்டாங்குளமும் வருது.''

''ஆமாம். ஆனா, இப்ப நீங்க நாட்டாங்குளத்துக்குப் போனா அங்க கயல் குழாய்கள் எதுவும் இருக்காது.''

''புரியல. பாக்காம எப்படிச் சொல்ல முடியும்?''

‘‘முடியும். ‘நாடு எட்டும் - உபம் ஒன்றும் நமைக் காக்கும்’னு எழுதியவர் அதுக்கு அடுத்த வரியில் ‘எழூரேகை காலம் தனில்’னு ஒரு வரி எழுதியிருக்காரு.’’

‘‘நாடு எட்டும் உபம் ஒன்றும் நமைக் காக்கும் - எழூரேகை காலம் தனில்? இத, ஏழேழு ஆயுளுக்கும் அதாவது ஜென்மங்களுக்கும், நாடு எட்டும் உபம் ஒன்றும் நமைக் காக்கும்னு புரிஞ்சுக்க முடியுது. சரியா?’’

‘‘நானும் அதத்தான் சொன்னேன். ஆனா லூயி மவுண்ட் வேற ஒரு கருத்தை முன் வைக்கிறார். இங்க எழூரேகை என்பது ரேகை சட்டத்துக்கு எதிராக கிளர்ந்தெழுந்த எழுச்சியக் குறிப்பதா இருக்கலாம்னு அவர் நினைக்கிறாரு. எழூரேகை காலம் என்பது அந்த எழுச்சி நிகழ்ந்த காலம். இந்த வரிய முழுவதும் படிக்கும்போது காலம் தனில்னு நாம படிப்போம். ஆனா, சீக்ரெட் டெக்ஸ்ட்ல சில எழுத்துக்கள நாம தவிர்த்துப் படிக்கணும். எழூரேகை காலம் தனில் என்பது ஏன் ‘எழூரேகை காலம் தனி’யா இருக்கக் கூடாதுனுன்றது லூயியோட வாதம்.’’

‘‘எட்டு நாடுகளில் - ஏழு நாடுகளில் அமைக்கப்பட்டிருக்கிற கயல் குழாய்கள் ஒரு குறிப்பிட்ட ஆண்டுலயும், ஒரு கயல் குழாய் மட்டும் தனி ஆண்டுலயும் அதாவது கைரேகை சட்டத்துக்கு எதிராகப் போராட்டம் நடந்த ஆண்டுலயும் அமைக்கப்பட்டிருக்கா?’’

‘‘உறுதியா சொல்ல முடியாது மாக்கியவெல்லி. அதுக்கான சாத்தியங்கள் இருக்கு.’’

‘‘கைரேகைச் சட்டத்துக்கு எதிரா போராட்டம் நடந்த ஆண்டு எது?’’

‘‘1920’’

‘‘ஆலன், காலம் ஒருபக்கம் இருக்கட்டும். இப்ப நான் இருக்கிற இந்தக் காலத்திலேயே நாட்டாங்குளத்துல ஏதாவது குழாய் அமைப்பு இருக்கானு பாக்கறேன். ஒருவேள அப்படி எதுவும் இல்லனா அப்ப லூயியோட பாதைல நாம பயணிக்கலாம்.’’

‘‘யூனிட் 613வோட நம்ம அலுவலகம் தொடர்புல இருக்கு. ஒருவேள 1920க்கு நீங்க பயணிக்க வேண்டியிருந்தா, பழனி மலை அருகில் ஒரு சூழல் ரயிலை அனுப்ப அவங்க தயாரா இருக்காங்க.’’

கையில் மண்வெட்டி மற்றும் கடப்பாரையோடும், பின்னால் மாயவனத்தோடும் தன் குதிரையை ஓட்டிக்கொண்டு திடியன் வாலாந்தூர் தாண்டி காட்டுப்பாதை வழியாக நாட்டாங்குளத்தை வந்தடைந்தான் மாக்கியவெல்லி. அவனோடு ஸ்பார்ட்டாவும் ஓடி வந்தது. ஆதிசிவன் கோயிலுக்கு மாயவனம் வழி சொன்னாள். அங்கே ஒரு சிறிய கரும்பாறை கட்டடத்தில் உள்ள கருவறையில் தான் வைத்துவிட்டுப் போன போலிச்சிலை பத்திரமாக இருந்தது. கோயிலின் கிழக்குமூலையில் அவள் புதைத்துவைத்த உண்மை சிலை பற்றியத் தகவலை மாக்கியவெல்லியிடம்கூட அவள் சொல்ல விரும்பவில்லை.

தன் கடப்பாரையைக் கொண்டு கோயிலின் சுற்று வட்டார நிலங்களில் மாக்கியவெல்லி தோண்டிப் பார்த்தான். அதர்வாணா கருவிகொண்டு சோதித்துப் பார்த்தான். அவன் கோயிலின் கிழக்கு எல்லையைத் தோண்டியபோது மாயவனத்துக்குக் கொஞ்சம் பதைபதைப்பாக இருந்தது. ஆனால், ஆதிசிவன் இருந்த ஆழத்தை அவன் நெருங்கவில்லை. சோர்ந்துபோய் கடப்பாரையை வீசிவிட்டு அருகில் இருந்த புளியமர நிழலில் அமர்ந்தான். ஆலன் சொன்னதுபோல கயல் குழாய்களுக்கான எந்த சாத்தியங்களும் அங்கே தென்படவில்லை. லூயி மவுண்ட் சொன்னபடி 1920ஆம் ஆண்டுக்கு தான் பயணிக்க வேண்டிய அவசியத்தைப் புரிந்துகொண்டான். மாயவனம், தான் கொண்டு வந்த பானகத்தை மாக்கியவெல்லியோடு பகிர்ந்துகொண்டாள்.

''மாயவனம், நீ ஒன்னும் தெரியாத பொண்ணு. என்ன விட்டுப் போயிரு. எனக்கு உதவி செய்யறது மூலமா எதிர்காலத்துக்கு நீ பெரிய தீங்கு செய்யற..!''

அவளும் கொண்டை முடிந்துகொண்டு அருகில் அமர்ந்தாள்.

''அந்தக் குழாயில அப்படி என்னத்தக் கண்டீக? நாயா பேயா அதத் தேடி அலையறீக.''

''என் மூளைக்குள்ள நீ புகுந்து நான் என்ன சிந்திக்கணும்னு நீ முடிவு பண்ணா எப்படி இருக்கும்?''

''கருமாந்திரமா இருக்கும். ஒத்த மூளைக்கே இங்க மூச்சு வாங்கிப் போகுது. இதுல அடுத்தாளு மூளைக்குள்ளார எதுக்குப் போய்க்கிட்டு..?''

''உங்கள அடிமப் படுத்த நினைக்கிற கம்பெனி அரசோட அதிகாரிகளோட மூளைக்குள்ள நீ போயிட்டா... இனி உங்கள அடிமையா பாக்கக் கூடாதுன்ற சிந்தனைய அவங்க மூளைல ஏற்படுத்தலாமே. அது உங்களுக்கு நல்லதுதான?''

''நல்லாத்தான் இருக்கு. ஆனா அவென் மூளைக்குள்ள நான் புகுந்து அவனப்போலவே யோசிச்சுத் தொலச்சுட்டா?''

மாக்கியவெல்லி சிரித்தான்.

''நான் எதிர்காலத்துல இருந்து வந்திருக்கேன்னு சொன்னத நீ நம்பல. ஆனா, எதிர்காலத்துல மக்களைக் கண்காணிக்கவும் கட்டுப்படுத்தவும் அவங்களோட சிந்தனைகளுக்குள்ள நேரடியா நுழைய முடிந்த நியூரோ தொழில்நுட்பம் இருக்கு. நான் தேடற குழாய்கள் அந்தத் தொழில்நுட்பத்தோட தொடர்புடைய குழாய்கள்.''

மாயவனத்துக்குப் புரியவில்லை.

''இந்த வெவரமெல்லாம் இந்த வெடிகுண்டுக்காரிக்கு எதுக்கு? பொழுது சாயுது. ஊர் போய்ச் சேருவோம்.''

இருவரும் மீண்டும் காட்டுப்பாதை வழியே குதிரையில் திரும்பிக்கொண்டிருந்தனர். இந்த முறை மாயவனம் குதிரையைச் செலுத்தினாள். மாக்கியவெல்லி பின்னால் அமர்ந்திருந்தான். அந்த கேள்வியைக் கேட்காமல் இருக்க முடியவில்லை.

''மாயவனம், நான் ஊருக்குப் போக வேண்டியிருக்கு. நீ என் கூட வரணும்.''

''எந்தூருக்கு..?''

''நாட்டாங்குளம்.''

''இப்பத்தான போய் வந்தோம்..?''

''மறுபடியும் போகணும். ஆனா ரயில் ஏறிப் போகணும்.''

''குதிரைல போனது ஒடம்புக்குச் சொகமில்லையோ?''

''நாம இப்ப இருந்து நூறு வருஷத்துக்கு அப்புறம் இருக்கிற நாட்டாங்குளத்துக்குப் போகப் போறோம்!''

‘மறுபடியும் கிறுக்குப் புடிச்சுப் போச்சா?’

மாயவனம் சிரித்துக்கொண்டே குதிரையின் வேகத்தைக் கூட்டினாள். தன்னோடு பயணிக்க விரும்பும் அவளுக்கு காலமும் பருவமும் தேவையற்ற தகவல்கள் என்பதை மாக்கியவெல்லி உணர்ந்தான்.

1911ஆம் ஆண்டு பிரிட்டிஷ் இந்திய அரசு குற்ற இனச் சட்டத்தை அதிகாரபூர்வமாக்கியது. 1914ஆம் ஆண்டு இந்தியாவின் எல்லா மாகாணங்களிலும் குற்ற இனச் சட்டத்தைத் தீவிரமாக அமுல்படுத்த ஆணை பிறப்பித்தது. 1915ஆம் ஆண்டு முதல் மதுரை ஜில்லாவின் மீது சாத்தானின் நிழலைப்போல சட்டத்தின் ஆக்கிரமிப்புத் தொடங்கியது. கள்ளர் இனத்தில் குற்றவாளிகளை அடையாளம் கண்டு அவர்களை மட்டும் சட்டத்தின் வளையத்துக்குள் கொண்டு வரச்சொல்லி சென்னை மாகாணம் உத்தரவிட்டிருந்தது. முதல் கட்ட நடவடிக்கையாக கீழக்குடி, சொரிக்கான்பட்டி, மேலஉரப்பனூர், பூசலப்புரம் ஆகிய ஊர்களில் குற்றவாளிகளின் பட்டியல் தயாரானது. இதற்கிடையே கள்ளர்களில் குற்றவாளிகளை மட்டும் அடையாளம் காணும் சட்டத்தின் போக்குக்கு மதுரை கலெக்டர் அலுவலகம் ஆட்சேபணை தெரிவித்தது. கள்ளர்களில் அதுவும் குறிப்பாக பிரமலைக் கள்ளர்களில் குற்றம் செய்தவர்கள், செய்யாதவர்கள் என்று பிரிக்காமல் அனைவரையும் சட்டத்தின் வரம்புக்குள் கொண்டுவரும்படி சட்டத் திருத்தம் கோரியது. முதலில் இதற்கு மறுப்புத் தெரிவித்த சென்னை சர்க்கார் பின்னர், பல்வேறு கலந்தாலோசனைகளுக்குப் பிறகு, 1918ஆம் ஆண்டு குற்ற இனச் சட்டத்தில் திருத்தம் மேற்கொண்டது.

புதிய திருத்தத்தின் படி பிரமலைக் கள்ளர்கள் அனைவரும் குற்ற இன பதிவேடான 10-1-*A*இல் தங்களைப் பதிவுசெய்தாக வேண்டும் என்பது கட்டாயமாக்கப்பட்டது. பல ஆயிரம் ஆண்டுகளாய் தமிழர்களின் போர்வெளியில் முன்களப் படை வீரர்களாக நெஞ்சுரத்தோடு நின்ற ஓர் இனத்தின் மீது நேற்று முளைத்த பிரிட்டிஷ் அரசாங்கம் குற்ற முத்திரை குத்தியது. சட்டப் பிரயோகம் செய்ய எல்லா மாவட்டங்களிலும் ஒரு தனி அலுவலகம் உண்டாக்கப்பட்டு அதில் முதல் வகுப்பு நீதிபதி, காவல்துறை கண்காணிப்பாளர்கள், ஏட்டுகள் பணியமர்த்தப்பட்டனர்.

1920ஆம் ஆண்டு எட்டு நாடுகளின் உப கிராமங்களில் குற்ற இனச் சட்டம் காண்டாமிருக வண்டுகளைப்போல் புகுந்தது. மதுரையின் பெரும்பாலான கிராமங்களில் கள்ளர்கள் ரேகை பதிந்துவிட்டபோதிலும் பெருமாநல்லூரைச் (பெருங்காமநல்லூர்) சேர்ந்தவர்கள் குற்ற இனச் சட்டத்துக்கு உடன்படவில்லை. வருகிற ஏப்ரல் மூன்றாம் தேதி பெருமாநல்லூரின் ரேகைகள் பதிவேற வேண்டும் என்று கலெக்டர் ஆணையிட்டார்.

இத்தகைய சூழலில் ஏப்ரல் 1ஆம் நாள் மாக்கியவெல்லியும் மாயவனமும் பயணித்த யூனிட் 613இன் சுழல் ரயில் நாட்டாங்குளத்தின் சோளக்காட்டில் வந்து இறங்கியது.

மூக்காயி மடியில் குழந்தையாக இருந்தபோது புஷ்பக விமானம் பற்றிய கதைகளை மாயவனம் கேட்டிருக்கிறாள். சுழல் ரயில் அவளை மீண்டும் குழந்தையாக்கியது. மாக்கியவெல்லி இத்தனை நாட்களாய்ச் சொன்ன காலப்பயணத்தை அவள் மெல்ல மெல்ல நம்பத் தொடங்கினாள். தன் மனதில் குடிகொண்டிருப்பவன் எதிர்காலத்தின் ஓர் அவதாரம் என்ற உண்மை அவளை ஆச்சரியப் படுத்திக்கொண்டிருந்தது. அவளது நீளமான விழிகளில் அத்தனை ஆச்சரியங்களுக்கும் இடம் இருந்தது.

பெருமாநல்லூரில் குற்ற இனச் சட்டத்துக்கு எதிராக ஒரு கலவரம் நிகழவிருக்கிறது. இந்தத் தருணத்தில் நாட்டாங்குளத்துக்குச் சென்றால் அங்கே மக்கள் நடமாட்டம் இருக்காது. கயல் குழாயையும் கல் மண்டபத்தையும் கண்டறிந்து எளிதில் அவற்றைச் செயலிழக்கச் செய்யலாம் என்பது மீட்டாவின் பரிந்துரையாக இருந்தது. அதன்படி சுழல் ரயில், மாக்கியவெல்லியையும், மாயவனத்தையும், குள்ளநரி ஸ்பார்ட்டாவையும் கலவரத்துக்கு இரண்டு நாட்களுக்கு முன் நள்ளிரவு நேரம் நாட்டாங்குளத்துக்கு அழைத்து வந்தது.

"என்ன மாயவனம் பாக்கற? இது நாட்டாங்குளம். உனக்கு பழக்கப்பட்ட ஊர்தான். ஆனா, நூத்துபதினெட்டு வருஷத்துக்கு அப்புறம் வந்திருக்கோம்."

மாயவனம் சோளக்காட்டில் இருந்து ஒத்தையடிப் பாதைக்கு மாறி நடந்தாள். நூறு வருடங்களில் அந்த ஊரில் பெரிய

மாற்றங்கள் எதுவும் இல்லை. ஆடு, மாடு, தொழுவங்களின் கட்டமைப்புகளில் ஒரு புதிய ஒழுங்கு இருந்தது. வீசும் காற்றில் மாட்டுச் சாணத்தின் வாசம் குறைந்து ரசாயன வாடை கூடியிருந்தது. ஆங்காங்கே செங்கல் சத்திரங்கள் காணப்பட்டன. அவற்றில் சில அரசு அலுவலகங்களாகக் காட்சியளித்தன. 'சி.டி. செயல்பாட்டு மையம்' என்று ஓர் அலுவலகத்தின் நெற்றியில் பலகை வைக்கப்பட்டிருந்தது. சி.டி என்றால் கிரிமனல் ட்ரைப் என்று மாக்கியவெல்லிக்குத் தெரிந்தும் அவன் அதை மாயவனத்திடம் சொல்ல விரும்பவில்லை. நூறு ஆண்டுகளில் அவளது இனமே குற்ற இனமாக அறிவிக்கப்பட்டிருக்கிறது என்ற செய்தியை அவள் தலையில் சுமத்த அவன் தயாராக இல்லை. இது ஒரு தற்காலிகப் பயணம் என்பதால் அந்தத் தகவலைச் சொல்லி அவளைத் தவிப்புக்குள்ளாக்க வேண்டாம் என நினைத்தான்.

மாயவனம் தனக்குத் தெரிந்த வழியில் ஆதிசிவன் கோயில் நோக்கி நடந்தாள். அவள் நடந்த பாதைகள் ஆங்காங்கே மறிக்கப்பட்டிருந்தன. குற்ற இனச் சட்டத்தின்படி ராதாரிச்சீட்டு இல்லாமல் ஊர் மக்கள் யாரும் வெளியூருக்குப் போகக்கூடாது என்பதால் ஊரின் பல்வேறு இடங்களில் தடுப்புச் சாவடிகள் காணப்பட்டன.

'என்னாத்துக்கு ஊர் பூரா கண்ணாமூச்சி ஆடிக் கிடக்காய்ங்க தெரிலயே!'

மாயவனம் தனக்குத்தானே பேசிக்கொண்டாள். ஆளற்ற ராத்திரியில் அங்காள அம்மனின் அழகுருவாய் ஊரைச் சுற்றி மாற்றுப் பாதைகள் வழி ஆதிசிவன் கோயிலை அடைந்தாள். மாக்கியவெல்லி அவளைப் பின்தொடர்ந்து வந்தான். ஸ்பார்ட்டா கோயிலுக்குள் நுழையாமல் வாசலில், தான் கண்ட பெருச்சாளியைத் துரத்திக்கொண்டு ஓடியது.

மாயவனத்தின் நினைவில் இருந்த ஆதிசிவன் கோயில் இல்லை அது. சுற்றி சுவர் எழுப்பப்பட்டிருந்தது. கோயில் கோபுரம் வான் பார்த்து வளர்ந்திருந்தது. வாசலில் ஒரு கதவு கருவறைக்கு ஒரு கதவு என்று அமைக்கப்பட்டிருந்தது. முற்றத்தில் நெய்தீபங்கள் ஏற்றப்பட்டிருந்தன. பேச்சியம்மன் ராக்காச்சியம்மனுக்கு சிலைகள் எழுப்பப்பட்டிருந்தன. கருவறை கதவு பூட்டப்பட்டிருந்தது. அதன்

துளை வழி மாயவனம் கண்களை குறுக்கிப் பார்த்தாள். ஆதிசிவன் ஒரு பெரிய பீடத்தில் அமர்ந்திருந்தார்.

''நம்ம சாமி மண்ணோடத்தான கெடக்கும். இது என்ன ராசா போல அரியணைல ஒக்காந்திருக்கு?''

தனக்குத் தெரிந்த ஆதிசிவனுக்கும் அவளுக்கும் இடையே நூறாண்டு இடைவெளியில் ஓர் சூனியச் சுவர் வளர்ந்திருப்பதாக அவள் உணர்ந்தாள். சீமைக்குப்போன தன் மகன் நாகரிகக் கல்வி பெற்று, முடி திருத்தி, வாசனை பூசி, எடுப்பான உடைகளோடு திரும்பி வருகையில் அவனை நெருங்கமுடியாமல் தவிக்கும் நாட்டுப்புறத் தாயைபோல் அவள் தள்ளி நின்றாள். அவள் மனதில் ஒரேயொரு கேள்வி மட்டும் ஒரு பைத்தியக்காரப் பூனையைப்போல மீண்டும் மீண்டும் சுழன்றுகொண்டிருந்தது. அதற்கான பதிலை ஆதிசிவன் வழங்கமாட்டாரா என அவள் ஏங்கினாள்.

கோயிலில் இருந்து இருநூறு அடி தூரத்தில் ஒரு கல்மண்டபம் காணப்பட்டது. மாக்கியவெல்லி அந்த மண்டபத்தின் கதவுகளை உடைத்தான். உள்ளே பூசை உபகரணங்கள் இருந்ததே தவிர லிங்கா தியேட்டர் பாஸ்ட்டின் முதல் தலைமுறை கணினி அமைப்புகள் எதுவும் இல்லை. மீண்டும் கோயில் வளாகத்துக்கு ஓடி வந்தான். வாசலில் விளையாடிக்கொண்டிருந்த ஸ்பார்ட்டா மாக்கியவெல்லி இருக்கும் திசை நோக்கி ஓடி வந்தது. அவன் தன் அதர்வாணா கருவி கொண்டும் கடப்பாரை கொண்டும் கயல் குழாய்களின் இருப்பை பரிசோதித்துக்கொண்டிருந்தான். குழாய் எதுவும் தட்டுப்படவில்லை. ஸ்பார்ட்டா நெய்தீபத் தூணுக்கு மேற்கே ஒரு குறிப்பிட்ட இடத்தைச் சுற்றி சுற்றி வந்து ஊளையிட்டது. மாக்கியவெல்லி அங்கே அதர்வாணாவை இயக்கியபோது அதில் சிவப்பு விளக்கு எரிந்தது. உள்ளே ஒரு கட்டமைப்பு இருப்பதற்கான அறிகுறி இருப்பதாக அது உணர்த்தியது. மாக்கியவெல்லி தன் கடப்பாரை கொண்டு கடுமையாகத் தோண்டினான். நாட்டாங்குளத்தின் நிலவு தேயத்தேயத் தோண்டினான். அவன் தோள்கள் இரண்டும் துரும்பாகும் வரை தோண்டினான். குழாய் அமைப்பு எதுவுமில்லை.

விரக்தியில் அவன் கடப்பாரையை பள்ளத்தில் வீசியபோது 'டங்' என ஓர் ஓசை கேட்டது.

அது புளிய மரத்தின் வவ்வால்களைக் 'கிரீச்சு கிரீச்சு' என நாலா திசையிலும் பறக்கச் செய்தது. மாக்கியவெல்லி மீண்டும் கடப்பாரையை நிமிர்த்தி மண்ணுக்குள் செலுத்தினான். உள்ளே - உறங்காப்புலியின் தோளில் ஏறி வங்கப் பெருங்கடலை கடந்து வந்து, மாயவனத்தால் புதைக்கப்பட்ட ஆதிசிவன், தவக்கோலத்தில் சிரித்திருந்தார்! அவர் கருமேனி எங்கிலும் நசநசவென ஒரு நூற்றாண்டின் புழுதி படிந்திருந்தது. மாயவனத்தின் மனதில் சுழன்ற ஒற்றை கேள்விக்கான விடை நிலவொளிச் சூழ அவதரித்தது!

குரங்கு துப்பு

போலந்து நாட்டின் சேந்தோமியஸ் நகரில் பனி பெய்துகொண்டிருந்தது. ஆய்வாளர் லூயி மவுண்ட் தன் பேத்தி ஜூலியாவை பள்ளியில் இருந்து அழைத்துக்கொண்டு பொடி நடையாகத் திரும்பிக்கொண்டிருந்தார். ஜூலியாவுக்குப் பிரியமான முந்திரி வெண்ணெய் ரொட்டி நீண்ட நாட்களாக நகரில் எங்கும் கிடைக்கவில்லை. அன்றுதான் அது அடுமனைகளில் வந்திறங்கி மணம் வீசிக்கொண்டிருந்தது. அதில் ஒன்றை வாங்கிக்கொண்டு இருவரும் வீட்டிற்கு வந்தபோது அங்கே சேந்தோமியஸ் காவல்துறை அதிகாரிகள் காத்திருந்தனர். ஜூலியாவிடம் ரொட்டியைக் கொடுத்து அவளை வீட்டிற்கு அனுப்பிவிட்டு வாசலில் இருந்த பலகையில் லூயி அமர்ந்தார். அதிகாரிகள் அவரைச் சூழ்ந்து நின்றனர்.

நித்திலன் சதுக்கத்தின் அலுவலர்கள் கடுமையான முயற்சிகளுக்குப் பின் ரிவெர்ஸ் மூல் அல்காரிதத்தின் துணைகொண்டும் லேட்டன்சி பீரியட் வழியாகவும் கயலின் சகோதரக் குழாய்கள் அமைக்கப்பட்டிருக்கும் ஆண்டுப் பரப்பை அறிய வந்தனர். 2057இல் இருந்து சுமார் 250 ஆண்டுகளுக்கு முந்தைய ஒரு காலகட்டமாக

இருக்கலாம் என்பது அவர்களுடைய அனுமானம். உடனடியாக நெபுலா சிறப்புப் படைக்கு தகவல் தெரிவிக்கப்பட்டது.

வீர் ஜடாயுவின் மீட்பு ரயிலால் 200 ஆண்டுகள் வரைதான் பின்னோக்கிப் போக முடியும். எனில் நித்திலன் சதுக்கம் சொல்லும் காலத்துக்குச் செல்ல இயலாது. கொடுக்கப்பட்ட நிறுத்தங்களில் இரண்டு முடிந்துவிட்டன. இன்னும் ஒரு வாய்ப்பு மட்டும்தான் இருக்கிறது. இதனை எப்படி கையாளுவது என்று சின்னமாயனும், நெய்தலும் கணிதனும், சிந்தா அமுதனும் சிறப்புப் படையின் அலுவலகத்தில் முகாமிட்டு ஆலோசனை நடத்தினர்.

''நெய்தல், மாக்கியவெல்லி இருக்கிற இடத்துக்கு நாம போக முடியாது. ஆனா, நம்மளத் தேடி மாக்கியவெல்லிய வர வைக்க முடிஞ்சா..?'' - சின்னமாயன்.

''மறுபடியும் நிகழ்காலத்துக்கா..?' - கணிதன்.

''இல்ல. நிகழ்காலத்துக்கு வந்தா இங்க அவனுக்கு இருக்கிற பலமான பின்னணிய வச்சு தப்பிக்க வாய்ப்பிருக்கு.'' - சின்னமாயன்.

''மீட்பு ரயில் போக முடிஞ்ச ஒரு காலத்துக்கு அவன வர வைக்கணும்?'' - நெய்தல்.

''ஆமாம்'' - சின்னமாயன்.

''அது எப்படி சாத்தியம் மாயன்?'' - சிந்தா அமுதன்.

''குரங்குத் துப்பு... கேள்விபட்டிருக்கீங்களா?'' - சின்னமாயன்.

''குரங்குத் துப்புனா என்னாகும்?'' - கணிதன்

சின்னமாயன் சிரித்தான்

''இது அந்தத் துப்பு இல்ல. களவுபோன பொருள் இங்கதான் இருக்குனு பொய்யா ஒரு துப்புச் சொல்லி காவக் கூலி வாங்கறது. அப்படி ஒரு குரங்குத் துப்ப நாம உருவாக்கி அத மாக்கியவெல்லிக்கு எப்படியாவது கொண்டு போய்ச் சேக்க முடிஞ்சா...'' - சின்னமாயன்.

''மாயன், அவன்கிட்ட அதக் கொண்டுபோய்ச் சேக்கறது இருக்கட்டும். நீ சொல்ற அந்தத் தகவல் நம்பும்படியா இருக்கணுமே!'' - நெய்தல்.

சின்னமாயன் மருத்துவமனையில் செங்காந்தளைச் சந்தித்தபோது அங்கே 'தங்கமே உன்போல தங்கப்பதுமைய...' பாடல் ஓடிக்கொண்டிருந்தது. அந்தப் பாடலைக் கேட்டேனும் நித்திலன் குணமடைய மாட்டாரா என்று செங்காந்தள் அதை மீண்டும் மீண்டும் ஒலிபரப்பிக்கொண்டிருந்தார். அவரது முயற்சிக்குப் பலனில்லாமல் இல்லை. ஒரு மின்னல் கணத்தில் நினைவு திரும்பிய நித்திலன் சில நாட்களுக்கு முன் காகிதத்தில் ஒரு வரியை எழுதியிருக்கிறார். அதை எழுதியதும் மீண்டும் அவருக்கு நினைவு தப்பிப் போனது. அதற்குப் பின் நினைவு திரும்பவில்லை. அந்தக் காகிதத்தை சிறப்புப் படை அலுவலகத்தின் மேசையில் வீசினான் மாயன்.

'நாடு ஏழும் - உபம் ஒன்றும் நமைக் காக்கும்' என்று அதில் காணப்பட்டது.

''இது நித்திலன் ஐயா நினைவு திரும்பியபோது எழுதிய வரி. எட்டு நாடுகளில் ஏழு நாடும் ஒரு உப கிராமமும்னு இத நான் புரிஞ்சக்கிறேன். கடந்த காலத்துல இருக்கிற நெபுலா அமைப்புகளைத்தான் அவர் குறிப்பிட்டு இருப்பதா நான் நம்பறேன்'' - சின்னமாயன்.

''உன் நம்பிக்கைக்கு என் வாழ்த்துகள். ஆனா, நம்பிக்கையே உண்மையாகாது மாயன். அது உண்மையாவே இருக்குனு வச்சுப்போம். இந்தத் தகவல மாக்கியவெல்லிக்குக் கொடுத்து கடைசி நெபுலாவையும் அழிக்கறத்துக்கு வழி சொல்லப் போறோமா?'' - நெய்தல்.

'நெய்தல், எனக்கு நித்திலன் ஐயாவ நல்லா தெரியும். அவருடைய ஆழ்மனசுல நம்ம நெபுலா மேகத்திரளப் பாதுக்காக்கணும்ன்ற எண்ணத்தத் தவிர வேற எதுவும் இருக்க வாய்ப்பில்ல. உப கிராமங்கள் மொத்தம் 24. அதுல எந்தக் கிராமத்துல எட்டாவது குழாய் பதிக்கப்பட்டிருக்குனு கண்டறிவது ரொம்ப சிரமம். இப்ப, நித்திலன் ஐயா எழுதிய இந்த வரிக்குக் கீழ நான் இன்னொரு வரி எழுதறேன்...''

நாடு ஏழும் - உபம் ஒன்றும் நமைக் காக்கும்

எழுரேகை காலம் தனில்

''இதுக்கு என்ன அர்த்தம் மாயன்?'' - கணிதன்.

'இதுக்கு நான் கற்பிக்கிற அர்த்தம் - கைரேகைச் சட்டத்துக்கு எதிரான போராட்டம் நடந்த காலத்தில் - ஒரு உப கிராமத்தில்...'' - சின்னமாயன்.

''எந்த கிராமம்..?'' - நெய்தல்.

''அத இனிமேதான் தேர்ந்தெடுக்கணும். நித்திலன் ஐயாவோட நடவடிக்கைகள வச்சு ஒரு கிராமத்தைத் தேர்ந்தெடுத்தா நம்பும்படி இருக்கும்.'' - சின்னமாயன்

''வர்ஸ்ட் கேஸ் சினேரியோல, நாம தேர்ந்தெடுக்கிற அந்த கோயில்ல நெபுலாவோட எட்டாவது குழாய் பதிக்கப்பட்டிருந்தா?'' - கணிதன்.

''அந்தளவுக்கு தெய்வம் நம்மளச் சோதிக்காதுனு நம்புவோம்.'' - சின்னமாயன்

''நீ சொல்ற எழுரேகைக் காலம்?'' - நெய்தல்.

''1920'' - சின்னமாயன்.

''ஓஹோ. நீ ஹோம் சிக் ஆகி, உன்னுடைய காலத்துக்கே போகத்தான் இத்தன பெரிய திட்டத்தத் தீட்ற?'' - நெய்தல்.

''இல்ல நெய்தல், நாம போற இடமும் காலமும் கொஞ்சம் பழக்கப்பட்டதா இருந்தா நமக்கு வசதியா இருக்கும்'' - சின்னமாயன்.

சின்னமாயன் எழுதிய மறைவரியைக் கொண்டு அதைச் சுற்றி ஒரு ஆதிசிவன் கதையை உருவாக்கினாள் நெய்தல். அவளது பொய்பொருள் தடுப்பு அலுவலகத்தின் துணைகொண்டு மீட்டா கூடத்தின் தொடர்பலைகளை தன் கண்காணிப்பு வட்டத்துக்குள் கொண்டு வந்தாள். அதில் போலந்து நாட்டின் ஆய்வாளர் லூயி மவுண்ட் மீட்டாவின் நெருங்கிய ஆலோசகராக இருப்பதைக் கண்டறிந்தாள். இன்டர்போல் காவல்துறையின் உறுதுணையோடு போலாந்து நாட்டின் சேந்தோமியஸ் நகரில் லூயி மவுண்ட், வீட்டுக் காவலுக்கு உட்படுத்தப்பட்டார்.

கைது நடவடிக்கையா அல்லது நெபுலா சிறப்புப் படைக்கு உதவுவதா என்று நெய்தல் நீட்டிய இரண்டு விரல்களில்

இரண்டாவதைத் தேர்ந்தெடுத்தார் லூயி. அவருக்கு அவர் பேத்தி ஜூலியாவின் எதிர்காலம் கேள்விக்குறியாவதில் விருப்பமில்லை. லூயி வழி மீட்டா கூடத்துக்கும் மாக்கியவெல்லிக்கும் குரங்குத் துப்பு கொண்டு சேர்க்கப்பட்டது.

1920ஆம் ஆண்டுக்கு செல்வதற்காக மீட்பு ரயில் தயாரானது. சின்னமாயனுக்கு மாக்கியவெல்லியைப் பிடிப்பது முதல் நோக்கமாக இருந்தாலும், பெருமாநல்லூர் கலவரத்தில் வீடு புகுந்து தாக்கப்பட்டு சுட்டுக்கொல்லப்பட்ட தன் தமக்கை போதும்பொண்ணை காப்பாற்ற வேண்டும் என்பது உள்நோக்கமாக இருந்தது. அது அவனுக்குக் கூடுதல் பதற்றத்தைத் தந்தது.

நெபுலா சிறப்புப் படை அலுவலகத்தின் தேநீர்க் கூடத்தில் சின்னமாயனும் நெய்தலும் நாட்டாங்குளம் மற்றும் பெருமாநல்லூர் வரைப்படங்களை விரித்து விவாதித்துக்கொண்டிருந்தனர். சின்னமாயனின் குரலில் வழக்கத்துக்கு மாறான நடுக்கம் இருந்தது. நெய்தல் அவனை திசை திருப்புவதற்காகப் பொய்பொருள் தடுப்புப் பிரிவுக்கு அறிமுகமாகியிருக்கும் புதிய தொழில்நுட்பங்கள் குறித்து அவனோடு பகிர்ந்தாள்.

'டாங்க்கி டஸ்ட்' என்ற ஊடுருவியைப் பற்றி அவள் விவரித்துக்கொண்டிருந்தாள். ஒரு பொம்மைக் கழுதையை ஒருவனின் அவதார் கோப்புகளுக்குள் அனுப்பினால் அது அவனைப் பற்றிய பொய்ச்செய்திகளையெல்லாம் மேய்ந்து தின்றுவிட்டு மெய்ச் செய்திகளை மட்டும் தன் முதுகில் பொதி சுமந்து வரும். அந்தப் பொதியின் ஒரு பயனாக எதிர்காலத்தில் அந்த நபரைப் பற்றி வெளிவரவிருக்கும் பொய்ச் செய்திகளையும் கண்டறிய முடியும். அதைக்கொண்டு முன் எச்சரிக்கை நடவடிக்கைகளை மேற்கொள்ளலாம். நெய்தல், தானே ஒரு கழுதையாக மாறி அந்தச் செயலியின் சேவையை விளக்கினாலும் சின்னமாயன் அதில் ஈடுபாடு காட்டவில்லை.

தூரத்தில் சிறப்புப் படை அதிகாரி நவீன் தாமஸ் கையில் ஒரு கனத்த புத்தகத்தோடு அலைந்துகொண்டிருந்தான். சின்னமாயன் அவனை அருகில் அழைத்தான்.

''அது என்ன புத்தகம் நவீன்?''

"மோகன் ஜனார்த்தனனப் பத்தி சிந்தா அமுதன் ஒரு தொடர் ஆய்வு நடத்தச் சொல்லியிருந்தார். குறிப்பா அவரச் சிறைல வந்து அடிக்கடி சந்திச்ச அமீராவப் பத்தி…"

"அமீராவப் பத்தி ஒரு புத்தகமே இருக்கா?" - நெய்தல்.

"இல்ல. இது கோலாலம்பூர் லைப்ரரில இருந்து இரவல் வாங்கிய ஒரு புத்தகம். புலம் பெயர்ந்தவர்கள் பற்றிய வரலாறு இதுல விவரமா சொல்லப்பட்டிருக்கு."

"இதுக்கும் அமீராவுக்கும் என்ன தொடர்பு?" - சின்னமாயன்.

"நான் ஒரு பைத்தியக்காரன். அமீராவோட குடும்பத்தப் பத்திதான் சிந்தா அமுதன் தெரிஞ்சுக்கச் சொன்னாரு. நான் அவங்க பூர்விகத்துக்கே போயிட்டேன்."

"என்ன அவங்க பூர்விகம்?" - நெய்தல்.

"1800-களின் தொடக்கத்துல இந்தியால இருந்து பினாங்குத் தீவுக்குப் பல்வேறு தொழிற்சாலைகளுக்காகக் கூலித்தொழிலாளிகள் கப்பல் வழியா போயிருக்காங்க. அதுல நாணயத்தொழிற்சாலை பணிக்காக தூத்துக்குடித் துறைமுகத்துல இருந்து போன ஒரு கப்பலில் இருந்தவர்கள்தான் அமீராவோட முன்னோர்கள். இருளப்பன், மருதாயி, சின்னவீரம்மா, பேச்சியம்மன், ராக்காச்சியம்மன்னு சில பெயர்கள் இருக்கு. இவங்க பாஞ்சாலங்குறிச்சி ஊமைத்துரையோட படைல தளபதிகளாக இருந்திருக்காங்க. பூர்விகம் தென்கல்லகநாடுனு இதுல குறிப்பிடப்பட்டிருக்கு. அந்தக் கப்பல் புறப்படும்போது அதுல வழிப்பறித் திருடர்கள் புகுந்து வெள்ளைக்கார அரசாங்கத்துக்குச் சொந்தமான நெல்மூட்டைகளையும் கலைப் பொருட்களையும் களவாடிப் போனதா சொல்லப்படுது."

சின்னவீரம்மாளின் வழிவந்த அமீராவின் திருமகனைத் தேடி மீட்பு ரயில் புறப்பட பச்சை விளக்கு ஒளிர்ந்தது. ரயிலின் கால விசைகள் இயக்கப்படுவதற்கு முன் சின்னமாயனின் மெய்பேசிக்கு செங்காந்தளிடம் இருந்து அந்த மௌனத் தகவல் வந்தது…

'நித்திலன் விடை கொண்டார்!'

கபிலன் வைரமுத்து | 247

மணிணியில் சாய்ந்தனன் மணிணின் மைந்தன்

வானுறு மதியை அடைந்ததுன் வதனம்

கடல் எட்டு புகுந்தது உன் கீர்த்தி

கான்உறு புலியை அடைந்ததுன் வீரம்

கற்பகம் அடைந்ததுன் கரங்கள்

தேனுறு செங்காந்தள் அரியினில் புகுந்தாள்

செம்மண் அடைந்ததுன் தேகம்

காலம் கடந்ததுன் கருணை

மெய்நிகர் போர்களைத் தாங்கினுன் தோள்கள்

நந்திவர்மன் மீது பாடப்பட்ட கலம்பகத்தை நித்திலன் மீது பாடினார் செங்காந்தள்.

அது நேரலையில் உலகமெங்கும் ஒளிபரப்பானது. பாரத நாடு எழுந்து நின்று அஞ்சலி வணக்கம் செலுத்தியது. நித்திலனின் உடல் பீரங்கிகள் முழங்க அரசு மரியாதையோடு அடக்கம் செய்யப்பட்டது. புறப்படவிருந்த மீட்பு ரயிலை நிறுத்திவிட்டு சஞ்சய் வனத்தின் நடைமேடையில் இருந்தவாறே நெபுலா சிறப்புப் படை இறுதி மரியாதையில் கலந்துகொண்டது.

இரண்டாம் முறை பச்சைவிளக்கு ஒளிர்ந்தது. மீளா துயரத்தோடு மீட்பு ரயில் புறப்பட்டது.

பெருமாநல்லூர் : 03-04-1920

காலை மணி: 5:00

ஊரில் உள்ளவர்களின் ஆடு, மாடு, கோழிகளை மறைவிடத்துக்கு மாற்ற மண்டையனும், கருவாயனும் கொட்டாவியும் உதவினார்கள். பெண் பிள்ளைகளையும், குழந்தைகளையும் அருகாமை ஊர்களில் இருந்த உறவினர்களின் வீட்டுக்கு அனுப்பிவிட்டனர். ஒரு சிலர் மட்டும் ஊரிலேயே தங்கிவிட்டனர். விட்டி வெள்ளையத்தேவரின் ஆட்கள் ஆயுதங்களைப் பட்டை தீட்டி கருப்புக்கோவில் ஆலமரத்தடியில் புதைத்து விதைத்தனர். போதும்பொண்ணு பெரியவீட்டை விட்டு நகரமாட்டேன் என்று சொல்லிவிட்டாள்.

காலை 6:30.

வருவாய் அதிகாரிகள் மந்தையில் வந்து அமர்ந்தனர்.

"பெருமாநல்லூர் ஆளுக அத்தன பேருக்கும் சொல்லிக்கிறோம். பெரிய அதிகாரிக முன்னிலையில வந்து ரேக பதிஞ்சிட்டு போயிருங்க. வராத ஆளுகள விலங்கு மாட்டி கைது செய்யச் சொல்லி காவல்துறை உத்தரவுங்கோ..."

தண்டோராக்காரனின் 'கிடிமிடி கிடிமிடி' சத்தம் ஊரெல்லாம் ஒலித்தது. மந்தையின் நடுவே ஒரு மேசை நாற்காலி அமைத்து அதில் பதிவேடு வைக்கப்பட்டிருந்தது. விரலில் மை பதித்து ரேகை வைக்க பதிவேட்டுக்கு அருகில் ஒரு மை பெட்டியும் இருந்தது. ஒருவர் ரேகை பதிந்துவிட்டார் - அடுத்த ஆள் வரலாம் என்பதை ஒலியெழுப்பித் தெரிவிப்பதற்காக ஒரு மணியும் வைக்கப்பட்டிருந்தது. சிந்துபட்டி இன்ஸ்பெக்டர் நாகமலை, திருமங்கலம் சப்-இன்ஸ்பெக்டர் ராஜா தேசிங்கு, உசிலம்பட்டி சப்-மெஜிஸ்ட்ரேட் வெங்கடேசன் அன்பு ஆகியோர் நாற்காலிகளில் அமர்ந்திருந்தனர்.

பெரியவர்களும் சிறுவர்களும் மந்தைக்கு வந்தனர். பதிவேட்டையும் மணியையும் குறுகுறுவென பார்த்தனர். ரேகை வைக்காமல் போனால் அந்த மணியை வைத்து மண்டையில் 'டொங்'கென அடிப்பார்கள் என ஒரு சிறுவன் சொன்னான். அந்த

‘டொங்’ காட்டுத்தீ வேகத்தில் பரவி ஆங்காங்கே ‘டொங் டொங்’ எனக் கேட்டது. பெரியவர்கள் அதைக் கேட்டு வாய்விட்டுச் சிரித்தனர்.

‘‘யோவ் ஏட்டு, இவனுங்க என்னய்யா வள்ளித்திருமணம் நாடகம் பாக்க வந்தவகளா, வேடிக்கப் பாத்துக் கெடக்கானுங்க. எப்படி ரேக பதியணும்னு செஞ்சு காட்டுயா!’’

நாகமலை சொன்னதும் ஏட்டு மாரியப்பன் பதிவேட்டின் கடைசி பக்கத்தைத் திறந்தார்.

‘‘இந்தா ஊர்க்காரவகளா, எல்லாரும் பாத்துக்குங்க...’’

மை பெட்டியில் பெருவிரலை வைத்துப் பதிவேட்டில் ரேகை வைத்தார். சிறுவர்கள் கைதட்டினார்கள். நாகமலைக்குக் கோபம் தலைக்கேறியது.

‘‘தாயிளி, இங்க என்ன வித்தையாடா காட்றோம். எவண்டா இங்க பெரிய மனுசன்? எங்கடா போய் தொலஞ்சீங்க? வரச் சொல்லியா எல்லாத்தையும்!’’

ஊர் மௌனமாக இருந்தது. நாகமலை பொத்தென நாற்காலியில் அமர்ந்தார். மாரியப்பன் எந்திரத்தைப்போல மீண்டும் மீண்டும் தன் பெருவிரலை மைப்பெட்டியில் தோய்த்து ரேகை வைத்து காட்டிக் கொண்டிருந்தான். ‘கடைசி வரையில நான் மட்டுந்தான் பதியணும் போலிருக்கே’ என்று மனதுக்குள் புலம்பிக்கொண்டான். யாரும் முன்வந்த பாடில்லை.

‘‘நீ மையத் தீக்கப் போற... ஒன்ன கொல்லப் போறன் இப்ப!’’

நாகமலை மாரியப்பனை ஏறினார். அவன் கைகளைத் துடைத்துக்கொண்டு அவருக்குப் பின்னால் விரைப்பாக நின்றுகொண்டான். அப்போது வீரண்ணத்தேவரும், சீனித்தேவரும் மேசைக்கு வந்தனர்.

காலை 7:15

‘‘அய்யா, குத்தவாளி யாராச்சுமுனா பேரச் சொல்லுங்க. நாங்களே பிடிச்சுச் தாரோம். களவாண்ட பொருள் ஏதாச்சுமுனா அடையாளஞ் சொல்லுங்க. துப்புக்கூலி இல்லாம கண்டுபிடிச்சுச் தாரோம். ரேக பதியறதெல்லாம் ஆகற காரியமில்லீங்க!’’

சிறப்பு நீதிபதி வெங்கடேசன் கண்ணாடியை சரிசெய்துகொண்டு எழுந்து நின்றார்.

''பெரியவரே, இதுக்கப்பறம் குத்தமோ களவோ நடக்காம இருக்கத்தான் இந்தச் சட்டம். இது ஒரு பாதுகாப்பு முன் எச்சரிக்க ஏற்பாடு. இந்தியா முழுக்க இத நிறவேத்தியாச்சு. உங்க ஊரு மட்டும் ஏன்யா கேள்வி கேட்டு உயிர வாங்குறீங்க?''

''பஞ்சம் வந்தப்ப இந்தியா வரலைங்க. குஞ்சரத்தமாதான் வந்தா. கஞ்சி ஊத்தினா. எங்க மக்கதாங்க எங்களுக்குப் பாதுகாப்பு. எங்க ஆளுகளுக்கு மண்ணத் தெரியும். மழையத் தெரியும். மண்டி போடத் தெரியாதுங்க. பாதுகாக்கணும்னா நல்லா வாங்க. எங்கள பாதுகாத்துக்குங்க. எங்க ஆடு மாடுகளப் பாதுகாக்க வழியச் சொல்லுங்க. எங்க நிலத்தப் பாதுகாக்கப் படிப்புச் சொல்லிக் குடுங்க. அத விட்டுபுட்டு எங்க ரேகயப் பாதுகாத்து என்னய்யா செய்யப் போறீங்க?''

காலை 7:30

காளியம்மன் மேட்டை ஒட்டிய காட்டுப்பாதையில் சின்ன மாயனும் நெய்தலும் மீட்பு ரயிலில் வந்திறங்கினர். மந்தையை அவர்கள் நெருங்க நெருங்க அங்கே கூடியிருந்த மக்கள் - அவர்களின் பேச்சரவம் - ஆடைகள் - கருவேல மரங்களின் வாசனை - ஒளித்து வைக்கத் தவறிய ஆட்டுக்குட்டிகள் - மர இலைகளில் காணப்பட்ட வெற்றிலைச் சிவப்பு - அனைத்தும் சின்னமாயனுக்குள் இருந்த பழைய பெருமாநல்லூர்க்காரனை கருநீலச் சீருடை விட்டு வெளியே வந்து உலாவச் செய்தது. அவன் இலக்குக்கு சிறிது நேரம் விலக்கு அளித்திருந்தான்.

சிந்துபட்டி இன்ஸ்பெக்டர் நாகமலை, திருமங்கலம் சப்-இன்ஸ்பெக்டர் ராஜா தேசிங்கு, உசிலம்பட்டி சப்-மெஜிஸ்ட்ரேட் வெங்கடேசன் அன்பு ஆகியோர் சின்னமாயனின் கண்களுக்கு 1920ஆம் ஆண்டின் மனிதர்களாகத் தெரியவில்லை. நீண்ட பெரும் வரலாறு கொண்ட சர்வாதிகாரத்தின் காலச்சங்கிலியில் துருபிடித்த வளையங்களாகவே அவர்களைப் பார்த்தான்.

''சின்னமாயன், இப்ப நாம இந்தக் கூட்டத்துக்குள்ள போகணுமா? நாட்டாங்குளத்துலதான நமக்கு வேல?'' - நெய்தல்.

‘‘நெய்தல், இங்க என்ன நடக்கப்போகுதுனு எனக்குத் தெரியும். அதோ - மாயாண்டி மாமா, வீரண்ண பெரியப்பா, பெரியாண்டி சித்தப்பா, முத்துக்கருப்பு மாமா, விருமாயக்கா... எல்லாரும் இருக்காங்க. இன்னும் அரை மணி நேரத்துல இவங்க யாருமே உயிரோட இருக்கமாட்டாங்க’’ - சின்னமாயன்.

‘‘அவங்கள நீ காப்பாத்தப் போறியா மாயன்? அது காலத்தொடர்ல எத்தனை பெரிய விபரீதங்கள ஏற்படுத்தும்னு உனக்குத் தெரியுமா? இதுக்காகவா இங்க வந்தோம்?’’ - நெய்தல்.

‘‘நான் யாரையும் காப்பாத்த விரும்பல நெய்தல். ஆனா அவர்களுடைய பெருமைய மட்டும் அவங்ககிட்ட சொல்லிட்டு போக விரும்பறேன். வா’’ - சின்னமாயன்.

அதிகாரிகளும் மக்களும் சின்னமாயனையும் நெய்தலையும் பிரெஞ்சு அல்லது போர்ச்சுகீசியப் படை மிச்சம் விட்டுப் போன சிப்பாய்களைப் பார்ப்பதுபோல் பார்த்தார்கள்.

‘‘யாருயா நீங்க?’’ - வெங்கடேசன் அன்பு விசாரித்தார்.

சின்னமாயன் எதுவும் பதில் சொல்லவில்லை. அவன் அங்கே கூடியிருந்த மக்களின் முன்னிலையில் நின்று அவர்களின் கண்களை ஒரு நிமிடம் தரிசித்தான்.

“ஐயா பெரியவர்களே, நானும் உங்களில் ஒருவன்தான். உங்களுடைய போராட்டமும் என்னுடைய போராட்டமும் ஒன்றுதான். இந்த அதிகாரம் சொல்ற குற்ற இனத்தின் ரத்தம்தான் என் உடம்பிலும் பாய்கிறது”

சின்னமாயன் சில அடிகள் முன்னால் வந்து மக்களோடு மக்களாக நின்று அதிகாரிகளைப் பார்த்து பேசினான்.

‘‘ஐயா பெரிய அதிகாரிகளே, ஓர் இனத்தைக் குற்றம் சுமத்துவது உங்களுடைய இனம் ஒழுக்கமான இனம் என்ற கதையை வடிவமைக்க உதவுகிறது. ஆதிவாசிகளுக்கு நாகரிகத்தை நீங்கள் பரிந்துரைப்பதால் நீங்கள் அவர்களுக்கு அருள் தருகிற இடத்தில் இருப்பதாக நினைக்கும் கற்பனை வலிமை பெறுகிறது. நீங்கள் யார் எங்களை சீரமைக்க? நீங்கள் யார் எங்களை பயிற்றுவிக்க?

எங்கள் நாகரீகத்தை புரிந்துகொள்ளும் அறிவெழுச்சி உங்களுக்கு வாய்க்கவில்லை. எதையும் எதிர்கொள்ளும் தீரத்தை எம் தெய்வங்கள் எமக்குக் கற்பித்திருக்கின்றன. எதிர்கொள்ள முடியாத வீரத்துக்கு காட்டுமிராண்டித்தனம் என்ற பெயர் வைக்க மட்டுமே உங்கள் முன்னோர்கள் உங்களுக்குக் கற்றுக்கொடுத்திருக்கிறார்கள்.

இதோ - இப்போது இவர்கள் எதிர்க்கும் இந்தச் சட்டம் 1949ஆம் ஆண்டு இந்தியா முழுக்க ரத்து செய்யப்பட்டிருக்கிறது. ஆனால், அதிகாரத்தின் கண்காணிப்பும் குடிமக்களைக் குற்றவாளிகளாக நடத்தும் தன்மையும் மாறப் போவதில்லை. குற்ற இனச்சட்டம் வெவ்வேறு உருவாய் அரிதாரம் பூசிக்கொண்டு அகண்ட பெருவெளியில் அழியாமல் இருக்கிறது. எந்த மனிதன் அதிகாரத்துக்கு தன் நிர்வாணத்தை விற்காமல் இருக்கிறானோ அவனை தேச விரோதியாக சித்தரிக்கும் நடைமுறை நவீன உலகில் நீக்கமற நிறைந்திருக்கிறது. எந்த இனம் ஏகாதிபத்திய கூட்டமைப்புக்கு இடையூறாக இருக்கிறதோ அந்த இனத்தை குற்ற இனமாக மாற்றும் அறிவியல் தொழில்நுட்பம் பெருகியிருக்கிறது.

பெருமாநல்லூர் உறவுகளே, இங்கே நீங்கள் தொடங்கியிருக்கும் போராட்டம் ஓர் எரி கல்லைப்போல் காலவெளிகளைக் கடந்து ஆங்காங்கே விழுந்து சிதறி தெறித்திருக்கிறது. நானும் அதன் ஒரு பொறிதான். உங்களை வணங்குவதைத் தவிர வேறெதுவும் செய்ய முடியாத பாவியாக இன்று உங்கள் முன் நிற்கிறேன். வாழ்க உங்கள் வீரம். போய் வருகிறேன்.''

சின்னமாயனும் நெய்தலும் விடைபெற்றனர்.

காலை 7:45

அதிகாரிகளுக்கும் மக்களுக்குமான வாக்குவாதம் முற்றியது. அப்போது பேரிரைச்சலோடு ஆயுதப்படை ஊருக்குள் நுழைந்தது. ஐம்பது குதிரை வீரர்களும், ஐம்பது துப்பாக்கி வீரர்களும் அணிவகுத்து வந்தனர். வெள்ளையத்தேவரின் ஆட்கள் விரைந்துச் சென்று கருப்புக் கோவிலில் பதுக்கி வைத்திருந்த வேல்கம்புகளையும் கத்திகளையும் எடுத்து வந்தனர். காளியம்மன் மேடு தீப்பிடிக்கத் தயாரானது.

''கடைசியா ஒரு தடவ கேட்டுக்கிறோம். வந்து ரேக வச்சுட்டுப் போங்க. சுமூகமா முடிச்சுக்குருவோம்.''

நாகமலை குரல் உயர்த்திப் பேசினார்.

மாயாண்டித்தேவரின் பேரன் முனீஸ்வரன் ஒரு குதிரையின் வாலைப் பிடித்து விளையாடிக்கொண்டிருந்தான். குதிரைவீரன், முனீஸ்வரனை காலால் எட்டி உதைத்தான். அவன் தரையில் விழுந்தான். சீனித்தேவன் அவனைக் கைகொடுத்துத் தூக்கினார். ஊர் சனத்துக்கிடையே ஒரு சலசலப்பு உண்டானது. மண்டையன் அவனுடைய கவட்டையால் மேசையின் மீதிருந்த மணியின் மீது கல்லெறிந்தான். அந்த மணி 'டொங்' என்ற சத்தத்தோடு விழுந்து உருண்டது. 'யேய் வேணாமய்யா' என்று ஏட்டு மாரியப்பன் அனைவரையும் அமைதி காக்கச் சொன்னான். நாகமலை மண்டையனைத் தரதரவென இழுத்து லத்தியால் அடிக்கத் தொடங்கினார். வெள்ளையத்தேவரின் ஆட்கள் நாகமலையைத் தாக்கத் தொடங்கினர். திருமங்கலம் சப்-இன்ஸ்பெக்டர் ராஜா தேசிங்கு, குதிரைவீரர்களை முன்னேற ஆணையிட்டார். அவர்கள் அந்தக் கூட்டத்தைக் கலைக்க முயற்சி செய்தனர். குதிரைகளின் காலடி அந்தப் பகுதியை மணல் மூட்டமாக்கியது. ராஜா தேசிங்கை கருவாயன் கீழே தள்ளியபோது அவர் 'சார்ஜ்' என்று கத்தினார். முதல் துப்பாக்கி குண்டு வெடித்தது!

காலை 8:15

நாட்டாங்குளம் ஆதிசிவன் கோயிலில் போலிச் சிலையை அகற்றி உண்மைச் சிலையைப் பொருத்த விரும்பிய மாயவனத்துக்கு மாக்கியவெல்லி உதவிக்கொண்டிருந்தான். சுளீர் என அனல் காற்று வீசிக்கொண்டிருந்தது. மாயவனம் போலிச் சிலையை பூமிக்குள் புதைத்து மண்ணைத் தள்ளி மூடியபோது கோயில் வாசலுக்கு சின்னமாயனும் நெய்தலும் வந்தடைந்தனர். ஆதிசிவன் கருவறையின் படிகளில் அடர்ந்து வளர்ந்திருந்த மீசை தாடியோடும் சோர்ந்த கண்களோடும் மாக்கியவெல்லி அமர்ந்திருந்தான். நெய்தல் உறையில் இருந்த தன் துப்பாக்கியை எடுத்தாள். சின்னமாயன் அவளைத் தடுத்தான். மாக்கியவெல்லி அசையவில்லை. அவன் தப்பித்துப் போக எந்த முயற்சியும் எடுக்கவில்லை. நேற்று

நள்ளிரவே தனக்கு ஒரு வலை விரிக்கப்பட்டிருக்கிறது என்பதை அவன் உணர்ந்திருந்தான்.

நெய்தலின் கையில் துப்பாக்கியைப் பார்த்த குள்ளநரி ஸ்பார்ட்டா அவளைத் தாக்குவதற்காக பாய்ந்தது. சின்னமாயன் அதன் கழுத்தைப் பிடித்து சுழற்றி வீசினான். அது தன் வெறிகொண்ட பற்களோடு சின்னமாயனை நோக்கி வந்தபோது நெய்தல் தன் துப்பாக்கியால் அதன் நெற்றியில் சுட்டாள். அது துடிதுடித்து மண்ணில் சாய்ந்தது. கருவறையின் படியில் அமர்ந்திருந்த மாக்கியவெல்லி வெகுண்டெழுந்து ஓடிவந்தான். ஸ்பார்ட்டாவை மடியில் தூக்கி அதன் கடைசித் துடிப்பை அவன் வாங்கிக்கொண்டான். நாட்டாங்குளத்தின் காற்று மண்டலம் கிழிய 'ஓ....' என அலறினான். சின்னமாயன் மீது சிறுத்தையைப்போல் பாய்ந்தான். மாக்கியவெல்லியைக் குறி பார்த்த நெய்தலின் துப்பாக்கியின் மீது மாயவனத்தின் கடப்பாரை விருட்டெனப் பாய்ந்தது.

காலை மணி 8:45

மாக்கியவெல்லியைத் துரத்திக்கொண்டு பெருமாநல்லூர் எல்லைக்குள் நுழைந்தனர் சின்னமாயனும் நெய்தலும். சற்று முன் ஏற்பட்ட துப்பாக்கிச் சூடு மற்றும் கலவரத்தில் காளியம்மன்மேடும் சுற்று வட்டாரமும் புழுதி சூழக் காணப்பட்டது.

கலவரத்தில் சுடப்பட்ட பதிமூன்று பேரின் பிணங்களும் பூவரச மரத்தின் கிணற்றை ஒட்டி வரிசையாக அடுக்கப்பட்டிருந்தன. மின்னல்வேகத்தில் ஓடிக்கொண்டிருந்த மாக்கியவெல்லி பிணம் தடுக்கித் தடுமாறினான். தரையில் விழுந்தான். அப்போது... கிணற்றின் பின்புறமாக கலைந்த தலையோடு வேட்டி கட்டிய ஒரு சிறுவன் அமர்ந்திருந்தான். மாக்கியவெல்லி அவனை உற்றுப் பார்த்தான். கழுவநாதர் கோயிலின் வாசலில் அவன் கண்ட பார்வையற்ற அதே சிறுவன். வாலாந்தூர் பூசாரி சொன்ன பவளக் கருப்பன். மாக்கியவெல்லிக்கு முதல்முறையாக ஓர் அச்ச உணர்வு ஏற்பட்டது.

கையில் துப்பாக்கியோடு துரத்திக்கொண்டு வேங்கையைப்போல் வந்த சின்னமாயனைப் பார்த்ததும் தரையில் கிடந்த வீச்சருவாளை எடுத்து மாக்கியவெல்லி வீச முனைந்தபோது சின்னமாயனின் துப்பாக்கியில் இருந்து புறப்பட்ட தோட்டா மாக்கியவெல்லியின்

மார்பில் பாய்ந்தது. இடைவெளியின்றி ஒன்றன்பின் ஒன்றாக சரசரவென அடுத்தடுத்த தோட்டாக்கள் அவன் உடலைத் துளைத்தன. அவன் மெல்ல எழ முயற்சித்து பின் முடியாமல் மண்டியிட்டு பூவரசமரத்தடியில் பதினான்காவது பிணமாகச் சாய்ந்தான். அவன் கண்மணிகள் காணாமல்போனதுபோல விழிகள் மேனோக்கி சொருகியிருந்தன.

நெய்தல் மூச்சு வாங்க ஓடிவந்து சின்னமாயன் அருகில் வந்து நின்றாள். இறந்தவன் மாக்கியவெல்லிதானா அல்லது இவனும் ஒரு புனைவா என்ற சந்தேகத்தில் சின்னமாயன் தன் மெய்பேசியில் புல்லட் ரிப்போர்ட் செயலியை இயக்கினான். அதில் - மாக்கியவெல்லி உயிர் பிரியும்போது அவன் ஆழ்மனதில் இருந்த தோற்றங்கள் கோட்டோவியங்களாக பதிவாகியிருந்தன. அதில் புலிப் பொடவு போன்ற குகையும் அந்த குகையில் இருந்து ஒரு புலி தன்னை உற்று நோக்குவதுபோலவும் தோற்றங்கள் காணப்பட்டன.

தூரத்தில் பரட்டைத் தலைச்சிறுவன் பவளக்கருப்பன் காட்டுக்குள் நடந்துபோய்க்கொண்டிருந்தான். அவன் தற்போது கண்பார்வை பெற்றவனைப்போல் தெளிவாக முன்னேறி மறைந்தான்.

கருப்புக் கோவிலின் ஆலமரத்தடியில் போராட்டத்தில் ஈடுபட்ட இருநூறு பேர் காவல்துறையின் கட்டுப்பாட்டோடு அமர்த்தப் பட்டிருந்தனர். அவர்கள் அனைவரையும் ஒரே பெருஞ்சங்கிலியில் பூட்டி, நடையாக நடக்க வைத்து, திருமங்கலம் காவல் நிலையத்துக்கு அழைத்துச் சென்றனர்.

சட்டென ஏதோ ஞாபகம் வந்தவனாய் சின்னமாயன் கிழக்கு திசையை நோக்கி ஓடினான். நெய்தல் 'மாயன் - எங்க போற?' என கேட்டுக்கொண்டே பின்னால் ஓடினாள்.

பெரியவீட்டில் நுழைந்த பிரிட்டிஷ் வீரர்கள் அங்கிருந்த பெண்களை மானபங்கப் படுத்திக் கற்பழிக்க முற்பட்டனர். அவர்களோடு நீண்ட நேரம் போராடிய சின்னமாயனின் அக்காள் போதும்பொண்ணு அவர்களில் ஒருவனை அரிவாள்மனையால் சீவினாள். அவன் சாயும்போது அவன் கையில் இருந்த துப்பாக்கி வெடிக்கவிருந்த தருணத்தில் சின்னமாயன் வந்துவிட்டான். போதும்பொண்ணை நோக்கி நீண்டிருந்த அந்த சிப்பாயின் துப்பாக்கி

வெடிக்குமுன் சின்னமாயன் அந்தச் சிப்பாயின் பின் மண்டையில் சுட்டான். சிப்பாய் சரிந்தான். தன் அக்காள் போதும்பொண்ணு அங்கே பதற்றத்தோடு நின்றுகொண்டிருந்தபோது தான் யார் என்பதை அவளுக்குப் புரிய வைக்க வார்த்தைகளைத் தேடினான் சின்னமாயன். அந்த இடைவெளியில் வேறு சில வீரர்கள் உள்ளே புகுந்தனர். அவர்களில் ஒருவன் தன் நாட்டுத்துப்பாக்கியால் போதும்பொண்ணின் நெற்றியில் சுட்டான். அவள் திறந்த கண்களோடு இறந்து போனாள்.

''அக்கா...'' என அலறிக்கொண்டே சின்னமாயன் அவளை ஏந்திக்கொண்டான். அவளை மடியில் போட்டுத் தேம்பித் தேம்பி அழுதான்.

நெய்தல் அவன் தோள்களைத் தட்டி அவனுக்கு ஆறுதல் சொன்னாள்.

''மாயன், மரணம் ஆயிரம் கைகளோடு வருகிற ஓர் அரக்கன். ஒரு கையை நீ வெட்டினால், அது மிச்சம் இருக்கிற கைகளைக் கொண்டு காரியத்தை நிகழ்த்திட்டுப் போகும். எழுந்திரு போலாம்...''

காலை மணி 9:00

2032ஆம் ஆண்டில் இருந்து அடையாள் தரவுகளைக் காக்க பெருமாநல்லூருக்கு வந்திருந்த நித்திலன் தன் சத்திரத்தின் ஜன்னல் கதவுகளைத் திறந்தார். வெளியே - சின்னமாயனும் நெய்தலும் காத்திருந்தனர். இள வயது நித்திலனைப் பார்த்ததும் நெய்தலுக்கு மெய் சிலிர்த்தது. சின்னமாயன் கொஞ்சமும் ஆச்சரியப்படவில்லை. அவன் ஏக்கத்தோடு மட்டும் நின்றிருந்தான்.

நேற்று 2057இல் இறுதி மரியாதைகளோடு நல்லடக்கம் செய்யப்பட்ட நித்திலனை இன்று ரத்தமும் சதையுமாக மீண்டும் பார்த்ததும் அவனுக்கு அவர் மடியில் படுத்துக்கொள்ள வேண்டும் போலிருந்தது. ஆனால், ஏறகெனவே அந்த சத்திரத்தில் சிறுவயது சின்னமாயன் இருக்கிறான் என்பது சிறப்புப் படை சின்னமாயனுக்குத் தெரியும்.

''நீங்க யாரு?'' - நித்திலன்.

இருவருக்கும் என்ன பதில் சொல்வது என்று தெரியவில்லை.

"குடிக்கத் தண்ணீர் கிடைக்குமா?" - சின்னமாயன்.

"உள்ள வாங்க."

சின்னமாயனும் நெய்தலும் மீளாத வியப்போடு அந்த சத்திரத்துக்குள் நுழைந்தனர். அறையில் மூலையில் ஒரு சிறுவன் அதர்வாணா கருவியோடு விளையாடிக்கொண்டிருந்தான்.

"மாயன்... அந்தப் பையன்...?" - நெய்தல்.

"நான்தான் நெய்தல். நீ பாக்கற அந்தச் சின்னமாயனுக்கு இப்ப எட்டு வயசு."

அவளுக்குச் தூக்கிவாரிப்போட்டது. இரண்டு வெவ்வேறு காலங்களைச் சேர்ந்த சின்னமாயன்களுக்கு இடையே அவள் வாயடைத்து நின்றுகொண்டிருந்தாள்.

சிறுவயது சின்னமாயன் அருகே அவள் சென்றபோது அவன் அவளை இமைக்காமல் பார்த்தான். அவனது சின்னஞ்சிறு கண்கள் அவள் உயிர்த்தசைகளை மேலும் உலுக்கியெடுத்தன.

நித்திலன் இரண்டு குடுவைகளில் தண்ணீர் நிரப்பி சின்ன மாயனுக்கும் நெய்தலுக்கும் கொடுத்தார். கடவுளே இறங்கி வந்து தீர்த்தம் தருவதுபோல இருவரும் அதைப் பவ்யமாக வாங்கிப் பருகினர். சின்னமாயன் அவரை ஆசையாகப் பார்த்தான். நெய்தலுக்கு அந்த இடம் ஒருவிதமான மன அழுத்தத்தை ஏற்படுத்தியது. அவள் சின்னமாயனை இழுத்துக்கொண்டு வெளியே வந்தாள். அவர்களை வழியனுப்ப நித்திலனும் வந்தார்.

"ஐயா, நாங்க வரோம்" - சின்னமாயன்.

"நீங்க யாருனு சொல்லவே இல்லையே..?" - நித்திலன்.

"நீங்க என்ன மறுபடியும் சந்திப்பீங்க ஐயா" - சின்னமாயன்.

சின்னமாயனும் நெய்தலும் பெருமாநல்லூர் மந்தையைக் கடந்தபோது கலவரத்தில் சுட்டுக் கொல்லப்பட்டவர்களை ஏற்றிக்கொண்டு மாட்டு வண்டிகள் போய்கொண்டிருந்தன. அந்தப் பிணங்களில் மாயவனமும் இருந்தாள். அவள் மார்பில் தோட்டா பாய்ந்து ரத்தம் வழிந்து மாட்டு வண்டியின் சக்கரத்தில் சொட்டுச் சொட்டாய் ஒழுகியது.

ஆதிசிவன் கோயில் வளாகத்தில் மாக்கியவெல்லியைச் சுட நெய்தல் துப்பாக்கி எடுத்தபோது, மாயவனம் தன் கடப்பாரையை அவள் மீது வீசினாள். அதில் திக்குமுக்காடி நெய்தல் துப்பாக்கியைத் தவறவிட்டாள். மாயவனம் தன்னைத் தாக்க ஓடிவந்த போது அவளது நரம்புகளை முடக்கி அவளை மயக்கமுறச் செய்தாள் நெய்தல். மாக்கியவெல்லி ஆதிசிவன் நிலத்தை விட்டுத் தப்பித்து ஓடினான். சின்னமாயனும் நெய்தலும் பின் தொடர்ந்தனர். சில மணித்துளிகளுக்குப் பிறகு மாயவனம் கண்விழித்தபோது அவள் 'ஐயா ராசா' என்று ஏக்கத்தோடு சுற்றி முற்றி மாக்கியவெல்லியைத் தேடினாள். காணவில்லை. அவள் புலியைப்போல் ஓடினாள். வழி மாறி ஓடினாள்.

பெருமாநல்லூரில் குற்ற இனச் சட்டத்துக்கு எதிராகப் போராடிக் கொண்டிருந்த மக்கள் திரளுக்குள் மாயவனம் புகுந்துவிட்டாள். அங்கே எதற்காகப் போராட்டம் நடக்கிறது என்று மாயவனத்துக்குப் புரியவில்லை. வெள்ளைக்கார சிப்பாய்கள் துப்பாக்கிகளோடு ஊர் மக்களை விரட்டிக்கொண்டும் அடித்துத் துரத்திக்கொண்டும் இருந்தனர். நாய்களைச் சுடுவதுபோல் சிப்பாய்கள் ஆண்களையும் சிறுவர்களையும் சுட்டுக்கொண்டிருந்தனர்.

ஒரு சிப்பாய், விருமாயக்காள் என்ற பெண்ணைக் கீழே தள்ளி அவளது சீலையை விலக்கி அவளது பிறப்புறுப்பில் துப்பாக்கியின் முனையால் கடுமையாகத் தாக்கினான். அவள், ''அய்யோ..! அய்யோ..!'' என அலறினாள். அந்தக் காட்சியைக் கண்ட மாயவனம் முன்னும் பின்னும் பார்த்தாள். தரையில் ஒரு கொடுக்கறுவா கிடந்ததைப் பார்த்ததும் மின்னல் வேகத்தில் பாய்ந்து அதைக் கையில் எடுத்து முன்னேறினாள். விருமாயக்காளை துப்பாக்கியால் தாக்கிக்கொண்டிருந்த அந்த சிப்பாயின் தலையைத் துண்டாகச் சீவினாள். அது காளியம்மன் மேட்டைத் தாண்டி உருண்டுபோய் விழுந்தது. மாயவனத்தைத் தடுக்க வந்த மேலுமொரு சிப்பாயின் கைகளைத் துண்டாக்கினாள். அவள் கொடுக்கறுவாள் சோணக்கருப்பனின் மீசையைப்போல் முறுக்கிக்கொண்டு நின்றது.

அப்போது குதிரையில் வந்த ஒரு சிப்பாய் அவனது நாட்டுத் துப்பாக்கியால் மாயவனத்தின் மார்பில் சுட்டான். அவள்

தடுமாறினாள். அந்தத் தடுமாற்றத்திலும் கொடுக்கறுவாளை வளரிபோல் விருக்கென வீசி எறிந்தாள். அது அந்த சிப்பாயின் குரல்வளையில் சொருகியது.

மாயவனம் மண்ணில் சரிந்தாள். மார்பில் பாய்ந்த தோட்டாக்களோடு அவளால் நீண்ட நேரம் போராட முடியவில்லை. தன் காலத்தையும் காதலையும் இதயத்தில் சுமந்தவாறு அவள் கண் மூடினாள்.

மீட்பு ரயில் 1920ஆம் ஆண்டை விட்டுப் புறப்பட்டது!